आमची तलवार पहावी

(ऐतिहासिक कांदबरी)

नयनतारा देसाई

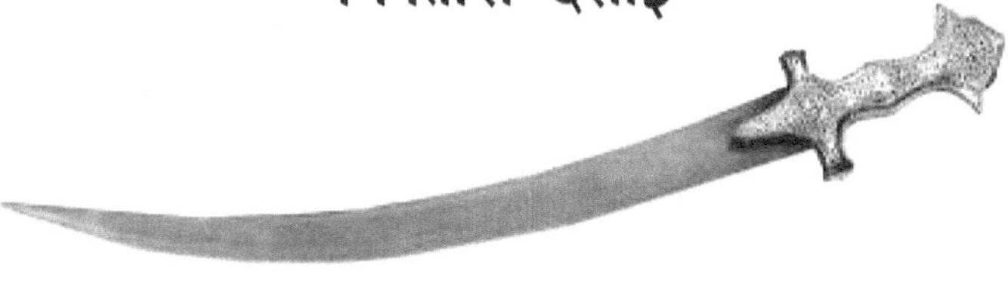

दिलीपराज प्रकाशन प्रा. लि.
२५१ क, शनिवार पेठ, पुणे - ४११०३०.

- **आमची तलवार पहावी**
Amachi Talvar Pahavi

- **प्रकाशक**
राजीव दत्तात्रय बर्वे.
मॅनेजिंग डायरेक्टर,
दिलीपराज प्रकाशन प्रा. लि.,
२५१ क, शनिवार पेठ,
पुणे - ४११ ०३०.

- **website:** DiliprajPrakashan.com
Email: diliprajprakashan@yahoo.in

- © नयनतारा देसाई

- **प्रथम आवृत्ती** - १५ नोव्हेंबर २००९

- **प्रकाशन क्रमांक** - १७३८

- **ISBN-** 978-81-7294-766-8

- **टाईपसेटिंग**
पितृछाया मुद्रणालय,
९०९, रविवार पेठ,
पुणे - ४११ ००२.

- **मुखपृष्ठ** - अनिल उपेळकर

माझे सुपुत्र चि. मिलिंद
व
सौ. ललिता यांस

       – आई

मनोगत

माझी मैत्रीण श्रीमती कमलताई पटवर्धन यांनी पटवर्धन कुलन्यासाच्या पत्रिकाचे दोन अंक वाचायला दिले. ते वाचताना माझ्या नजरेसमोर पेशवाईतले, पराक्रमी सरदार आणि सेनापती 'परशुरामभाऊ पटवर्धन' उभे राहिले. त्यांच्यावर चरित्रात्मक कादंबरी लिहायचा मी विचार केला. माझी मैत्रीण सौ अंजली भावे, यांना समजतांच, भिकाजी धोंडदेव निगुडकरलिखित भाऊंचं चरित्र मला दिलं. त्यातून मला बरीच माहिती मिळाली, आणि मी लेखणी उचलली.

त्यांचं चरित्र पेशवाईशी इतकं निगडित आहे की नानासाहेब पेशवे, श्रीमंत माधवराव, श्रीमंत सवाई माधवरावांपर्यंतचा सुवर्णकाळ त्यांनी पाहिला. या पेशव्यांनी त्यांना मानानं वागवलं. परंतु त्यांच्या वयाच्या साठीनंतर, दुसऱ्या बाजीरावाच्या कारकीर्दीत त्यांना तुरुंगवास भोगावा लागला. 'टिपू सुलतानावर चढाई करून मी कामयाबी करीन' अशी विनंती त्यांनी आनंदराव रास्तेद्वारा पाठवली. तेव्हा श्रीमंतांनी त्यांना मुक्त केलं. परंतु टिपू सुलतानावर आक्रमण करण्यात बाजीराव टोलवाटोलवी करू लागले. तेव्हा नानांनी त्यांना कोल्हापूरच्या महाराजांवर आक्रमण करण्याचा आदेश दिला. भाऊ त्या लढाईत जखमी होऊनही लढत होते. डाव्या हातात पट्टा घेऊन फिरवीत त्यांनी अनेकांना जमीन दाखवली. ते लढत असताना, हैबतराव गायकवाडनं त्यांच्या दोन्ही कानावर तलवार मारली. रक्तबंबाळ झालेले भाऊ घोड्याखाली आले. प्रत्येक संकष्टीला उपवास करणारे गणेशभक्त परशुराम भाऊ, (मंगळवार) अंगारकी चतुर्थीला सूर्यास्तसमयी स्वर्गस्थ झाले. त्यांचे दोन्ही पुत्र लढत-लढत पुढं गेल्यामुळे पित्याच्या मृत्यूची त्यांना कल्पना नव्हती. भाऊंच्या

मृत्यूमुळं सुडानं पेटलेल्या महाराजांना खूप आनंद झाला आणि भाऊंच्या मृत्यूची खबर समजताच, पुण्यावर शोककळा पसरली. श्रीमंतानी व नानांनी मस्तकावरची पगडी हात घेऊन गर्दन झुकवली.

दिलीपराज प्रकाशनचे सन्माननीय राजीव बर्वे यांनी पूर्वी सांगितल्याप्रमाणं, मी कांदबरी लिहून पूर्ण होताच त्यांना विचारलं. होकार निश्चित असल्याची मला कल्पना होतीच. तरीही सौ. मधुताईंचा फोन येताच, मला आनंद झाला. श्री. राजीव-सौ. मधुमिता बर्वे यांची मी अत्यंत आभारी आहे.

चित्रकार अनिल उपळेकर यांनी मुखपृष्ठ अतिशय मनोवेधक केल्याबद्दल व मुद्रक आशा प्रमोद बापट यांनी योग्य वेळेत सुंदर छपाई करून दिल्याबद्दल आभारी आहे.

माझ्या आतापर्यंतच्या ऐतिहासिक कादंबऱ्या वाचून रसिक वाचकांनी पत्रं पाठवून कौतुक केलं. तसंच ''आमची तलवार पहावी'' या कादंबरीचंही करतील, अशी अपेक्षा करणं फारसं चूक ठरणार नाही.

– नयनतारा देसाई

आमची तलवार पहावी

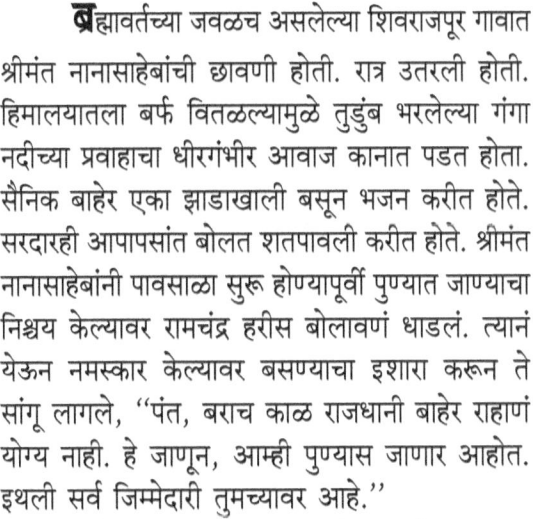

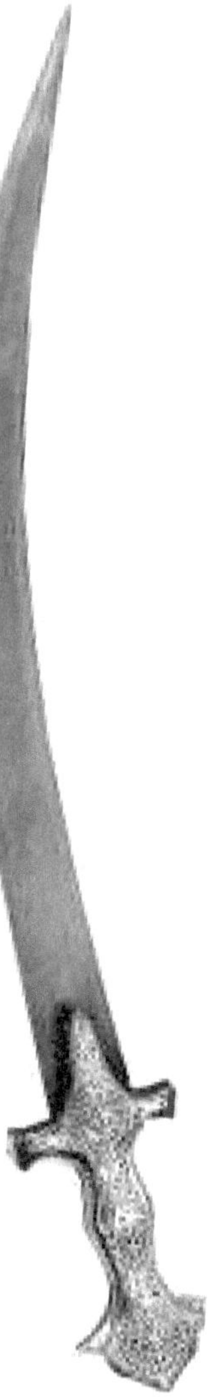

१

ब्रह्मावर्तच्या जवळच असलेल्या शिवराजपूर गावात श्रीमंत नानासाहेबांची छावणी होती. रात्र उतरली होती. हिमालयातला बर्फ वितळल्यामुळे तुडुंब भरलेल्या गंगा नदीच्या प्रवाहाचा धीरगंभीर आवाज कानात पडत होता. सैनिक बाहेर एका झाडाखाली बसून भजन करीत होते. सरदारही आपापसांत बोलत शतपावली करीत होते. श्रीमंत नानासाहेबांनी पावसाळा सुरू होण्यापूर्वी पुण्यात जाण्याचा निश्चय केल्यावर रामचंद्र हरीस बोलावणं धाडलं. त्यानं येऊन नमस्कार केल्यावर बसण्याचा इशारा करून ते सांगू लागले, "पंत, बराच काळ राजधानी बाहेर राहाणं योग्य नाही. हे जाणून, आम्ही पुण्यास जाणार आहोत. इथली सर्व जिम्मेदारी तुमच्यावर आहे."

"श्रीमंत, माझ्यावर एवढा विश्वास ठेवल्याबद्दल अत्यंत आभारी आहे. परंतु...."

"अडखळलात कां? शौकसे बोलाऽऽ"

"मला इथला इंतजाम करणं जमेल का? ही शंका बेचैन करीत आहे."

"पंत, तुम्ही आपल्या पराक्रमानं कामयाबी खेचून आणली. पवित्र गंगेच्या किनारी असलेला ब्रह्मावर्त प्राप्त केला. हे भूषणावह काम तुम्ही केलंत. त्याचप्रमाणं इथली

जबाबदारी तुम्ही उत्तम तऱ्हेनं निभावणार असं आमचं मन सांगतंय.''

श्रीमंतांच्या शब्दांनी अंगावर मोरपीस फिरवल्यासारखा त्यांना भास झाला. ते काहीच न बोलता नमस्कार करून शामियान्यातून बाहेर पडले.

दुसऱ्या दिवसापासून श्रीमंतांच्या प्रस्थानाची तयारी सुरू झाली. आठ दिवसांनंतर श्रीमंत आपल्या फौजेसह पुण्याच्या मार्गावर दौडू लागले. दोन-तीन महिने सरकल्यावर ज्येष्ठ पुढं आला. भुरभुरणाऱ्या जलबिंदूंनी दिलासा दिला. आषाढात मात्र ढगांच्या गडगडातून लखकन् प्रकाश फेकणाऱ्या विजेचा कडकडाट आणि आभाळातून कोसळणाऱ्या जलधारांनी कहरच केला. गंगेचं विस्तीर्ण पात्र अमर्यादित पाण्यानं भरून प्रचंड वेगानं प्रवाह पुढं जात होता. लाटांची उंची वाढत होती. प्रवाहाचा भीषण आवाज दूरवर जात होता. गंगेचं रौद्ररूप पाहून मंडळी अवाक् झाली होती. हळू-हळू पावसाचा जोर कमी झाला. श्रावणाची पावलं पुढं आली. मंडळी सकाळ-संध्याकाळ गंगेत स्नान करू लागली. उपवास आणि व्रतं करण्यात त्यांचे दिवस-दिवस सरकू लागले आणि श्रावणाला मागं सारून भाद्रपद उभा राहिला. फौजेच्या आग्रहास्तव छावणीत गणेश चतुर्थी साजरी करायचं ठरवून काही सरदार पंतासमोर आले. त्या सर्वांना पाहून त्यांनी आश्चर्यानं विचारलं,

''काय आहे?''

आपापसांत नजरेचे इशारे झाले. एक सरदार पुढं सरकून नम्र स्वरात बोलला, ''पंत काका, छावणीत गणेशपूजा करावी असं सर्वांचं म्हणणं, तुमच्या समोर घेऊन आलोयऽऽ''

थोडा वेळ विचार करून, पंत उत्तरले, ''ठीक आहे. मूर्ती कशी प्राप्त करणार?''

''तुकाराम मोरेनं कधीच तैयार केलीय.''

''उत्तम! आता बाकीची तैयारी कराऽ''

पंतांचे आभार मानून, सरदार चालू लागले. त्यांना पाहून, पुढं आलेल्या सैनिकांस, त्यांच्यापैकी एकानं सांगताच ते आनंदानं मोहोरले.

चतुर्थीच्या दिवशी आत्यंतिक उत्साहानं श्रीगणेशाची पूजा-आरती झाली. मोदकांचा नैवेद्य दाखवल्यावर मंडळींचं भोजन झालं. रात्री सैनिकांनी आणि सरदारांनी मनोरंजनाचे कार्यक्रम सादर करून सर्वांना खूष केलं. दुसऱ्या दिवशी संध्याकाळी गणेशाचं विसर्जन करून, मंडळी आपापल्या कामात गर्क झाली.

पितृपक्षात पूर्वजांचं स्मरण करायला मंडळी विसरली नाहीत. आश्विनाला पुढं ढकलून, भाद्रपद बाजूला सरकला. जलधारा पिऊन, ताजेतवाने झालेले वृक्ष खुषीत उभे होते. हिरव्या झुडपावर विविधरंगी फुलं हसत होती. पक्षी चिवचिवाट करीत, निलांबरात झेपावत होते. गंगेचं स्वरूपही बदललं होतं. शेतांवर समृद्धीचा पिवळसर रंग पसरलेला दिसत होता. दाणे टिपण्याकरतां पोपटाचे थवे खाली उतरत होते. हवेतही अमाप उत्साह होता, परंतु रामचंद्रपंत मात्र पोटातल्या वेदनांमुळं गडबडा लोळत होते. राजवैद्यानं प्रयत्नांची पराकाष्ठा केली. परंतु त्या भस्म-काढ्याचा उपयोग झाला नाही. एका पहाटे पंतांचं निधन झालं. ती दुःखद खबर घेऊन, एक सैनिक पुण्याकडं दौडू लागला. तो शनवारवाड्याच्या दरवाज्यापाशी आला. तेव्हा मध्यरात्र झाली होती. द्वारावरच्या पहारेकऱ्यांनी अडवलं, तेव्हा आपल्याकडची थैली त्यानं दाखवली. तेव्हाच त्यांची खात्री झाली. त्यांच्यापैकी एकजण गलमिशांना कुरुवाळीत बोलला,

"नौबत सुरू झाली की जावाऽ तंवर इश्राम कराऽऽ"

"मला लय तान लागलीयाऽ. पानी देशीला तर ब्येस हुईलऽऽ"

पहारेकऱ्यांपैकी एकानं जाऊन पाणी आणलं. पाणी प्याल्यावर त्याला खूप बरं वाटलं. तो तिथंच त्यांच्यापाशी बसून डुलक्या काढू लागला.

नगारखान्यातून नौबतीचा आवाज खाली येऊ लागताच, शनवारवाडा जागा झाला. गडबड सुरू झाली. पहारेकऱ्यांनी त्याला उठवलं. एका सेवकासमवेत, तो वाड्यात प्रवेशला. खबर पाठवून तो श्रीमंतांच्या महालापाशी गेला तेव्हा ते स्नानास जाण्याच्या तयारीत होते. त्यानं थैली त्यांच्या हाती दिली. त्यांना त्रिवार मुजरा करून, तो मागं परतला. थैलीचा सरकफासा ढीला करून, त्यांनी कागद बाहेर काढला. त्यांतला मजकूर वाचून, ते चक्रावले. एक पराक्रमी सरदार गेल्याचं त्यांना फार दुःख झालं. ते तसेच स्नानगृहाकडं वळले. चाफेखणात नेहमीची कामं सुरू झाल्यावर, त्यांनी अंबाजी पंतास बोलावणं धाडलं. त्यांनी येऊन नमस्कार केल्यावर विचारलं,

"माझी याद केली?"

"होयऽ ही दुःखद खबर लिहून खाजगीवाल्याकडं धाडाऽऽ"

"आज्ञाऽ"

अंबाजीपंत गेल्यावर श्रीमंत जमा-खर्चाची चोपडी पाहू लागले. पंतांनी क्षणभर ते वृत्त श्रीमंताच्या सही-शिक्क्यानिशी खाजगीवाल्याकडं धाडलं. तो

कागद वाचून ते क्षणभर सुन्न झाले. बहिणीचं सांत्वन कसं करावं हेच त्यांना समजेना. तरीही मन घट्ट करून, त्या पत्रासह ते तिच्या घरी प्रवेशले. इतक्यात सकाळी मस्तकावर पगडी न ठेवतां आलेल्या दादासाहेबांना पाहून, तिला कसंसंच झालं. समोरच उभ्या असलेल्या बहिणीच्या पाठीवर थोपटीत ते म्हणाले,

"जानकी, हे अतिशय दुःखदायक पत्र आहे. मन घट्ट करुन ऐक. पोटशूळ होऊन पंत गेले."

त्यांचे शब्द ऐकताच ती तोंडात पदर कोंबून रडू लागली. भाऊ रडविला होऊन मातेपाशी जाऊन स्थिरावला. त्याला कुरुवाळीत ती आर्द्र स्वरात म्हणाली,

"संसाराचा डाव अर्धा टाकून स्वारी गेलीऽ! या पोराला मी कसा उभा करणार?"

भाऊला परिस्थितीची पूर्ण कल्पना आली. तो मातेला बिलगून रडू लागला. बहिणीपाशी बसून भाऊला जवळ घेत दादासाहेब सांत्वन करू लागले,

"जानकी, कशाचीही चिंता करू नकोस. आम्ही आहोत ना! भाऊला श्रीमंत आपल्याकडं घेतीलच."

"तरी पणऽऽ"

"पंत खूप लवकर गेल्याचं दुःख आहेच. परंतु नियतीपुढं आपण काय करणार? जन्माच्या वक्तीच मृत्यू ठरलेला असतो. जानकी, निराश होऊ नकोस. आमचा भाऊ, पटवर्धनाचं नाव उज्ज्वल केल्याशिवाय रहाणार नाही."

डोळ्यातले अश्रू पदरात घेऊन क्षणभरात तिनं विचारलं.

"स्वारीचं क्रियाकर्म..."

"सरदारांनी सर्व तिकडचं उरकलं. आता एक दिवस अशौच पाळून, दुसऱ्या दिवशी गोमूत्र शिंपडण्याकरता ब्राह्मणाला बोलवावं. त्यानंतर पांच ब्राह्मणांना भोजन, दक्षिणा देऊन, दानधर्म करावा. हे झाल्यावर काही दिवसांसाठी आम्ही तुला घरी नेतो. तंवर आत्याबाईंना पाठवतो."

थोडा वेळ थांबून ते चालू लागले. इतर पटवर्धनांना खाजगीवाल्यांकडून समजलं. एक-एक करून सर्वजण आले. श्रीमंतानी आवर्जून मातमपोशीचं पत्र धाडलं. त्यावेळी पुन्हा जानकीबाईला शोकावेग आवरता आला नाही. आत्याबाई आल्यावर तिला जरा बरं वाटलं. तिनं परंपरेनुसार जानकीबाईला सोवळी करवून नेसायला 'आलवण' दिलं. मातेचं ते रूप पाहून, भाऊ खूप रडला. त्याला जवळ घेऊन, जानकीबाईनं बराच वेळ समजावलं. तेव्हाच त्याच्या अश्रूधारा

थांबल्या. उनाडपणा करीत मातेची बोलणी खाणारा भाऊ गंभीर झाला.

सातार्‍यात असलेले पुरुषोत्तम दाजी, ती दुःखद खबर समजताच धावत आले. आलवण नेसलेल्या, कपाळी कुंकू नसलेल्या, अलंकार विरहित काकूला पाहून त्यांना फार दुःख झालं. ते मस्तकावरची पगडी हाती घेऊन सांगू लागले,

"काकू, तुम्ही आणि काकांनी प्रेमानं सांभाळ करून सर्व शिक्षण दिलंत, म्हणूनच आज मी उभा आहे. त्यामुळं आमच्या भाऊला मी सर्वतोपरी मदत करणार आहे. तुम्ही बिलकूल फिक्र करू नये."

पुतण्याचे शब्द ऐकून जानकीबाईचं समाधान झालं. माथ्यावरचा पदर जरा पुढं ओढीत ती उत्तरली,

"दाजी, आता तूच त्याला उभा कर. म्हणजे झालं."

"काकांचं पथक आमच्यापाशीच आहे. ते भाऊच्या नावावर करण्याचं पत्र मी सरकारात दाखल करणार आहे. माझा भाऊ मोठा होईपर्यंत, मी सांभाळणार आहे."

"दाजी, तुझ्या रूपानं परमेश्वरच उभा राहिला."

"तारीफ करू नका. मी कर्तव्य पूर्ण करून, काकांच्या आत्म्याला शांती देत आहे. आता चलतो."

तो गेल्यावर उंबरठ्यापाशी उभ्या असलेल्या आत्याबाईकडं पाहून, ती सांगू लागली, "हा पुरुषोत्तमदाजी आमचा पुतण्या. आम्हास मूल नसल्यामुळं त्यांचा सांभाळ केला. पेशवे दरबारी नेऊन, त्याला सरदारकी देवविली. त्या नंतर भाऊचा जन्म झाला. म्हणनू दाजी थोरला आणि भाऊ धाकला."

"त्यानं दिलेला शब्द ऐकून खूप बरं वाटलं. नाहीतर तू एकली काय करणार होतीस? बयो, तू थोडे दिवस माहेरी चल. लेकाला मात्र दादापाशीच ठेव."

"नाही आत्याऽ मला एकलीला या घरात करमायचं नाही." तिथंच असलेला भाऊ, त्या दोघीकडं बघत उत्तरला,

"मातोश्री, दररोज संध्याकाळी घरी येऊन सकाळी जाईन. मग झालं ना?"

"होऽऽ"

संध्याकाळ उतरली. सूर्य पश्चिमेकडं सरकू लागला. भाऊनंच हळूच प्रश्न केला,

"मातोश्री, मी खेळायला जाऊ का?"

"जावा."

शेजारच्या दोघीचौघी आल्यामुळे तो न बोलता बाहेर पडला.

दाजींनी ब्राह्मण भोजन आणि आवश्यक असलेलं सर्व व्यवस्थितपणे पूर्ण केलं. त्यानंतर त्यांनी भाऊच्या सर्व शिक्षणाची व्यवस्था केली. ते सर्व पूर्ण केल्यावरच तो आजोळी खाजगीवाल्याकडं नियमितपणे जात असे.

गहिऱ्या गुलाबी रंगाचं, चकाकणारं सूर्यबिंब पश्चिमेत उतरताच सर्वत्र दिवे लुकलुकू लागले. शनवारवाड्यातला दरबारमहाल समयांच्या आणि छतातून ओसंडणाऱ्या प्रकाशानं उजळला होता. मोगऱ्याची सुगंध वलयं फिरत होती. लालबुंद गालिचावर श्वेत अवगुंठनातली बैठक होती. सेवकानं सर्वत्र नजर फिरवून दरवाजा उघडला. दरबारी आपापले अबलख घोडे मोतद्दाराच्या हाती देऊन प्रवेशत होते. पुरुषोत्तमदाजीही भाऊसह येऊन नियोजित स्थानी स्थिरावले. भालदार चोपदारांच्या ललकाऱ्यांत श्रीमंत बाळाजी बाजीराव येत होते. तो आवाज जवळ येऊ लागतांच सर्व मंडळी सावरून बसली. श्रीमंतांचं पाऊल आत पडताच, दरबाऱ्यांनी उत्थापन देऊन हात जोडले. सेवकानं सरपोस दूर केल्यावर नानासाहेब भरजरी मसनदीवर स्थानापन्न झाले. त्यांनी हात उंचावून दरबाऱ्यांना बसण्याचा इशारा केला. त्यांच्यावर सस्मित नेत्र स्थिरावत श्रीमंत बोलू लागले,

"आमच्याकडचा मुजफ्फर खान सावनूरच्या बाबाकडं गेला. त्यास आमचेकडे धाडून देणेबाबत, आम्ही खलिता धाडला होता. त्यावर त्यानं मुजफ्फरखान स्वेच्छेनं आमचेपाशी आला. त्यास मागणारे तुम्ही कोण? असा उद्धटपणाचा जबाब धाडला. आता काय करायचं बोलाऽ. स्वस्थ बसायचं की त्याला आमचं पाणी दाखवायचं?"

श्रीमंतांचे शद्ब ऐकून, सर्वांनी एकमुखानं आवाज दिला -

"नबाबावर आक्रमण करायचं."

"ही जिम्मेदारी कोणावर सोपवावी?"

त्रिंबकमामा मस्तकावरची लालबुंद पगडी व्यवस्थित करून उभे राहिले. श्रीमंत सस्मित नेत्र, त्यांच्यावर स्थिरावत बोलले,

"बोला मामा."

"श्रीमंतानी ती जबाबदारी भाऊसाहेबांवर सोपवावी."

"या मामांच्या प्रस्तावावर इतराचं म्हणणं ऐकू द्याऽ"

"मंजूर आहे?"

सदाशिवरावभाऊंना खूप बरं वाटलं. श्रीमंत कौतुकभरल्या शब्दांत उत्तरले, "भाऊसाहेब, या झुंजाची सर्व जिम्मेदारी तुमचेवर राहील."

"श्रीमंताचा आदेश आम्हांस मान्य आहे."

"तुम्ही स्वत:संगे नेणार असलेल्यांची नावं सांगाऽऽ"

"बळवंतराव मेहेंदळे, जानोजी भोसले, विठ्ठल शिवदेव, मल्हारबा, पुरुषोत्तम दाजी, सरदार बिनीवाले, समशेर, नाना पुरंदरे!"

"भाऊसाहेब, प्रस्थानाचा मुहूर्त निश्चित करून, बाहेरगावी असलेल्या सरदारांस पुण्यात येण्यासाठी, खलिते धाडण्याचा इंतजाम करा."

"आज्ञा श्रीमंत."

त्यानंतर पुण्यातल्या काही मंदिरांचा जीर्णोद्धार करण्याचा प्रस्ताव पुढं आला. श्रीमंत उत्तरले,

"खर्चाचा अंदाज काढवून आम्हास सांगावा."

"आज्ञा श्रीमंत."

काम संपल्याचं महादोबानं सांगताच, दरबार बरखास्त करून श्रीमंत निघाले. त्यांच्या मागून मंडळीही चालू लागली. पुरुषोत्तमदाजीच्या समवेत दरबारातून बाहेर पडताना, इतर दरबारी जरासे दूर जाताच भाऊनं विचारलं,

"दाजी, आम्हास नेणार का?"

"नाहीऽ तू अजून लहान आहेस. पुढं आयुष्यभर तलवार हाती धरायची."

"तें ठीकच आहे, परंतु या वक्ती नेऊन, आमचा पराक्रम पहा."

बराच वेळ समजावूनही तो आपला हट्ट सोडीत नसलेला पाहून त्यांनी जानकीबाईच्या कानावर घातलं. तिनंही भाऊची खूप समजूत घातली. तेव्हा तो म्हणाला,

"मातोश्री, दुसरं काही सांगा, परंतु याबद्दल आग्रह धरू नये. आम्हास मुक्त मनानं इजाजत द्यावी."

त्याच्या मामानंही सांगून पाहिलं. परंतु त्यानं माघार घेतली नसल्याचं ऐकून दाजीच्या समोर पेचप्रसंग उभा राहिला. ते बेचैन होऊन बसले असता कृष्णाबाईनं उत्सुकता प्रगट केली.

"स्वारी आज अशी का?"

"आमच्या समोर मोठ्ठी समस्या उभी आहे."

"सांगावी."

"आमच्यासंगे भाऊ कर्नाटकी येण्याचा हट्ट धरून बसलाय. काकूसुद्धा सांगून थकल्यात."

"हात्तेच्या एवढंच ना!"

असं म्हणत ती हसूं लागताच, दाजींना राग आला. संजाबावर हात फिरवीत त्यांनी विचारलं,

"हसतेस काय?"

हसणं आवरून पतीकडं बघत ती उत्तरली, "स्वारीनं श्रीमंताना पूर्वकल्पना देऊन, भावजींना त्यांच्यासमोर उभं करावं."

"बहोत खूबऽ कृष्णा, आम्हास न सुटलेलं कोडं तू क्षणभरात सोडवलंस शाब्बासऽऽ"

इतकंच बोलून दाजी उठले. पायात सुरुवार कसून, त्यांनी पांढराशुभ्र अंगरखा चढवला. कंबरेत शेला बांधून, जोडपात पाय सरकावले. हातातली पगडी मस्तकावर ठेवून त्यांनी 'शुभंकर' वर घट्ट मांड घेतली. ते दौडत शनवारवाड्याच्या प्रांगणात येऊन पायउतार झाले. समोरच श्रीमंत सदाशिवराव संगे, सौदागरानं आणलेल्या घोड्यांची पारख करीत होते. दाजींनी पुढं सरकून दोघांना नमस्कार केला. श्रीमंतानी आश्चर्य प्रगट केलं,

"अवचित येण्याचं कारण?"

त्यांनी सर्व हकीगत सांगताच, श्रीमंत हसून उत्तरले,

"आम्ही तेरा-चौदा वर्षांचे असताना रणांगणी गेलो आहोत. तुम्ही त्यास घेऊन याऽऽ"

त्या दोघां बंधूना नमस्कार करून ते घरी आले. त्यांच्या मुखावरचं समाधान पाहून, कृष्णाबाईनं उत्सुकतेला सरकवली, "काय म्हणाले श्रीमंत?"

"सांगतोऽ बसू तर देशील की नाही?"

तिचा चेहरा कसनुसा झाला. ती चटकन मागं सरकली. त्यांनी जवळ जाऊन प्रश्न केला,

"रागवलीस का?"

"नाही तर...."

तिच्या खांद्यावर थोपटीत ते सांगू लागले,

"श्रीमंतांनी त्याला बोलावलंय. संध्याकाळी दरबारापूर्वी त्याला घेऊन जातो."

"ठीक झालं."

दुपारी भोजन झाल्यावर, त्यांनी अत्यंत महत्त्वाची कामं पूर्ण करून चाफेखणात पाठवली. थोडा वेळ विश्रांती घेतल्यावर ते जानकीबाईच्या घरी आले. तिला सर्व हकीगत सांगून ते भाऊसह दौडू लागले. ते वाड्यात प्रवेशले, तेव्हा श्रीमंत नानासाहेब चाफेखणातून आपल्या महालाकडं जात होते. पुढं सरकून त्या दोघांनी नमस्कार केला. ते भाऊकडं पहात असता दाजी म्हणाले,

"दर्शनी महालात चला. आम्ही येतोच."

ते त्यांच्या समवेत जाऊन उभे राहिले. भाऊची नजर चौफेर भिरभिरत होती. भिंतीवर किनखाफी पडदे सोडले होते. त्यावरचं फालसाचं नक्षीकाम अतिशय आकर्षक होतं. खाली फरशीवर गुलाबी साटिनच्या अवगुंठनातली बैठक होती. त्यावर श्वेत तक्के होते. छतात हंड्या झुंबरं होती. श्रीमंत प्रवेशले. दोघांच्या नमस्काराचा स्वीकार करून ते स्थानापन्न झाले. त्यांना बसण्याचा इशारा केल्यावर दोघंही स्थिरावले. श्रीमंताना सर्व परिस्थिती माहीत होती. तरीही त्यांनी भाऊकडं पाहून विचारलं,

"नाव काय तुमचं?"

"परशुराम पटवर्धन."

"लेखन-वाचन?"

"होऽऽ, जमा-खर्च, पत्रातील आशय वाचून पत्रलेखन करता येतं, तसंच लढाईला आवश्यक असलेलं शिक्षण मी घेतलंय."

आपल्या प्रश्नांची त्यानं दिलेली समर्पक उत्तरं ऐकून, श्रीमंत सुखावले. त्यांनी विचारलं, "आता तुम्ही आमच्यापाशी कां आलात?"

"श्रीमंत, तुम्ही कर्नाटकात जाणार असल्याचं ऐकलं. या वक्ती मला न्यावं, अशी विनंती करायला आलोय."

"परंतु तू अद्याप लहान आहेस!"

"कबूलऽऽ, तरीही माझा एकवार पराक्रम पहावा! मी मागं पडलो तर..."

"समजलंऽ तू पराक्रमात कधीही मागं येणार नाही. पुरुषोत्तमदाजी, यावक्ती याला संगती न्या, सध्या तुमच्यापाशी असलेलं पथक आम्ही याच्या हाती सुपूर्द करून, सरदारकी देत आहोत."

त्यांचे शद्ब ऐकून भाऊला खूप आनंद झाला. पुढं सरकून त्यांची चरणधूळ मस्तकी घेऊन, तो नम्रतेनं म्हणाला,

"श्रीमंत, तुम्ही दिलेल्या संधीचं सोनं करण्यात मी कदापि मागं येणार नाही."

"पुरुषोत्तमराव, तुमच्या मार्गदर्शनाखाली त्याला ठेवा. तो एक उत्तम सरदार होईल, अशी आमची खात्री आहे."

श्रीमंत उठले, त्यांचे आभार मानून दोघंही निघाले.

फाल्गुनाची पावलं पडली. दुपारी कडक उन्हाचा तडाखा आणि रात्री गारवा असा हवेत एकदम बदल झाल्यामुळं माणसं त्रस्त झाली. झाडं म्हाताऱ्या पानाना जमिनीवर टाकून, वसंताच्या इंतजारीत उभी होती. हुताशनी पौर्णिमा असल्यामुळे सर्वत्र लख्ख चांदणं होतं. ठिकठिकाणी पूजा करून समोर उभी केलेली होळी पेटवली जात होती. 'वाईट जळून जाऊन जाऊ दे. चांगलं हाती राहू दे,' अशा एकाच विचारानं सर्वांच्या मनात प्रवेश केला. त्यानंतर रंगपंचमीचा दिवस उगवला. 'गार पीरा'वर सेवकांनी केशर जलानं रांजण भरून ठेवले. श्रीमंत रंग खेळणार असल्यामुळे सर्व सरदार जमले होते. पुरुषोत्तमदाजी भाऊसह आले होते. श्रीमंत चांदीच्या पिचकारीनं भाऊसाहेबाना भिजवीत होते. त्यांनीही श्रीमंताचं अनुकरण केलंच. सरदार भिजून ओले चिंब झाले होते. दाजीही रंग खेळू लागले. पेशव्याच्या विश्वासरावानं भाऊला ओढून, रंगीत जलानं भिजवलं. भाऊनं दाजीकडची पिचकारी घेऊन, रंग खेळण्यास सुरुवात केली. त्यानं विश्वासराव-माधवरावास भिजवलं. बराच वेळ रंग खेळून श्रीमंत निघाले. त्यानंतर सरदारही चालू लागले. दाजी भाऊ समवेत घरी आले. जानकीबाई भाऊला स्नानाकरता गरम पाणी देऊन म्हणाली,

"भाऊ, हातानं जोरात चोळून-चोळून स्नान कर नाहीतर रंग जाणार नाही."

"मातोश्री, तो रंग नसून केशरजल होतं."

"तेच तेऽऽ"

भाऊ स्नान करून स्तोत्र म्हणत, देवासमोर उभा राहिला. नमस्कार करीत बोलू लागला,

"देवा, मला पराक्रम करण्याची ताकद देऽऽ म्हणजे मी श्रीमंताच्या नजरेत राहीन."

क्षणभरानं तो स्वयंपाकघरात प्रवेशला. जानकीबाईनं विचारलं, "भाऊ,

पोहे खाणार का?''

"होऽऽ"

तिनं पोह्यावर खोबरं टाकून ताटली त्याच्यासमोर ठेवली. तो अगदी चवीनं पोहे खात बोलला, "पोहे फारच छान झालेत.''

पाणी पिऊन फुलपात्र बाजूला करीत तो उठला. तेव्हा संध्याकाळ पसरत होती. हवेत थोडासा शीतलतेचा प्रादुर्भाव झाल्यामुळं खूप बरं वाटत होतं. शेजारची परांजपे वहिनी येऊन, सरळ आत गेली. तिला पाहून जानकीबाई म्हणाली,

"बसाऽ वहिनी.''

"बाई, तुम्ही जोगेश्वरीला येता का? असं विचारायला आलें होऽऽ''

"आज मंगळवार आहे. चला येत्येच.''

"मी घरी जाऊन आता येत्येऽ''

ती गेल्यावर जानकीबाई थोडेसे तांदूळ, परसवात फुललेली जास्वंदीची फुलं घेऊन, तिची वाट बघत उभी राहिली. समोरून येणाऱ्या पुत्राला पाहून म्हणाली, "मी वहिनीसंगे जोगेश्वरीला जाऊन येते. तंवर तू इथंच थांब.''

त्यानं मानेनंच होकार दिला. परांजपे वहिनी आल्यावर, त्या दोघीही चालू लागल्या.

चैत्र प्रतिपदा हा प्रस्थानाचा मुहूर्त असल्यामुळं, शनवारवाड्यावर खूप गडबड होतीच. इतर सरदारांच्या घरीही तशीच धांदल होती. जवळच्या मंदिरातल्या नगारखान्यातून सनईचे मधुर सुर कानात पडताच भाऊला जाग आली. त्यानं आसपास नजर फेकली. जानकीबाई स्वस्थ झोपली होती. भाऊ उठून बाहेर आला. पाणी तापत ठेवून, सेवक अंगणात शेण सडा टाकीत होता. चार ठिपके दिल्यावर त्यानं रेघाही ओढल्या. अशी रांगोळी काढल्यावर, स्नानाची तयारी करून, त्यानं भाऊला खबर दिली. तो चटकन न्हाणीघरात प्रवेशला. स्नान झाल्यावर तो ओलेत्यानंच देवघरात आला. समईची वात सरशी करून त्यानं तेल घातलं. सेवकानं फुलं आणून ठेवल्यामुळे काहीच अडचण नव्हती. नैवेद्य दाखवून गुळाचा खडा तोंडात टाकला. स्वतःच निर्माल्य नेऊन तुळशीत ओतलं. भिण-भिणू लागलं होतं. जानकीबाईनं स्नान-पूजा आटोपून स्वतःच स्वयंपाक केला. भाऊनं गुढी उभारून पूजा केली. नैवेद्य दाखवल्यावर त्यानं भोजन केलं. जानकीबाई दोन घास खावून उठली. पुत्र रणांगणी जाणार असल्यामुळं, ती

बेचैन होती. आंचवून आल्यावर हात पुसत भाऊ बोलला,

"मातोश्री, माझी फिक्र करू नये. तुमच्या सोबतीकरतां, आत्याआजींना बोलावून घ्या."

"ठीक आहे. तू मात्र जीवाला जप रे बाबाऽऽ"

"होऽऽ"

इतकंच बोलून तो पलीकडच्या खोलीत गेला. अंगावरचं धोतर बाजूला करून त्यानं श्वेत सुरुवार पायात चढवली. गुलाबी अंगरखा घातला. भगवा शेला कंबरेत बांधून, त्यांत तलवार खोवली. मस्तकावर लालबुंद पगडी ठेवून, कपाळावरचं शिवगंध व्यवस्थित केलं. गळ्यातल्या मोत्यांच्या माळेला स्पर्श करून, कानाच्या पाळीत त्यानं खंबायती मोती अडकवला. देवाला नमस्कार केल्यावर तो मातेसमोर नम्र झाला. त्याच्या पाठीवर हात ठेवून, तिनं काही सूचना दिल्या. "भाऊ तिथं आपल्याला न पटणाऱ्या घटना होत असतात. त्याकडं दुर्लक्ष करून, राग आवरणं जरुरी आहे. आपली जबाबदारी निभावून नेण्याची कोशिश कर."

"होऽऽ"

दाजी आले. दोघांनी तिची चरणधूळ मस्तकी घेतली. त्यांच्या हातावर दही देत ती म्हणाली, "यश प्राप्त करून याऽऽ. दाजी भाऊला सांभाळ."

"काकू, भाऊची जिम्मेदारी आमच्यावर आहे. तुम्ही फिक्र करू नये."

भरल्या डोळ्यांनी त्यांच्याकडं बघत तिनं आवंढा गिळला. दोघंही आपापल्या घोड्यांवर स्वार झाले. त्यांची पथकं पुढं गेली होती. ते दोघं शनवारवाड्याच्या प्रांगणात आले. तेव्हा फौजा उत्साहानं 'हर हर महादेवऽऽ हर हर महादेव' अशा घोषणा देत होत्या. श्रीमंतांनी उजवा हात हालवतांच, ढोल-तुताऱ्यांच्या आवाजात बळ भरलं. जरीपटका घेतलेला हत्ती सर्वांत पुढे होता. त्यामागं पायदळ होतं. मध्ये दोन मेणे होते. दोन्ही बाजूना घोडेस्वार होते. ते उत्साहानं दौडू लागले. संध्याकाळी फौजा निश्चित केलेल्या स्थानी आल्या. पूर्वीच पोहोचलेल्या सेवकांनी शामियाने, राहुट्या, तंबू उभे केले होते. भोजनाची तयारीही केली होती. भाऊसाहेब, विश्वासराव, समशेरबहादूर आपापल्या शामियान्यात विसावले. त्यांच्या मागून भाऊसाहेबांची पत्नी पार्वती आणि विश्वासरावाची लक्ष्मी प्रवेशली. सूर्यास्त झाला. छावणीत पलित्यांचा प्रकाश पसरला. हवाही शीतल झाली. सर्वांचे घोडे मोतद्दारानं एका ठिकाणी ठेवून, त्यांच्या समोर घास टाकला. रात्रीचं भोजन झाल्यावर, सैनिक भजन करू लागले. सरदार मात्र गप्पा करण्यात मग्न झाले. मध्यरात्र

झाल्यावर सर्वजण निद्रामग्न झाले. चहूकडे शांतता पसरली होती. गस्तींच्या घुंगुरकाठी आपटल्याचा आवाज घुमत होता. नौबतीचा आवाज कानी पडताच, सर्वांना जाग आली. मंडळी स्नान आटोपून पूजा करण्यात मग्न होती. भाऊसाहेबांनी काही सरदारांस बोलावून घेतलं. त्यानंतर सखाराम भगवंतास बोलावणं धाडलं. तो येऊन नमस्कार करीत असता, त्यांनी आदेश दिला.

"बापू, सावनूरच्या नबाबास तुरंत खंडणी धाडण्याचा खरमरीत खलिता धाडा."

"आज्ञा."

त्याच दिवशी संध्याकाळी नेहमीच्या पद्धतीनुसार व्यवस्था करून भाऊसाहेब दौडू लागले. त्यांच्या मागून मंडळी निघाली. मार्गात मुक्काम करीत करीत मंडळी कर्नाटकाच्या सीमेवर आली. कर्नाटकी हेल असलेलं चमत्कारिक कानडी बोलणं ऐकून मंडळींना हसू आवरत नव्हतं. भाऊसाहेबानी सर्व सरदारांना बोलावणं धाडलं. नमस्कार करून ते आसनस्थ झाल्यावर, भाऊसाहेबानी प्रस्ताव ठेवला.

"मंडळी, कर्नुल आणि कडाप्पाचे नबाब सावनूरला मदत करण्यासाठी येत असल्यामुळं आमच्यासमोर समस्या उभी आहे. काय करायचं?"

पुरुषोत्तमदाजी बोलण्यासाठी उत्सुक असल्याचं ध्यानी येताच, भाऊसाहेब म्हणाले,

"दाजी, बोलाऽ आम्ही ऐकतो आहोत."

"निजामास मदतीस बोलावलं तर?"

"तो येईल का?"

भाऊसाहेबांची नजर समशेरवर स्थिरावली. त्यांतला आशय ओळखून ते उत्तरले,

"दिवाण शहनवाजास विनंती केल्यावर हो जाएगा?"

"मग पत्राचा मसुदा तुम्हीच तैयार करून कारकुनास सांगा?"

"आज्ञा"

मल्हाररावानी मस्तकावरची होळकरी पगडी सावरीत उत्सुकता प्रगट केली. "सलाबतजंग सध्यां कुठं आहे?"

"विजापूर."

ताबडतोब खलिता रवाना झाल्याचं पाहून मंडळी उठली. भाऊसाहेबांनी

इशारा देताच चालू लागली.

दुसऱ्या दिवशी भिण-भिणताना सर्व सरदार फौजांसह भाऊसाहेबांच्या शामियान्यासमोर उभे राहिले. ढोल-तुताऱ्यांच्या आवाजात, 'हर हर महादेवऽऽ'अशा उत्तुंग घोषणा समाविष्ट झाल्या. त्यांनी इशारा करताच, निश्चित असलेल्या क्रमानुसार सरदार निघाले. मार्गातच निजामाची अवाढव्य फौज सामील झाली. नबाबाची प्रचंड फौज दीनऽ दीनऽ अशी गर्जना करीत, या सैन्यावर तुटून पडली. तलवारीच्या खणखणाटासह सैनिक जमिनीचा आश्रय घेऊ लागले. बेभान झालेले घोडे त्यांना तुडवीत दौडत होते. चौक्या आणि टेकड्या प्राप्त केल्यावर, मुजफ्फरखान आणि मुराराव घोरपडेस सावनुरातच कोंडलं. मोर्चे लावून 'बागलकोट' प्राप्त केलं. तोफांच्या धाडधाड आवाजात कोसळणाऱ्या, अग्निलोळानं रयत भयभीत झाली. नबाबानं शरणागती पत्करली. बंकापुरी, चित्रदुर्ग, बिदनूर हरपळ हळली मराठ्यांनी काबीज केले. अकरा लक्ष रुपये आणि मागील खंडणी द्यावी असं तहात ठरलं. कृष्णेपासून तुंगभद्रेपर्यंत मराठी राज्याची सीमा पोहोचलेली पाहून आत्यंतिक आनंदानं मंडळी पुण्याकडं निघाली.

* * *

२

श्रीमंत नानासाहेबांनी कर्नाटकात विजय प्राप्त करून आलेल्या भाऊसाहेबांचं स्वागत केलं. चालत आलेल्या परंपरेनुसार रात्रीच्या भोजनाचं निमंत्रण घेऊन सरदार आनंदानं आपापल्या घरी गेले. भाऊही दाजीसमवेत आपल्या घरी आला. दोघंही जानकीबाईसमोर नम्र झाले. तिनं आशीर्वादाचा हात त्यांच्या पाठीवर ठेवला. दाजी अतिशय कौतुकानं सांगू लागले,

"काकू, भाऊच्या पराक्रमाला तोड नाही. भाऊसाहेब, विश्वासरावानी या परशुरामभाऊची फार तारीफ केली."

"परमेश्वराची कृपाऽऽ"

दाजी तिचा निरोप घेऊन निघाले. भाऊनं स्नान करून देवाला नमस्कार केला. त्यानंतर मातेला लढाईतल्या गमती सांगितल्या. तिन्हीसांज झाल्यावर सर्वत्र दिवे लुकलुकू लागले. मातेला सांगून तो दाजीसंगे दौडू लागला. दरबारी आपल्या नियोजित स्थानी बसून, आपापसांत बोलत होते. सर्वजण उपस्थित झाल्याचं समजताच, श्रीमंत बाळाजी बाजीराव गुर्झबदारांच्या उच्च स्वरातल्या ललकाऱ्यांत पावलं टाकू लागले. दरबार महालात प्रवेश करून मसनदीवर स्थिरावत त्यांनी दरबाऱ्यांना आसनस्थ होण्याचा इशारा केला. श्रीमंत सर्वांवर सस्मित दृष्टी फेकीत बोलू लागले,

"आमच्या लोकांनी नबाबास चांगलाच धडा शिकवल्याबद्दल आम्ही बेहद खूष आहोत. या झुंजात वयानं लहान असूनही विश्वासराव आणि परशुरामभाऊनी केलेल्या पराक्रमाबद्दल बोलायला आमच्यापाशी शद्ब नाहीत, भविष्यातही ते यापेक्षा अधिक पराक्रम करून, दुश्मनाला नामोहरम करतील अशी आमची अपेक्षा फारशी गलत ठरणार नाही"

सर्वांच्या इच्छेनुसार श्रीमंतानी त्या दोघांचा वस्त्रालंकार देऊन, सत्कार केला. त्यानंतर इतर प्रस्तावावर चर्चा करून, मंडळी वाड्याच्या अंतर्भागात प्रवेशली सदाशिवरावभाऊ मात्र भोजन गृहापाशी आले. चहूकडे समया तेवत होत्या. लालबुंद- पाटाभोवती रांगोळ्या काढल्या होत्या. बाजूला तांब्ये-फुलपात्रं होती. पाटापुढे चांदीची ताटं होती. सर्व व्यवस्था ठीक असल्याचं पाहून त्यांनी श्रीमंतास येण्याची खबर धाडली. वाढपी वाढीत असताना, श्रीमंत सरदारासमवेत येऊन पाटावर स्थिरावले. मंडळी बोलत बोलत जेवत होती. श्रीमंत सर्वांना आग्रह करून, वाढप्याला सूचना देत होते. जेवताना पुढच्या लढाईचे मनसुबे तयार करीत होते. भोजन झाल्यावर मंडळी पलीकडच्या दालनात प्रवेशली. समोर हिरव्याकंच विड्यांनी भरलेली चांदीची तबकं होती. पीकदाण्याही होत्या. मंडळी विडे चघळीत गप्पात रंगून गेली. थोड्या वेळानंतर सर्वजण श्रीमंतांचा व भाऊसाहेबांचा निरोप घेऊन चालू लागली.

*

भाऊ पुण्यात असताना, एका सकाळी खाजगीवाले मामा, एका गृहस्थासह प्रवेशले. सेवकाने खबर दिल्यावर जानकीबाई द्वारापाशी आली. परक्या गृहस्थास पाहून दाराआड उभी राहिली. तिथूनच अदब राखीत तिनं विचारलं,

"दादासाहेब, काय आहे?"

"हे तासगावचे विश्वनाथपंत जोग. आपल्या कन्येचा प्रस्ताव घेऊन आलेत."

"मुलगी पाहिल्याशिवाय मी काय सांगणार? तसंच लगीन ठरवताना, आमच्याकडच्या ज्येष्ठ मंडळीस बोलावणं आवश्यक आहे."

"भाऊ कुठं आहे?"

"बोलावून आणते."

तिनं जाऊन दारी असलेल्या भाऊस इशारा केला. तो धोतर नेसला होता. आत येऊन त्यानं अंगात सदरी घातली. मस्तकावर पगडी ठेवून तो बाहेर आला. गोरा, सुदृढ, बुद्धिमत्तेचं तेज असलेला भाऊ, त्यांना खूप आवडला. आपली

मुलगी या घरी सुखानं नांदेल असा विचार करून विश्वनाथपंत म्हणाले,

"आम्ही परवा गुरुवारी मुलीस घेऊन येतो."

तिनं रव्याचे लाडू आणि दूध सेवकाहाती बाहेर पाठवलं. थोड्या वेळानंतर विश्वनाथपंतांनी त्या घराचा निरोप घेतला. जानकीबाईनं पुरुषोत्तमदाजींना निरोप धाडला. ते कृष्णाबाईसह प्रवेशले. तिला नमस्कार करून त्यांनी विचारलं,

"काकू, काही खास?"

"होयऽ तासगावचे विश्वनाथपंत जोग, कन्येच्या सोयरिकेकरता आले होते. गुरुवारी आपल्या कन्येस घेऊन येणारैत. त्यावक्ती तुम्ही दोघं, गोपाळराव, गोविंदकाका उपस्थित असणं जरुरीचं आहे."

"काकू, आम्ही सर्व तुमच्या मदतीस आहोत, फिक्र नसावी."

"मी तर येणारच सासूबाई. त्या दिवशीच बोलणी करावी."

"काकू, आम्हासही तसंच वाटतं."

"दाजी, पुण्याहवाचन तुम्हीच करणार आहात. हे जाणून सर्व ठरवा म्हंजे झालं!"

"ठीक आहे. काकू भाऊ कीर्तिवंत होणार बघा. रणांगणात त्याची तलवार अशी तळपते की भाऊसाहेबांना सुद्धा आश्चर्य वाटलं."

डोळ्यांत जमा झालेले आनंदाश्रू पदरानं टिपून ती म्हणाली, "परमेश्वराची कृपा! कृष्णाबाई, त्याला घेऊन येऽऽ"

ती हसत हसत त्याच्या महालापाशी जाऊन म्हणाली,

"भावजी, बाहेर चला. स्वारी तुम्हास बोलावत्येय."

"आलोऽऽ"

तो तिच्या समवेत चालू लागला. तो येताच त्याच्या पाठीवर थोपटीत आपल्यापाशी बसवून दाजी म्हणाले,

"भाऊ लाजतोस काय? लगीन म्हणजे गंमत असते."

"पण लढाईवर जाता येत नाही ना?"

"तुला लग्नापेक्षा लढाई अधिक प्रिय आहे का?"

"तसं नाही पण...."

त्याला पुढं बोलू न देता, ते उत्तरले,

"भाऊ, संकोच करू नकोस, या संस्काराला आयुष्यात फार महत्त्व आहे. यातूनच आपण समाज ऋण फेडत असतो. म्हणून होकार दे."

"ठीक आहे."

"काकू, घरात सर्व तैयारी असू द्याऽऽ आम्ही येतोच आहोत. आता मात्र चलतो."

दाजी पत्नीसह जानकीबाईला नमस्कार करून चालू लागले.

गुरुवारी तांबूस अवगुंठनातून बाहेर आलेला सूर्य लख्ख प्रकाश पसरवित असतां, विश्वनाथपंत लेकीस घेऊन आले. त्यांच्यासमवेत एक गृहस्थ होते. ते त्यांचे बंधू असावेत, असा दाजींनी अंदाज केला. त्यांच्यामागं खासगीवाले मामाही होते. दाजीनी त्यांचं स्वागत करून, बैठकीत आणलं. ते आसनस्थ झाल्यावर जानकीबाई बाहेर आली. तिला नमस्कार करून, विश्वनाथपंत म्हणाले,

"आईसाहेब, ही माझी मुलगी राधा! ही तुमची सून व्हावी, अशी इच्छा आहे."

विश्वनाथपंतानी नजरेतून इशारा करताच, तिनं उठून जानकीबाईला व दाजीना नमस्कार केला. तिनं विचारलं,

"मुली, तुझं नाव काय?"

"राधा विश्वनाथपंत जोग."

"लेखन, वाचन?"

"लेखन फारसं नाही, पण वाचन चांगलंच येतंय."

"ठीक आहे. वय?"

आतापर्यंत लेकीकडं पहात बसलेले पंत उत्तरले,

"सातवं सरून आठवं लागलंय."

तिनं घरात जाऊन भाऊला पाठवलं. बाहेर येताच त्याची नजर राधावर स्थिर झाली. ती जांभळा परकर नेसली होती. तसलीच चोळी तिच्या अंगात होती. त्या खणाचे लाल काठ, तिच्या गोऱ्या दंडात रुतले होते. तिचे टपोरे नेत्र तेजस्वी होते. भाऊला ती मुलगी आवडली. त्याच्यासह दाजींनी आत जाऊन हळूच विचारलं,

"आम्हा सर्वांस मुलगी पसंत आहे. तुला आवडली का?"

त्यानं लाजून मान खाली घातली. तो होकार असल्याचं जाणून ते हंसले- क्षणभरात मिठाईचं तबक घेऊन ते बाहेर गेले. सर्वजण लाडू, खोबऱ्याच्या वड्या खाऊन दूध पीत असतां, कृष्णाबाईनं दारात येऊन, मुलीला इशारा केला. तिनं पित्याकडं पाहिलं. त्यांनी जाण्याची परवानगी दिल्यावर ती आत गेली.

कृष्णाबाईनं तिला देवापुढं बसवून, पेढ्याचा पुडा आणि पिवळं लुगडं दिलं. देवाला नमस्कार करून ती जाऊ लागताच, कृष्णाबाईनं विचारलं,

"हे घर आवडलं का?"

"होऽऽ"

इतकंच बोलून तिनं त्या दोघींना नमस्कार केला. त्याच बैठकीत विवाह पुण्यातच करायचं निश्चित झालं. विश्वनाथपंतांनी उत्सुकता प्रगट केली.

"दागिन्यांचं काय?"

पूर्वीच ठरल्याप्रमाणं दाजी शांत स्वरात उत्तरले,

"ती या घरची सून आहे. तेव्हा आपल्या प्रतिष्ठेनुसार दागिने घालतीलच. तुम्हास द्यायचे असतील तेवढे तिला द्यावेत. विवाहाचा खर्च मात्र तुम्ही करावा." विश्वनाथपंताना समाधान झालं. दोघांनीही चर्चा करून वैशाखातला पहिला मुहूर्त ठरवला. बैठक संपली. बाहेर आलेल्या जानकीबाईला नमस्कार करून, पंत निघाले. मुलगी पसंत असल्यामुळं पटवर्धन खूष, तर हुंडा द्यावा लागत नसल्याचं पाहून सावकार विश्वनाथपंत आनंदी! विवाहासंबंधी चर्चा सुरू झाल्यावर जानकीबाई म्हणाली,

"दाजी आज स्वारी असायला हवी होती."

"काकू, खरं आहे. आनंदाच्या प्रसंगी डोळ्यांत पाणी आणणं उचित नव्हेऽऽ"

आवंढा गिळून स्वत:ला सावरीत ती सांगू लागली,

"दाजी, जबाबदारी घेऊन, तुम्हां दोघांनाच सर्व करावं लागणार. सोनार आणि वस्त्राच्या व्यापाऱ्याला लवकर धाडा."

"होऽऽ भाऊच्या मदतीनं निमंत्रणाची यादी तैयार करा. आमचा कारकून पाठवतो. त्याच्याकडून निमंत्रण पत्रिका लिहवून, सेवकाकडून पाठवण्याचा इंतजाम करा."

तिला नमस्कार करून, ते कृष्णाबाईसह चालू लागले.

जानकीबाईनं ठुशी, चिंचपेटी, तन्मणी, बाजुबंद आणि भाऊसाठी माणकांचा चौकडा आणि कंठी बनवून घेतली. त्याचप्रमाणं बऱ्याच वस्त्रांची खरेदी केली. त्यांत कृष्णाबाईकरता घेतलेली पैठणी समाविष्ट होती. रात्री आलेल्या दाजींना घेतलेली सर्व वस्त्रं दाखवली. त्यात गोपाळराव, भाऊ आणि दाजीकरता वस्त्रं होती.

पसंतीचा शिक्का मारीत ते उत्तरले,

"काकू, एक कमतरता आहे. श्रीमंत गोपिकाबाईंना पैठणी घ्यायची राहिलीय."

"खरंच की! आता त्याच व्यापाऱ्याला चार पैठण्या आणायला सांग."

"ठीक आहे. विश्वनाथपंतानी स्वत:च्या उतरण्याची सोय केल्यामुळं, जिम्मेदारी आमचेवर नाही."

"दाजी, आमच्या जिऊबाईला आणण्यासाठी कोणास..."

"काकू, फिक्र करू नये. तिला आणण्याकरतां भाऊलाच पाठवणं योग्य आहे."

दुसऱ्या दिवशीच चार सैनिकांसह भाऊ पेणला कोल्हटकरांकडं निघाला. सर्व तयारी झाली. जोग मंडळी पुण्यात आली. स्वत: जातीनं जाऊन दाजींनी श्रीमंतास वहिनीसाहेबांसह येण्याची विनंती केली. पंताचा पुत्र पत्नीसह राधाच्या विवाहाचं निमंत्रण देण्यासाठी आला. दाजीही त्याचं अनुकरण करायला विसरले नाहीत. पेणला गेलेला भाऊही बहिण-मेहुण्यासह आला. दुसऱ्या दिवशीच विवाह असल्यामुळं सगळी गडबडच होती. सकाळचा मुहूर्त असल्यामुळं, खूप लवकर भाऊला सुगंधित पाण्यानं स्नान घातलं. त्यानं ओलेत्यानंच देवाची पूजा केली. कृष्णाबाईनं दिलेली वस्त्रं नेसून मस्तकावर पगडी ठेवली. मोत्यांचे सर गळ्यात अडकवून, कानाच्या पाळीत माणकांचा चौकडा घातला. डाव्या हाताच्या अनामिकेत हिऱ्याची अंगठी चढवली. कपाळी शिवगंध रेखून, तो तयार झाला. जवळच असलेल्या मंदिरात जाऊन, गणेशासमोर पाच मोहरा आणि फुलं वाहून, त्यानं नमस्कार केला. वाजंत्री वाजू लागली. पटवर्धन खासगीवाले आणि निमंत्रित मंडळी निघाली. भाऊ दाजीसह द्वारात येताच, त्यांच्या पायावर पाणी घालून लक्ष्मीबाईनं ओवाळलं, विश्वनाथपंतानी त्यांना सन्मानपूर्वक आत आणलं. मंगलाष्टका सुरू झाल्या. श्रीमंत पत्नीसह प्रवेशले. गोपाळरावानी अतिशय आदरानं त्याचं स्वागत करून मंडपात आणलं. 'शुभमंगल सावधान' म्हणताच अंतरपाट दूर झाला. मामानं उचलताच, राधानं भाऊच्या गळ्यात माळ घातली. त्यानंही तिचं अनुकरण केलं. देवाला नमस्कार केल्यावर, दाजींनी त्यांना श्रीमंतासमोर आणलं. दोघंही त्यांच्यासमोर नम्र झाले. "वैवाहिक जीवन सुख समृद्धीचं जावो" असा आशीर्वाद देऊन त्यांनी भाऊला भिगबाळी दिली. त्यानंतर दाजींनी कृष्णाबाईस खुणावलं. त्यांतला आशय जाणून ती त्या दोघांसह गोपिकाबाईंपाशी आली. भाऊ राधासह तिच्यासमोर नम्र झाला. 'सुखी व्हा' असा तिचा आशीर्वाद घेऊन

तो खासगीवाले पटवर्धन मंडळीना नमस्कार करण्यासाठी मंडपात फिरू लागला. कृष्णाबाईनं गोपिकाबाईची ओटी भरून, पैठणी हाती देत नमस्कार केला. गोपिकाबाईंनी तिला आशीर्वाद देऊन, कुंकू लावलं. श्रीमंताना भोजन करण्याचा गोपाळरावांनी खूप आग्रह केला. परंतु महत्त्वाचं काम असल्याचं सांगून, ते पत्नीसह निघाले. तेव्हा मंडपातला प्रकाश लुप्त झाल्याचा सर्वांना भास झाला.

भोजनाची गडबड सुरू झाली. दोन्ही घराणी प्रतिष्ठित असल्यामुळं बरीच मंडळी भोजनास होती. संध्याकाळ गडद होताच आतिषबाजी सुरू झाली. वाजंत्री वाजू लागली आणि वरात निघाली. पटवर्धनांच्या मंडपाच्या द्वाराशी येताच, कृष्णाबाईनं त्यांच्यावरून तांदूळ ओवाळून चारही दिशांना फेकल्यावर पायांवर पाणी घातलं. उंबरठ्यावर ठेवलेलं माप ओलांडून राधा प्रवेशली. देवाला नमस्कार करून दोघंही जानकीबाईसमोर नम्र झाले. 'सुखी व्हा' असा आशीर्वाद देऊन, तिनं कृष्णाबाईच्या हातून राधाबाईच्या गळ्यात तन्मणी घातला. त्या रात्री बहीण आणि भावजय असल्यामुळं, बावरलेली राधा तिथं राहिली. दुसऱ्या दिवशी विश्वनाथपंत त्यांना नेण्याकरता आले. जानकीबाईनं त्यांना दोन दिवस राहण्याचा आग्रह केला. परंतु ते त्या स्त्रियांसह निघाले.

*

कडप्पाच्या नबाबाच्या ताब्यातला मूळचा आपला भाग सोडवावा, या इराद्यानं मराठे लढत होते. ते झुंजात गुंतले असल्याचं पाहून, हैदरच्या सल्ल्यानं नंदराजानं दिलेले परगणे हिसकावून घेतले. ही खबर प्राप्त झाली, त्याच दिवशी दरबारात चर्चा होऊन, गोपाळराव, परशुरामभाऊ, पुरुषोत्तमदाजी यांना मल्हारराव रास्ते यांच्या बरोबर जाण्याचा आदेश देऊन श्रीमंतानी विचारलं,

"दाजी, तुमची काही अडचण आहे का?"

"नाही श्रीमंत. मी जाण्यास तैयार आहे."

"ठीक आहे."

दरबारचं काम संपल्याचं जाहीर करून ते चालू लागले. चार दिवसानंतरचा मुहूर्त असल्यामुळं भाऊ दाजींच्या सूचनेनुसार तयारी करू लागला. मुहूर्त दिनी सरदार आपल्या पथकासह वाड्यासमोर आले. श्रीमंतानी इशारा केल्यावर सर्वजण फौजांच्या घोषणात दौडू लागले. निश्चित स्थानी येऊन, त्यांनी पूर्वी जिंकलेले, परंतु आता नंदराजानं बळकावलेले प्रांत आपल्याकडं घेतले. त्यानंतर फौजा चेन्नापट्टणकडं निघाल्या. त्या किल्ल्याला वेढा घालून आपला अंमल बसवला.

नंदराजाला मराठ्यांचं वर्चस्व कांट्यागत टोचत असल्यामुळं, त्यानं हैदरची सेनापती पदावर नियुक्ती करून मराठ्यावर धाडलं. त्यानं चेन्नापट्टण मराठ्यांकडून हिसकावून घेतल्यावर तिथंच आपलं सैन्य ठेवलं. यावक्ती गोपाळरावाकडं तोफ नव्हती. हैदर मात्र तयार होता. त्याच्या कवायती फौजेनं बारा कोसांची मजल मारून मराठे बेसावध असताना हल्ला केला. परंतु मराठ्यांनी आपला बचाव केला. एक-दोन दिवस शांतता की पुन्हा तोच प्रकार! असं दोन-तीनदां झाल्यावर, दोन्ही पक्ष कंटाळले आणि तह ठरला. मराठ्यांनी १४ परगण्यांचा हक्क सोडला. नंदराजानं बत्तीस लक्ष रुपये देण्याचे कबूल करून, हैदरकडे फक्त सोळा लक्ष रुपये दिले. हैदर बेचैन झाला. बराच विचार करून मराठ्यांच्या छावणीत असलेल्या, सावकारांकडून कर्ज घेऊन मराठ्यांस दिले; आणि त्यांनी परत केलेले परगणे, स्वत:कडं घेतले. त्यानंतर मल्हारराव रास्ते फौजांसह पुण्याकडं परतले.

*

श्रीमंत नानासाहेब पेशवा उमाबाई दाभाडेकडून गुजरात काढून घेतोय, म्हणजे पुढं आपल्याकडचा प्रदेशही काबीज करतील, असा विचार करून दमाजी गायकवाड संधीची वाट बघू लागला. साताऱ्यात छत्रपती शाहूराजांनी दत्तक घेतलेला, रामराजा पेशव्यांच्या तंत्रानं वागत असलेला पाहून ताराराणी फार चिडली होती. रामदासपंत, प्रतिनिधी, यमाजी शिवदेव, यांची मदत घेऊन पेशव्यास शह देण्याचा तो विचार करू लागला. दोन-चार दिवसानंतर खानदेशातली ठाणी काबीज करण्याचं ठरवून, तो प्रस्ताव त्यानं ताराराणी समोर ठेवला. तिनं अतिशय आनंदानं होकार दिला. दमाजीनं खानदेशातला प्रदेश बेचिराख केला. शेतीवाडी जाळून खाक झाली. रयत रडत-ओरडत सैरावैरा पळू लागली. नजरबाजानं ही हकीगत सांगताच, श्रीमंत चक्रावले. दिवे लागण होताच, दरबारी उपस्थित झाले. श्रीमंत व्यग्र मन:स्थितीत प्रवेशले. ते मसनदीवर स्थिरावल्यावर, महादोबा पुरंदरे उभे राहून बोलू लागले,

"श्रीमंत, दमाजी गायकवाडनं शिरजोर होऊन, ताराराणीच्या उत्तेजनानं खानदेशात आमची ठाणी भस्मसात केली. गाव ओसाड पडलेत. आता तो पुण्यावर धाड घालणार अशी आवई उठल्यामुळं, पुण्यातली रयत भयभीत होऊन, सिंहगडाकडं पळू लागलीय." श्रीमंत सर्वांवर नेत्र स्थिरावत बोलले,

"दमाचा नक्षा उतरवणं निहायत जरुरी आहे. पेठेमामा, ही जिम्मेदारी

तुम्ही घ्यावी.''

"आज्ञाऽ"

"आता तुम्ही कोणाकोणास संगती नेणार?''

"गोपाळराव आणि पटवर्धनबंधू, रेटरेकर, बापूजी खंडो चिटणीस आणि विठ्ठल शिवदेवऽ" सर्वांनी मानेनंच मान्यता दर्शवल्यावर श्रीमंत म्हणाले,

"मामा, तैयारीला सुरुवात करा, आणि लवकर डेरे दाखल व्हाऽ"

त्यानंतर हत्ती, घोड्यांची खरेदी, पागा, पीलखान्याची दुरुस्तीबद्दलचे प्रस्ताव आहे. त्यावरच चर्चा झाल्यावर, अनुमती देऊन श्रीमंत उठले. त्रिंबकराव, सरदारांना थांबवून, मार्गातले थांबे निश्चित केल्यानंतर म्हणाले,

"बापूजी चिटणीस, तुम्ही केशव शास्त्र्याकडून मुहूर्त आणा! छोटे पटवर्धन, तुम्ही आपल्या पथकास सूचना देऊन, तैयार ठेवा. तुमची तळपती तलवार सर्वांना पाहू देऽऽ"

त्यांचे शब्द ऐकून भाऊला स्वतःबद्दल अभिमान वाटला. त्याच्या मुखावर स्मित फुललं, त्यानं मान हालवून त्यांच्या सूचनेला मान्यता दर्शवली. त्रिंबकरावसमवेत मंडळी दरबार महालातून बाहेर पडली.

✳

प्रभातीच्या सुखद समयी, सरदार आपापल्या फौजेसह शनवारवाड्यासमोर आले 'हरहरऽ महादेवऽऽ हरऽ हर महादेव' अशा उत्तुंग घोषणा सुरू झाल्या. श्रीमंतानी इशारा केल्यावर सरदार फौजांसह निघाले. पुढं सरकणाऱ्या दमाजीचा पाठलाग करून कृष्णा-वेण्णाच्या संगमाजवळ झालेल्या झटापटीत, लढाईत दमाजीचा मोड करून, त्याची सर्व मालमत्ता जप्त करण्याचा मामांनी आदेश दिला. शरणागतीशिवाय दुसरा मार्ग नसल्याचं जाणवताच, त्यानं आपला वकील धाडला. त्रिंबकमामांनी निम्माप्रदेश आणि पंचवीस लक्ष रुपयांची मागणी केली. तेव्हा तो हात जोडून उत्तरला,

"गुजरातचे धनी दाभाडे आहेत. त्यांच्याशी बोलाऽऽ. पंचवीस लक्ष रुपये आम्हास देणं नामुमकिन आहे.''

"यावर आम्हास काहीच बोलायचं नाही.''

मामांनी इतकंच बोलून, त्यांस निरोपाचे विडे दिले. दमाजीस पकडण्याचा आदेश देऊन, मामा सरदारांसह पुण्याकडं निघाले.

मराठ्यांची सत्ता वाढत असल्याचं पाहून निजाम खंतावला. काहीतरी

कुरापती काढून पेशव्यास त्रस्त करू लागला. त्याचा पुरता मोड करण्याचं ठरवून श्रीमंतानी सदाशिवराभाऊस धाडलं. त्याच्या समवेत विश्वासराव, समशेर बहाद्दर, रघुनाथराव, सखारामबापू वगैरे मंडळी होती. पटवर्धन दक्षिणेत गुंतल्यामुळं श्रीमंतानी त्यांच्यापैकी कोणालाच धाडलं नाही. उदगीरपासून जवळच असलेल्या गावी, जोरदार लढाई होऊन, निजामाचा पूर्ण पराभव झाला. यापुढं तो दोन-तीन वर्षं स्वस्थ बसेल, अशा अपेक्षेनं सर्वांना आनंद दिला. या लढाईत मराठ्यांना सहा किल्ले आणि आठ लक्ष रुपयांचा प्रदेश प्राप्त झाला.

*

श्रीमंतानी पटवर्धन बंधूस बोलावणं पाठवलं. त्याचं कारण न समजल्यामुळं ते बेचैन झाले. तरीही जाणं प्राप्त असल्यामुळं, ते तिघंही शनवारवाड्यात प्रवेशले. आपण आल्याची खबर देण्याकरता गोपाळरावांनी सेवकाला धाडलं. तो महालापाशी जाऊन मुजरा करीत बोलला.

"शिरीमंत, पटवर..."

"समजलंऽऽ. पटवर्धन! पुढं सांग."

"भेटायचं म्हनत्यातं."

"त्यांना दर्शनी महालात बसवून घे. आम्ही आलोच."

"जी."

पटवर्धन बसले होते. भाऊची नजर सर्वत्र फिरत होती. आपल्या घरीही अशीच व्यवस्था करण्याचा विचार करीत असता श्रीमंत प्रवेशले. पटवर्धनानी उठून नमस्कार केला. ते आसनस्थ झाल्यावरच पटवर्धन स्थानापन्न झाले. गोपाळराव त्यांच्यात ज्येष्ठ असल्यामुळं, त्यांनीच उत्सुकता प्रगट केली.

"श्रीमंत, कशापायी याद केली?"

"आम्ही सर्व हिंदुस्थानात निघालोय. इथं कोणीतरी जबाबदार माणसं असण्याची निहायत जरुरी आहे. म्हणून पुण्याचा सर्व इंतजाम तुमचेवर सोपवून जात आहोत. वाड्यात आमच्या भाऊसाहेबांची पत्नी आहे. तिच्यावर सर्व जिम्मेदारी आहे. म्हणून पहारा कडक करा. रात्रीची गस्त वाढवा."

"आज्ञा श्रीमंत."

"श्रीमंत, आपल्यासंगे मला न्यावंऽऽ"

"नाही गोपाळराव, निजाम-हैदर केव्हा हमला करतील हे सांगता येणार नाही. तुम्ही अनुभवी आहात. म्हणून इथं तुमची निहायत जरुरी आहे."

"श्रीमंत, तुमचं प्रस्थान?"

"चार दिवसांनंतर!"

"ठीक आहे. श्रीमंतानी निश्चिंत मनानं जावं."

नमस्कार करून ते गेल्यावर, श्रीमंत जवाहरखान्याकडं वळले.

* * *

३

यौवनानं स्पर्श केल्यावर परशुरामभाऊंना राधाची आठवण सतावू लागली. पण सांगणार कुणाला? लाजेमुळं तिच्याबद्दल बोलणं मुष्किल होतं. त्याबद्दल ते स्तब्ध असले; तरीही तिची अधीरतेनं प्रतीक्षा करीत होते. तिचा चेहरा डोळ्यांसमोर आणण्याचा त्यांनी प्रयत्न केला. परंतु लग्नाच्या वेळी तिची मान खाली होती. त्यानंतर घरात पाहुण्यांच्या गराड्यात ती त्यांना दिसलीच नव्हती. त्यामुळं आताही तिचा चेहरा न आठवल्यामुळं ते निराश झाले. वाड्यात श्रीमंतांनी सांगितलेली कामं उरकताना, त्यांना दुसरं काहीही सुचत नसे. मात्र, घरी आल्यावर तिची उणीव तीव्रतेनं जाणवत असे. अशा मानसिक अवस्थेत असताना, विश्वनाथपंत जोग राधेसह प्रवेशले. त्यांच्या समवेत दोन स्त्रिया होत्या. एक त्यांची बहीण दुर्गाबाई व सून लक्ष्मीबाई होती. जानकीबाईनं सेवकास पाठवून, कृष्णाबाईस बोलावून घेतलं. तिनं चटकन येऊन चुलीचा ताबा घेतला आणि थोड्याच वेळात सांजा आणि दूध त्यांच्यासमोर ठेवलं. स्वत: मुदपाकखान्यापाशी जाऊन तिनं पुरणपोळ्या करण्याचा आदेश दिला. सेवकापाशी जानकीबाईनं केशवशास्त्रीना बोलावणं धाडलं. दुपारनंतर ते पंचांग घेऊन आले. त्यांना सर्व सांगताच ते उत्तरले,

"श्रावणातले सर्वच दिवस चांगले असतात. उद्या गुरुवार. संतती निर्माणाला 'शुभ' आहे. उद्याच हा समारंभ करू या. मी आवश्यक साहित्य आणतो. तुम्ही पाच सवासणी सांगा. बाकी कुणाला बोलवायचं ते ठरवा."

कृष्णाबाईनं समोर आणून ठेवलेली केळी ग्रहण करून ते उठले.

दुसऱ्या दिवशी होमहवन झाल्यावर पुढच्या महालातच भोजनाची व्यवस्था केली होती. बरीच मंडळी आली होती. बोलत बोलत चौथी पंगत उठली तेव्हा दिनकर पश्चिमेकडं निघाला होता. संध्याकाळचं रात्रीत परिवर्तन झालं. आजूबाजूच्या परिचित स्त्रिया ओट्या भरण्यासाठी आल्या. त्यांनी आपलं काम पूर्ण केल्यावर, जानकीबाईनं फराळाच्या ताटल्या त्यांच्या समोर ठेवल्या. कृष्णाबाईनं लक्ष्मीची मदत घेऊन, राधाबाईला पैठणी नेसवली. बकुळ फुलांचा चौपदरी हार तिच्या काळ्याभोर खोप्यात गुंतवून, मोगऱ्यात भिजवलेला 'फाया' तिच्या अंगावरून फिरवला. गोऱ्या कपाळावरची चंद्रकोर व्यवस्थित करून, तिला आरशासमोर उभी केली. आपलं सौंदर्य पाहून राधाला आश्चर्य वाटलं. कृष्णाबाईनं सूचित केलं,

"देवाला नमस्कार केल्यावर सासूबाईंना आणि इथं उपस्थित असलेल्या ज्येष्ठ मंडळीना नमस्कार कर बरं का!"

तिनं नजरेतूनच होकार दर्शवला. कृष्णाबाईच्या सूचनेनुसार सर्वांना नमस्कार केल्यावर, बदामकेशरयुक्त दुधाचं फुलपात्र देऊन, लक्ष्मीबाई म्हणाली,

"वन्स आपल्या महाली जावं."

चार-पाचजणी हसत हसत चेष्टा करीत महालाच्या द्वाराशी जाताच, कृष्णाबाई म्हणाली, "पुरे आता. तिला जाऊ द्याऽऽ. राधा, आत गेल्यावर कडी लाव बरं का!" ती काहीच बोलली नाही. ती मनातून फार घाबरली होती. ती आत गेली. हातातलं फुलपात्र ठेवून ती खिडकीपाशी उभी राहिली. निलांबरात चंद्रकोर होती. तिच्याकडं पाहून, चतुर्थी असल्याचा तिनं अंदाज केला. हवेत शीतलता होती. समोरची झाडं वायूलहरीसमवेत डोलत होती. ते दृश्य पाहण्यात ती इतकी व्यग्र होती की, भाऊंच्या पावलाची चाहूलही तिला समजली नाही. त्यांनी तिला मागं ओढून कवेत घेतलं. त्या अननुभूत स्पर्शानं दोघंही रोमांचित झाले. भाऊनी आणून तिला पुष्पमालांनी सजवलेल्या पलंगावर बसवलं. तिचे नेत्र चहूकडं फिरू लागले. भिंतीवर गुलाबी पडदे होते. त्यावर कलाबुतीची आकर्षक कलाकुसर होती. समया तेवत होत्या. चंदनाचा सुंगध सुखवीत होता.

समया शांत केल्यावर खिडक्यावरचे पडदे बाजूला करून, भाऊ पलंगापाशी आले. आपल्या दणकट हातांचा घट्ट विळखा घालून तिला जवळ ओढलं. दोन्हीं देह एकरूप झाले. रात्र केव्हा संपली, ते त्यांना समजलंच नाही. नगारखान्यातल्या नौबतीचा आवाज कानी पडताच, तिला जाग आली. आपल्या अंगावरचा त्यांचा हात बाजूला करून ती पलंगावरून खाली उतरली. केसावरून हात फिरवला. अस्ताव्यस्त झालेलं लुगडं व्यवस्थित करून तिनं दरवाजा उघडला. हलक्या पावलांनी ती न्हाणीघरात प्रवेशली.

दासी अंगणात सडा टाकून रांगोळी काढल्यावर, आत आली. जानकीबाईनं अगदी हलक्या आवाजात सूचित केलं,

“वच्छे, तुझ्या वयनीसाब आंघोळ करताहेत. त्यांना हवं नको ते बघ.”

“बरंऽऽ वयनीसाब, कोनतं लुगडं आनूं?”

“हिरवं जरी काठीऽऽ”

“आनतो जीऽऽ”

तिनं सांगितलेलं लुगडं आणि पिवळी चोळी आणून ठेवली. राधाबाईनं विवस्त्र होऊन अंगावर पाणी घेतलं. रात्रीची आठवण होऊन तिच्या गुलाबी ओठातून लज्जा बाहेर पडली.

“इश्श.”

स्नान झाल्यावर लुगडं गुंडाळून ती देवखोलीत प्रवेशली. तिथंच लुगडं नेसून, तिनं चोळी घातली. देवाला कुंकू वाहून तिनं नमस्कार केला. पाण्याचं फुलपात्र, हळदी-कुंकवाचा करंडा घेऊन ती अंगणात उतरली. तुळशीची पूजा करून तिनं गुळखोबऱ्याचा नैवेद्य दाखवला. जोग मंडळी जाणार असल्यामुळं मुदपाकखान्यात गडबडच होती. त्यांच्या आंघोळी झाल्यावर फराळ करून विश्वनाथपंत आणि तांसगावहून आलेली मंडळी बोलत बसली. भाऊ-दाजीही त्यांच्या गप्पांत रंगून गेले. विश्वनाथपंत म्हणाले,

“दाजीसाहेब आम्ही चलतो, आईसाहेब, लाडात वाढलेल्या आमच्या राधाला सांभाळून घ्या.”

“त्याबद्दल चिंता नसावी. ही कृष्णा तश्शीच राधा!”

कृष्णाबाईनं त्या दोघींच्या ओट्या भरल्या. जानकीबाईसमोर नम्र होऊन त्यांनी निरोप घेतला. भाऊनं राधासह पंताना नमस्कार केल्यावर ‘सुखी व्हा’ असा आशीर्वाद देऊन ते म्हणाले,

"लवकरच आम्हास आजोबा होऊ द्याऽऽ."

राधाबाई त्यांना बिलगून अस्पष्ट स्वरात उत्तरली,

"बाबाऽऽ"

तिला थोपटीत सर्वांना तासगावला येण्याचं निमंत्रण देऊन, त्यांनी त्या घराचा निरोप घेतला.

परशुरामभाऊचा संसार सुरू झाला. राधाबाईनं घरची, मुदपाकखान्याची सर्व जबाबदारी उचलली. सेवक दासी घरात होत्या. गोड बोलून ती त्यांच्याकडून कामं करवून घेत होती. जानकीबाईला विचारून ती सर्व सणवार करीत असल्यामुळं, राधाबाईचं कौतुक सुरू होतं. घर स्वच्छ आणि कलात्मक दृष्टीनं सजवण्यात, ती प्रवीण होती. एका रात्री भोजन झाल्यावर नेहमीप्रमाणं भाऊ मातेशी बोलत बसले होते. बोलतां बोलता ती म्हणाली,

"भाऊ, तीर्थयात्रा करायची फार इच्छा होती. परंतु जमलंच नाही. आता घरात पहायला राधा आहे. निदान पांडुरंगाचं दर्शन व्हावं, असं वाटतं."

"आम्ही तुमच्या जाण्याचा इंतजाम करतो. बरोबर कोणकोण येणार असल्याची चौकशी करा."

"ठीक आहे."

"तिथं निवासाची व्यवस्था कशी करणार?"

"तुम्ही फिक्र करू नये. आम्ही तिथल्या पुजाऱ्याला तुरन्त खलिता धाडतो. तुम्ही तैयारी कराऽऽ"

"होऽऽ! भाऊ सध्या तुमचे श्रीमंत कुठं आहेत?"

"पटदुर! निजामाला शरण आणून बरेच प्रांत आणि खंडणी प्राप्त केल्यामुळं सुखावून हिंदुस्थानात असलेले श्रीमंत, भाऊसाहेबांना भेटण्याकरतां पुढं सरकले. पटदुर गावी त्यांची भेट झाली. या दोन दिवसात येतीलच! मातोश्री, बरीच रात्र झाली. तुम्ही आराम करा."

ते उठून चालू लागले. ते महाली गेल्याचं ध्यानी येताच, राधाबाई चहूंकडं नजर फेकून दासीला सूचना दिल्यावर आपल्या महालाकडं वळली. भाऊ तिच्या प्रतीक्षेतच होते. ती प्रवेशतांच त्यांनी खिडक्यावरचे पडदे ओढून तिला आवेगानं जवळ ओढलं. निद्रेनं त्यांना कुशीत घेतलं, तेव्हा मध्यरात्र उलटली होती.

*

श्रीमंत नानासाहेब पटदुर मुक्कामी असताना जनकोजी शिंदेचा खलिता आला. श्रीमंताचे नेत्र त्या पत्रावर एकाग्र झाले.

"नजीबखान रोहिला आणि अहंमदशहा अब्दालीनं उत्तरेत धुमाकूळ घातला. दत्ताजी शिंदेला ठार मारला. चहूकडून आम्ही सर्व घेरले गेलोत."

श्रीमंतांनी सर्व सरदारांशी विचारविनिमय करून अब्दालीवर आक्रमण करायचं निश्चित केलं. तिथं किती काळ राहावं लागेल, याचा अंदाज नसल्यामुळं सरदारांनी आपली कुटंबं आणवण्याची श्रीमंतांस विनंती केली. त्यांनी मंजुरी देऊन समशेर बहाद्दूरला पुण्यास धाडलं. थोड्याच दिवसांत सरदारांच्या स्त्रिया, शास्त्री, भटजी वगैरे बरीच मंडळी समशेरबहाद्दरसह उत्तरेकडं निघाली. आपल्या स्त्रिया, लहान मुलं आल्याचं पाहून, सरदार सुखावले. दोन दिवसानंतर छावणी उठली.

श्रीमंत पुण्यात प्रवेशले. पटवर्धन बंधूंनी पुण्यातली व्यवस्था उत्तम ठेवल्याचं ऐकून आणि पाहून श्रीमंतांनी त्यांना शाबाशी दिली. उत्तरेत त्यांचे सरदार लढत होते. त्यांना मदत करण्याच्या इराद्यानं बरंच धन आणि फौज घेऊन जाण्याचा त्यांनी विचार केला. यावेळी त्यांनी परशुरामभाऊस बरोबर नेण्याचं ठरवून तसं सांगितलं. या वक्ती जाण्यात भाऊना उत्साह नव्हता आणि श्रीमंताची आज्ञाही त्यांना मोडवत नव्हती. रात्री ते घरी आले, तेव्हा बरेच बेचैन होते. पाय धुऊन ते आपल्या महाली प्रवेशले, तेव्हा राधाबाई त्यांची वस्त्रं घेऊन उभी होती. अंगावरची वस्त्रं बदलून ते धोतर नेसले. अंगात सदरी घातली. गळ्यातली कंठी काढून तिच्या हाती देत ते म्हणाले,

"आमची वस्त्रं संदुकीवर ठेवीत चला. इथं उभं राहण्याचे कष्ट कशापायी घेतां?"

"तेवढीच सेवा आमच्या कडून घडते."

"राधा, या अवस्थेत तुम्ही आराम करावा. आवश्यकता असेल तर एखादी दासी ठेवा."

"इश्शऽऽ काहीतरीच! घरात काहीही काम नसतं. मग खर्च कशापायी वाढवायचा?"

"ते ही खरंच म्हणाऽऽ"

सावकराच्या घरातून आलेली आपली पत्नी इतकी काटकसरी असलेली पाहून, त्यांना आश्चर्य वाटलं. परंतु ते बोलले मात्र नाहीत. त्यांनी जवळ घेऊन

तिच्या गालावर ओठ टेकवले. ती हळूच बाजूला होऊन बोलली,

"सासूबाईंपाशी जावा. त्यांनी मघाशी विचारलं सुद्धां।"

इतकंच म्हणून ती अलग झाली. ती चालू लागताच ते ही पावलं टाकू लागले.

ते मातेच्या महाली आले. तेव्हा ती जप करीत होती. त्यांनी आपलं अस्तित्व जाहीर केलं

"मातोश्री, आम्ही आलोतऽऽ"

तिनं चटकन हातातली जपमाळ डबीत ठेवली. भाऊ तिचा पदस्पर्श मस्तकी घेऊन समोर बसत सांगू लागले,

"मातोश्री, श्रीमंत सदाशिवराव भाऊंच्या मदतीसाठी हिंदुस्तानात निघालेत. आम्हासही संगती चलण्याचा आदेश दिलाय. पण..."

"समजलंऽऽ राधाची फिक्र करू नकोस. मी इथं ओटी भरण्याचा समारंभ करून तिला माहेरी धाडणार आहे!"

"का बरं?"

"पहिलं बाळतपण माहेरी करण्याची पद्धत आहे."

"कारण?"

"बाळंतपण हा स्त्रीचा दुसरा जन्म असतो. त्यावक्ती मायेची माणसं जवळ असावीत असा विचार करून माहेरी पाठवत असत. आता तो रिवाज झालाय. तू निश्चिंत मनानं जा. सगळं ठीक होईल. श्रीमंताचा आदेश मोडणं योग्य नव्हे."

"ते ही खरंच म्हणाऽऽ"

भाऊंच्या मुखातून दीर्घ नि:श्वास बाहेर पडला. जानकीबाईनं विचारलं,

"प्रस्थान कधी?"

"येत्या सप्ताहात. मातोश्री, या समारंभाला कितीसा खर्च येईल?"

"मजकडे चाळीस रुपये देऊन ठेव."

"तेवढ्यात कसं भागेल?"

"मी व्यवस्थित रीतीनं भागवणार. तू त्याबद्दल निश्चिंत रहा."

"ठीक आहे. आम्ही आल्यावर तुम्ही पंढरपूरला जावाऽऽ"

"तेंच बरोबर आहे, आता झोपायला जाऽ"

तिनं सांगताच ते चालू लागले.

श्रीमंतांच्या सूचनेनुसार धान्याची पोती आणि इतर सामानानं भरलेल्या बैलगाड्या रवाना झाल्या. मुहूर्त दिनी भाऊंना पहाटेच जाग आली. जवळ झोपलेल्या पत्नीला जाग येऊ नये, या उद्देशानं ते अगदी सावकाश पलंगावरून उतरले. मुदपाकखान्यातून अगदी खमंग वास येत होता. जानकीबाई उठून दासीला सूचना देत होती. पुत्राला पाहताच ती म्हणाली,

"स्नानाची तैयारी झालीय."

"जातोचऽऽ"

त्यांनी सेवकानं दिलेली वस्त्रं घेऊन न्हाणीघरात प्रवेश केला. स्नान झाल्यावर ते देवखोलीत आले. सेवकांनं फुलांची परडी उंबरठ्याबाहेर ठेवली होती. ती घेऊन आत आणल्यावर त्यांनी स्वत:च कचरा काढला. सहाणेवर गंध उगाळलं, समईतल्या वाती प्रौढ करून तेलही घातलं. पूजा करून नैवेद्यासाठी केळं ठेवलं. नमस्कार करून ते आपल्या महाली आले. तिथं त्यांच्या वस्त्रांसह राधाबाई होती. तिनं दिलेला आकाशी चोळणा पायात कसून, त्याच रंगाचा अंगरखा घातला. श्वेत रंगाचा शेला कंबरेत बंदिस्त करून त्यात तलवार बांधली, कपाळी शिवगंध रेखीत असतां, तिनं मोत्यांचा चार पदरी हार त्यांच्या गळ्यात घातला. त्यातलं माणकाचं स्वस्तिक फारच देखणं होतं. ते अतिशय मृदू स्वरात बोलले,

"राधा, आम्ही कर्तव्यपूर्तीकरता निघालोय. तरीही आमचं मन तुझ्यात अडकलंय. त्यामुळे आम्ही फार बेचैन झालोत."

त्यांचा स्वर आर्द्र झालेला पाहून ती उत्तरली,

"असं काय करावं? आम्ही सुस्थितीत असणार. आमच्या बाबतीत बेफिक्र असावं. आतां नाश्ता करायला चलावं."

"आलोचऽऽ"

सपातात पाय सरकावून ते पत्नीमागून चालू लागले. पांढरीशुभ्र तांदुळाची दशमी, खोबऱ्याची लालबुंद चटणी, लोणी असलेली थाळी पाहून ते फार खूष झाले. जानकीबाई माथ्यावरचा पदर व्यवस्थित करीत म्हणाली,

"जपून जावाऽ. धसमुसळेपणा करू नका."

"मातोश्री, आम्ही आता लहान आहोत का? कसं वागावं हें आम्ही जाणून आहोत."

"भाऊ, आपली मुलं कितीही मोठी झाली, तरी मातेला ती लहानच

वाटतातऽऽ''

ते खळाळून हसत उठले. राधाबाईनं पुढं केलेल्या पंचाला हात पुसून, पाटावर ठेवलेली पगडी मस्तकावर ठेवली. देवघरात जाऊन आत्यंतिक भक्तीनं नमस्कार केल्यावर ते मातेसमोर नम्र झाले. ती आर्द्र स्वरात म्हणाली,

''यश प्राप्त करून या.''

राधाबाईनं त्याच्या हातावर दिलेलं दही प्राशन करून त्यांनी नजरेनंच निरोप घेतला. सेवकानं ठेवलेल्या जोडपात पाय घालून, त्यांनी यशवंत वर घट्ट मांड घेतली. त्यांच्या बरोबर चार घोडेस्वार आणि फौज होती. ते दौडत शनवारवाड्याच्या प्रांगणात आले. ढोल तुताऱ्यानी परिसर आवाजित केला. दासी सेवक अगोदर पाठवल्यामुळं कसलीच चिंता नव्हती. श्रीमंत पालखीत स्थिर होताच फौजांच्या घोषणात बळ भरलं. पालखीचे दांडे खांद्यावर ठेवून भोई चालू लागले. त्यांच्या दोन्ही बाजूस घोडेस्वार होते. भाऊंचा घोडा पालखीबरोबर होता. श्रीमंतांच्या मागं गोपिकाबाईंचा मेणा होता. तिच्या मागं नारायणरावास घेऊन बसलेल्या दासीचा मेणा होता. निश्चित केलेल्या थांब्यावर भोजन उरकून थोडी विश्रांती घेतल्यावर 'हर हर महादेवऽ' अशा उत्तुंग घोषणात मंडळी पुढं निघाली.

औरंगाबादला तळ पडला होता. एका दुपारी पैठणचे नारोबा नाखरे सावकार आले. श्रीमंतांनी त्यांच्याकडून घेतलेलं कर्ज न फेडल्यामुळं ते रागातच होते. श्रीमंतांनी त्यांचं यथायोग्य स्वागत केलं. परंतु त्याकडं लक्ष न देता सावकार म्हणाले,

''आमचं कर्ज अद्याप आहे तस्संच आहे. फेडण्याची शक्यता दिसत नाही. म्हणून कर्जफेडी करतां आमच्या कन्येशी लगीन कराऽऽ'' त्यांनी बाहेर जाऊन मुलीला आत आणलं. नऊ वर्षांच्या बालिकेला पाहून श्रीमंत चक्रावले. काय करावं हेंच त्यांना समजेना. कर्ज फेडण्याकरतां त्यांच्यापाशी पैसा नव्हता आणि त्यांच्या अजाण कन्येशी विवाह करण्यास मन धजत नव्हतं. त्यांनी बरंच सांगून पाहिलं, परंतु नाखरे ऐकायला तयारच नव्हते. देशस्थ, कोकणस्थ वादाची ढालही पुढं केली. परंतु नाखरे आपला प्रस्ताव मागं घ्यायला तयार नसल्यामुळं, श्रीमंताना होकार द्यावा लागला. नारोबा नाखरेंनी जानवशासाठी त्यांना तीन चौकी वाडा दिला. बरोबर आलेले सरदार नाखूष झाले. गोपिकाबाईला खूप राग आला. परंतु मूग गिळून ती एकदम स्तब्ध झाली. श्रीमंतांनी आपली भूमिका

आमची तलवार पहावी ३९

समजावण्याचा खूप प्रयत्न केला. परंतु उपयोग झाला नाही. तिनं त्यांच्याकडं पाहून मान फिरवली. आपण घेतलेला निर्णय चुकीचा असल्याचं जाणवताच, ते फारच बेचैन झाले. त्यांना ताप भरला. दुर्बलता वाढली तरीही त्याच अवस्थेत, त्यांनी सावकाराची मर्जी राखण्याकरता विवाह संस्कार करून घेतले. गोपिकाबाईला नमस्कार करण्यासाठी, परशुराम भाऊबरोबर नूतन पत्नीला पाठवलं. त्या लहान मुलीला पाहून गोपिकाबाईचं मन भरून आलं. ती स्वत:शीच बोलली 'पोरी कसं होणारं तुझं?' राधाबाईला काही समजलंच नाही. माधवरावाला मात्र पित्याचा राग आला. परंतु तो बोलला नाही. वातावरण एकदम उदास झालं. चार दिवसांनंतर श्रीमंतांनी सेवकाला आदेश दिला,

"सरदार पटवर्धनास बोलावलंय सांग."

तो मुजरा करून निघाला. तो डेऱ्यात प्रवेशला, तेव्हा ते स्वस्थ बसून विचार करीत होते. तो समोर येतांच त्यांचे नेत्र त्याच्यावर स्थिरावले. तो म्हणाला,

"शिरीमंताचा बुलावा हाय जी."

"आलोंचऽ"

मस्तकावर पगडी ठेवून ते चालू लागले. आपण आल्याची खबर पाठवून ते प्रवेशले. श्रीमंत बिछान्यावर होते. खूपच अशक्त दिसत होते. भाऊंनी नमस्कार करुन विचारलं,

"श्रीमंतांनी माझी याद कां केली?"

"आपल्याला परवा डेरेदाखल व्हायचंय. सरदारांना आपल्या फौजा तैयार ठेवायला सांगा. तलवारी, शस्त्रही पाहून घ्या."

"आज्ञा."

भाऊ त्यांना नमस्कार करून व्यथित मनानं माघारी आले. बरोबर असणाऱ्या सरदारांस श्रीमंतांबद्दल सांगून त्यांनी सूचना दिली.

"परवां भिणभिणताना प्रस्थान करायचं!"

"ठीक आहे."

इतकंच सागूंन ते आपल्या डेऱ्यात आले.

पूर्वेला तांबडं फुटलं. अंधुक प्रकाश पसरला. फौजा तयार होऊन श्रीमंतांच्या शामियान्यापाशी आल्या. 'हरहर महादेव, हरहर महादेव' अशा घोषणा सुरू झाल्या. श्रीमंतांनी हात उंचावून इशारा देताच फौजा निघाल्या. श्रीमंतांची पालखी

आणि मेणेही मार्गस्थ झाले. मुक्काम करीत करीत ते बऱ्हाणपूर, हंडिया, भोपाळवरून भेलशापर्यंत आले. तिथंच तळ पडला. पौष संपत आला होता. तरीही खूप थंडी होती. सदाशिवरावभाऊच्या मदतीकरतां फौजा पाठवण्याच्या समाधानात श्रीमंत असताना, गोपाळराव फौजेसह दाखल झाले. औरंगाबादहून आलेल्या गोपाळरावासह भाऊही प्रवेशले. श्रीमंताना नमस्कार करून गोपाळराव सांगू लागले.

''श्रीमंत, निजामाच्या फौजांना हाकलून आता आलो.''

कोणाची तरी चाहूल लागताच भाऊ बाहेर गेले. एका सेवकानं दिलेला खलिता आणला. त्यांच्या हातातल्या थैलीकडं पाहून त्यांनी उत्सुकता प्रगट केली.

''कुणाचा खलिता? वाचा लवकर.''

थैलीचा सरक फासा ढीला करून त्यांनी कागद बाहेर काढला. त्यावर नजर फिरवून ते वाचू लागले. ''दो मोती गलत, पचीस अश्राफत, रुपये नाणोंकी गिनती नहीं.''

''अर्थ समजलाच नाहीऽऽ''

पटवर्धनांनी सर्व परिस्थिती जाणली परंतु सांगणार कसं? हा पेंचप्रसंग सोडवणार कसा, हेच त्यांना समजेना. आपापसात विचार करून त्यांनी गोपिकाबाईस सांगायचं ठरवलं. ते दोघंही तिच्यासमोर आले. भाऊंच्या हातातली थैली पाहून तिनं विचारलं,

''कुणाचा खलिता?''

''सावकारांनी पाठवला. त्यांच्या भाषेतला असल्यामुळं अर्थ ध्यानी येत नाही. श्रीमंतांची तबीयत ठीक नसल्यामुळं तुमच्यापाशी आलोऽऽ''

''वाचा पाहूऽ''

परशुरामभाऊ थैलीतला कागद काढून वाचू लागले.

''दो मोती गलत, पचीस अश्राफत, रुपये नाणोंकी गिनती नहीं.''

कपाळावर हात मारून ती आर्द्र स्वरात उत्तरली,

''हायरे दैवाऽऽ आमचे विश्वासराव, सदाशिवराव, समशेर बहाद्दूर, पंचवीस सरदार आणि बरेच सैनिक संपलेऽऽ परमेश्वरा काय केलंस हे? पेशवाईचे खंदे सैनिक नेऊन काय मिळवलंस?''

तिनं जाऊन रडत रडत सांगताच श्रीमंतांना धक्काच बसला. आपणच

त्या तिघांना पाठवून मृत्यूच्या खाईत लोटल्याची खात्री होऊन ते आर्द्र स्वरात बोलले,

"खरोखर आम्हीच अपराधी आहोत. अन्नपूर्णा काकूला दिलेलं वचन आम्हास पाळता आलं नाही. आमच्या समशेरबहाद्दरबद्दल आम्ही काय सांगावं? यापुढं आम्हास जगावसंच वाटत नाही. परमेश्वराऽऽ या दुःखातून मुक्त कराऽऽ" इतकंच बोलून ते मूर्छित झाले. गोपाळरावांनी पाणी शिंपडताच ते शुद्धीत आले. त्यांनी चहूकडं नजर फेकली. गोपिका रडत होती. पटवर्धन बंधू कष्टी मुद्रेनं उभे होते. माधवराव भयभीत नजरेनं बघत होता. त्या रात्री मुदपाकखान्यात चुली पेटल्या नाहीत. सर्वत्र औदासीन्य भरून राहिलं होतं. श्रीमंतांना बुखार चढला. त्याच अवस्थेत त्यांनी पुढं जाण्याचा हट्ट धरला. गोपिकाबाई, पटवर्धनबंधूंनी सांगूनही त्यांनी माघार घेतली नाही. ते सर्वांना घेऊन निघाले. ग्वाल्हेरच्या दक्षिणेस पटोरागावी असलेल्या छावणीत ते प्रवेशले. पानपतावरून आलेल्या मल्हारराव होळकरांनी सर्व हकीगत सांगितल्यावर ते फारफार व्यथित झाले. त्यानंतर पानिपतहून आलेले विठ्ठल शिवदेव, बाबूजी नाईक, बिनीवाले यांनीही तेच सांगून, पुण्यास चलण्यास आग्रह केल्यावर त्यांनी सम्मती दिली.

पार्वती आणि समशेरची मेहरउन्नीसा पुत्रासह शामियान्यात प्रवेशल्या. दोघीही गोपिकाबाईंच्या पायांवर पडून रडू लागल्या. पार्वती रडत रडत म्हणाली, "कुठल्या कुमुहूर्तावर स्वारी निघालीऽऽ, कुणीच... कसं ...अडवलं नाही?"

"आम्हीच... त्या तिघांना...धाडून... मरणाच्या... द्वारात लोटलं. परमेश्वर... आम्हास... सजा... दिल्याशिवाय राहणार ... नाही."

इतकंच बोलून ती गदगदून रडू लागली.

माधवराव वयानं लहान असला, तरीही अत्यंत समजदार होता. तो मातेपाशी जाऊन सांगू लागला, "मातोश्री, तुम्ही असा शोक केला, तर तीर्थरूपांची-अवस्था अधिक खराब होईल हे ध्यानी घ्यावं. या वक्ती त्यांना आवरणं तुमचा फर्ज आहे."

"माधवा तुझं म्हणणं अगदी खरं आहे. परंतु काय करावं तेंच समजत नाही."

"या वक्ती तुम्ही फक्त तीर्थरूपांपाशी बसावं."

ती उठून श्रीमंतांपाशी जाऊ लागताच, माधवराव पार्वतीबाईसमोर जाऊन सांगू लागला,

"काकू, तुमचं दुःख आम्ही जाणतो. परंतु ते कमी करण्याकरता आम्ही काय करावं, त्याचं आकलन होत नाही."

"माधव, स्वारीला हुडकून आणशील का?"

"काकू, आम्ही जरूर कोशिश करूऽऽ परंतु यश देणं परमेश्वराच्या हाती! काकू, शोक आवरून आमच्या मातोश्रीकडं पाहावं. त्या दाखवत नसल्या तरी आतून पूर्णत: मोडल्या आहेत."

"माधवा, या वक्ती आमच्या पेक्षा तुझं त्यांच्यापाशी राहणं जरुरीचं आहे."

तो तिला तिथंच सोडून चालू लागला. पानिपतचा दारूण पराभव, हजारो बुणगे जमीनदोस्त झाले. विश्वासू सरदार आणि विश्वासराव, सदाशिवराव, समशेरच्या वियोगामुळं नानासाहेब झंझावातात उन्मळून पडलेल्या वृक्षासारखे झाले होते.

चैत्राच्या गुलजार मुलायम स्पर्शानं प्रकृती पुलकित झाली. सूर्य किरणांनी रंग बदलला. पक्ष्यांच्या किलबिलात माधुर्य भरलं. झाडं-झुडपंही शृंगार करून वसंताच्या स्वागताकरता सिद्ध झाली. अशा वातावरणात श्रीमंत इंदौरला आले. मल्हारबांनी त्यांचं उत्तम स्वागत केलं. दोन दिवस विश्राम करून ते नर्मदा तीरावरून पुण्याकडं निघाले. वैशाखाची पावलं पडू लागताच उन्हाचा कडाका जाणूव लागला. नारायणाला ताप येऊ लागला. दोन दिवसानंतर त्याच्या अंगावर फोड दिसू लागले. त्याच्यापाशी बसत असलेल्या गोपिकाबाईला तापानं ग्रासलं. ती समजली. तिचं अंगही फोडांनी भरलं. त्या दोघांनाही केळीच्या पानांवर झोपवावं लागत होतं. त्यामुळं अंगाची होणारी आग थोडीशी कमी वाटत होती. त्या दोघांना पुण्यात नेणं अशक्य असल्यामुळे, दासी सेवकांसह तिला ठेवून श्रीमंत पुण्याकडं निघाले.

ते शनवारवाड्यात प्रवेशले तेव्हा सर्वत्र निराशेचा काळाकुट्ट अंधार पसरला होता. दुःखामुळं ते इतके खचले होते की, पाऊल पुढं टाकण्याचीही ताकद त्यांच्या अंगात नव्हती. नारो महादेव आणि विठ्ठल शिवदेव यांच्या आधारानंच ते आपल्या महालात प्रवेशले. आत येताच मंचकावर पडून त्यांनी दीर्घ श्वास सोडला. रमाबाई स्वत:च त्यांच्या करता कांजी घेऊन आली. हातातला वाडगा योग्य जागी ठेवून तिनं सुचवलं,

"मामंजी, गरम गरम कांजी घेतल्यानं बरं वाटेल."

"आणऽ घेतो."

ते उठायचा प्रयत्न करू लागताच ती अत्यंत नम्रतेनं बोलली

''मामंजी, उठू नकाऽऽ आम्ही भरवतो. संकोच करू नयेऽ''

''नाही बेटीऽऽ परंतु तुला तकलीफ देणं आम्हास योग्य वाटत नाही.''

''आम्हास त्रास वाटत नसून, आपल्या पितृवत् मामंजीची सेवा करण्याचा मौका मिळाला हे आमचं भाग्य आहे.''

''हेऽऽराम!''

तिनं चमच्यानं पाजलेल्या कांजीनं त्यांना खूप बरं वाटलं. ती आत जाण्याकरता वळून म्हणाली,

''मामंजी, आता स्वस्थ झोपावं.''

द्वारापाशी उभ्या असलेल्या सेवकाला सूचना देऊन ती चालू लागली.

परशुरामभाऊ गोपाळरावासह आपल्या वाड्यात प्रवेशले. जानकीबाई त्यांचं आनंदानं स्वागत करून म्हणाली,

''भाऊ, तुम्ही 'बाबा' झालात.''

''आम्हास कळवलं कां नाही?''

''औरंगाबादहून तुम्ही निघाल्याचं समजलं, त्यामुळं नाइलाज झाला.''

''नाव काय ठेवलंत?''

''स्वारीचंच नाव ठेवलं.''

''काकू, हे फार चांगलं केलंत! आमच्या वहिनी कशा आहेत?''

''उत्तम! आम्ही कृष्णाबाईसह जाऊन आलो. आतां भाऊनी जाऊन यावं.''

''मातोश्री, सध्या आम्हास जाणे होणार नाही. पानिपतच्या युद्धात विश्वासराव, सदाशिवराव मारले गेले. बरेच सरदारही ठार झाले. त्या धक्क्यानं श्रीमंत बीमार आहेत. अशा अवस्थेत आम्ही स्वत:च्या आनंदासाठी तासगावला जाणं योग्य नव्हेऽऽ''

त्यांची मातोश्री आणि बंधू गोपाळराव त्यांच्याकडं आश्चर्यानं पाहत राहिले.

∗ ∗ ∗

४

पानिपतच्या युद्धात झालेल्या हानीमुळं सामसूम असलेला दरबारमहाल सेवकानी साफ करून भिंतीवरचे पडदे बदलले. मसनदीवरचा सरपोस बाजूला केला. गालिचा झाडून त्यावर बैठकीवरचं आच्छादनही बदललं, एका कोपऱ्यात उदबत्त्याचं चांदीचं झाडही उभं केलं. महादोबा पुरंदरेनी सर्वत्र नजर फिरवून सर्व व्यवस्थित असल्याची खात्री झाल्यावर सेवकांना शाबाशी दिली. दिवे लागण झाल्यावर सरदार मंडळी नियोजित जागी स्थानापन्न झाली. गुर्झबदारांच्या ललकाऱ्या ऐकू आल्या. रघुनाथराव-माधवरावासह श्रीमंत प्रवेशले. त्यांची खालावलेली प्रकृती पाहून सर्वांना धक्का बसला. नेहमीप्रमाणं मंडळींनी उत्थापन दिलं. परंतु त्यांचं लक्षच नव्हतं. महदोबा उभे राहून पानपताबद्दल बोलू लागताच श्रीमंत रागानं ओरडले,

"शिंदे, होळकर, पवार इत्यादींनी राज्याच्या कामात कोताई करून आम्हास शरम आणली. त्याबद्दल त्यांचे महाल जब्त करण्याचा आम्ही आदेश देत आहोत."

सर्व दरबारी चक्रावले. तरीही त्रिंबकमामा उभे राहून बोलू लागले,

"श्रीमंत, गैरसमज होतोय. पानिपतला प्राप्त झालेल्या अपरिमित हानीचा दोष कुणालाही देतां येत नाही. तो सर्व

परिस्थितीचा परिपाक होता.''

''खामोशऽऽ! एक शब्दही बोलू नका. बोलाल तर फटके मारून घालवून देऊऽऽ''

त्यांचा स्वत:वरचा ताबा उडाल्याचं सर्वांच्या ध्यानी आलं. मंडळी एकदम स्तब्ध झाली. रघुनाथरावाच्या सूचनेनुसार महादोबानी काम संपल्याचं सांगतच दरबार बरखास्त करून श्रीमंत भालदार-चोपदारांच्या ललकाऱ्यात, माधवरावाच्या आधारानं पावलं टाकू लागले. मंडळी मात्र तिथंच बसून प्राप्त परिस्थितीवर चर्चा करू लागली. त्यातच सर्वानुमते मंजूर झालेला प्रस्ताव पुढं आला. त्रिंबकमामा म्हणाले,

''परशुरामभाऊंनी माधवरावासंगे श्रीमंत वहिनीसाहेबांना सर्व हकीगत कथन करून, तो आदेश श्रीमंताकडून रदबातल करवण्याची विनंती करावी.'

''भाऊ, मान्य आहे ना?''

''होऽऽ उद्याच आम्ही रावसाहेबांना सांगून ठेवतो. आज उपस्थित असल्यामुळं ते आमच्यासंगे निश्चितच येतील. चला मंडळीऽऽ''

सर्वजण दरबार महालाबाहेर येऊन चालू लागले.

गोपिकाबाई नारायणासह शनवारवाड्यात प्रवेशली. तिच्या सुंदर चेहऱ्यावरचे देवीचं व्रण आणि दुर्बल काया पाहून सर्वांना कसंसंच झालं. पार्वतीनं पुढं येऊन, नमस्कार केल्यावर विचारलं,

''बाई, प्रवासात तकलीफ झाली का?''

''तशी, थोडीशी झाली. आता तुमच्या आणि स्वारीच्या सहवासात बरं वाटेल.''

''स्नान करा, तंवर आम्ही नाश्ता आणतो.''

''नकोऽऽ पार्वती, स्नान पूजा आटोपून आम्ही स्वारीपाशी जातो.''

गोपिकाबाईच्या खास दासीनं आंघोळीची तयारी असल्याचं सांगताच ती चालू लागली. पार्वतीबाईही निघाली. स्नान-पूजा झाल्यावर ती महाली येऊन स्थिरावत असताना, माधवराव परशुरामभाऊसह येत असल्याची खबर आली. क्षणभरात दोघांनी येऊन नमस्कार केला. तिनं केलेल्या इशाऱ्यानुसार ते समोरच स्थानापन्न झाले. माधवरावानं सर्व हकीगत सांगताच ती खंतावली.

परशुरामभाऊ अदब राखीत म्हणाले,

''मातोश्री, सरदारांची काहीही गलती नसताना, असा हुक्म दिला तर

बिथरतील आणि हा राज्यशकट हाकणं कठीण जाईल म्हणून म्हणतो, तुम्हीच त्यांना शांत करून ही जप्तीची आज्ञा मागं घ्यायला लावावी.''

''आम्ही कोशिश करतो.''

''ठीक आहे. मला अनुज्ञा असावी.''

''जावाऽऽ. आम्ही स्वारीपाशी निघालो.''

भाऊ तिला नमस्कार करून महालाबाहेर आले. ती माधवरावाच्या पाठीवर हात फिरवीत चिंतायुक्त स्वरात सांगू लागली,

''आमचं ऐकतील की नाही कोण जाणे? भाऊ आणि विश्वास गेल्यापासून आमच्यावर स्वारी सारखी डाफरत असते.''

पुत्राच्या आठवणीनं ती गदगदली. तरीही स्वतःला सावरून ती उत्तरली,

''माधवा, आता ज्येष्ठ पुत्र तुम्हीच! सर्व कारभार बारकाईनं पाहू लागलात, तर स्वारीला जरा आराम मिळेल.''

''होऽऽ तुम्ही आता जाताय ना?''

''होऽऽ आम्ही निघालोच.''

ती श्रीमंतांच्या महालाकडं वळताच, माधवरावही चालू लागले. ती जाऊन त्यांच्या समोर उभी राहिली. त्यांच्या अंगावरची सरकलेली शाल व्यवस्थित करीत असता ते म्हणाले,

''भाऊ, तुम्ही कुठं आहात? अन्नपूर्णा काकूस दिलेलं वचन तसंच राहिलंय. अप्पा काकाही आम्हास क्षमा करणार नाहीत.''

असंच बोलत ते डाव्या कुशीवर वळले. त्यांनी चटकन डोळे उघडले. जवळ उभ्या असलेल्या पत्नीला ओळखून त्यांनी विचारलं,

''तुम्ही केव्हा आलांत?''

''थोड्या वेळापूर्वीऽऽ''

त्यांनी ओठावर जीभ फिरवलेली पाहून, तिनं जवळच असलेलं पाणी फुलपात्रांत ओतून पाजलं. रुमालानं त्यांचे ओठ पुसत तिनं उत्सुकता प्रगट केली.

''आता कसं वाटतंय?''

''ठीक आहे. गोपिका, या दुखण्यातून आम्ही उठणार नाही. माधवास सर्व अधिकार देऊन तुम्ही मार्गदर्शन करावं. मात्र, दोन-तिनदा सारासार विचार करून निर्णयाप्रत यावं.''

त्यावर ते काहीच न बोलता डोळे मिटून स्तब्ध राहिले. ही संधी योग्य असल्याचं जाणून पदर सावरीत ती बोलली,

"आमची एक विनंती आहे."

"बोलाऽऽ"

"स्वारीनं सरदारांच्या महालांच्या जप्तीचा दिलेला आदेश रद्दबातल करावा."

"ते होणे नाही. दिलेला हुक्म मागं घेण्याची आमची प्रथा नाही."

"परंतु त्यांचा काहीही अपराध नसताना अशी सजा देणं उचित आहे का? हे सरदार बाजूला सरकले तर राजशकट चालवणं नामुमकिन आहे. स्वारीनं विचार करावा."

दु:खानं आम्हास वेडं पिसं केलंय. आम्ही काय बोलतो हेच समजेनासं झालंय. महादोबास बोलावून तो आदेश रदबातल करायला सांगा आणि गोपाळराव, परशुरामभाऊ पटवर्धनाकडून आम्हास पर्वतीवर नेण्याचा इंतजाम करवून घ्या."

"ठीक आहे."

थोडा वेळ त्यांच्यापाशी घालवून ती चालू लागली.

सरदारांनी त्यांना पर्वतीवर आणलं. त्यांच्या समवेत त्रिंबकमामा, गोपाळराव, परशुरामभाऊ, पुरुषोत्तमदाजी, महादोबा इत्यादी मंडळी होती. गोपिकाबाई, नारायण, माधवरावही आले होते. शुद्ध मोकळी हवा, गोपिकाबाई करीत असलेली सेवा, सुश्रुषा आणि शांत वातावरणामुळं त्यांना खूप बरं वाटलं. चार-पाच दिवसानंतर त्यांनी वाड्यावर जाण्याचा हट्ट केला. मंडळीनं त्यांना वाड्यावर आणलं. दोन दिवसानंतर पुन्हा त्यांनी पर्वतीवर जाण्याचा आग्रह धरला. मंडळी समजली तरीही त्यांनी वैद्याला विचारलंच, मस्तकावरची पगडी व्यवस्थित करीत तो उत्तरला,

"ते फार काळाचे सोबती नाहीत. म्हणनू ते सांगतील तसं कराऽऽ"

"ठीक आहे."

सर्वांच्या सम्मतीनं शनवारवाड्यातून पुन्हां पर्वतीवर आणलं. दोन-तीन दिवस बरे गेले. एका सकाळी त्यांनी माधवरावास बोलावून घेतलं. त्यानं येऊन अश्रूसिक्तनेत्र पित्यावर स्थिरावले. गोपिकाबाई तिथंच होती. तिनं माधवराव आल्याचं सांगताच, त्यांनी डोळे उघडले. पुत्राकडं बघत सांगू लागले,

"माधवा, आम्ही महायात्रेला निघालोय. पुढची सर्व जिम्मेदारी तुमचेवर आहे. तुमच्या आजोबांनी या तख्तापायी घेतलेलं कर्ज आम्ही फेडलं. परंतु

आमचं कर्ज मात्र तस्संच राहिलंय. त्याची फेड करण्याची तीव्र इच्छा होती. परंतु सवडच मिळाली नाही. ईश्वरी इच्छेपुढं आम्ही जाऊच शकत नाही.ऽऽ''

माधवरावानं आवंढा गिळून पित्याला दृढ स्वरात उत्तर दिलं,

''तीर्थरूपानी फिक्र करू नये. आम्ही ते कर्ज जरूर चुकतं करूऽऽ''

श्रीमंतांचं समाधान झालं. त्यांनी डोळे मिटले. मातेला सांगून माधवराव बाहेर गेले. श्रीमंत निरवा निरव करीत असल्याचं समजताच पुरुषोत्तमदाजी, भाऊ, गोपाळराव त्यांच्या भेटीस आले. त्याही अवस्थेत त्यांच्याकडं पाहून श्रीमंत सूचना देऊन म्हणाले,

''गोपाळराव, शिवप्रभूच्या तख्ताची जिम्मेदारी तुमचेवर सोपवून आम्ही जात आहोत. माधव अद्याप लहान आहे. त्याला सांभाळून या राज्याची उन्नती करणं तुमच्या हाती आहे.''

त्यांचा फिकुडलेला चेहरा, दुर्बल झालेले हात-पाय पाहून पटवर्धनबंधू समजले. परशुरामभाऊंना तर अश्रू आवरता आले नाहीत. ते चटकन गोपाळरावांच्या मागे उभे राहिले. पुरुषोत्तम दाजी स्वत:वर अधिकार करून उत्तरले,

''श्रीमंतांनी रावसाहेबांची चिंता करू नये, आम्ही पटवर्धन बंधू सदैव त्यांच्या पाठीशी आहोत.''

नानासाहेबांना त्यांच्या शब्दांनी खूप समाधान दिलं. ते बोलले,

''भाऊ, या राज्याच्या हिफाजतीकरतां, तुमची तलवार सदैव तळपत राहू देऽऽ'' पटवर्धन बंधू गहिवरले. अधिक वेळ तिथं राहणं योग्य नसल्याचं जाणून त्यांचा पदस्पर्श मस्तकी घेतल्यावर ते पुढं सरकले. समोरच असलेल्या गोपिकाबाईला नमस्कार करून ते निघाले. त्यानंतर विंचुरकर, बिनीवाले, पुरंदरे, सखाराम भगवंत वगैरे मंडळी आली. रघुनाथराव तिथंच होते. सरदाराशी बोलून झाल्यावर रघुनाथरावाकडं बघत ते सांगू लागले,

''रघुनाथा, आमचा माधव लहान असून अननुभवी आहे. त्याला राज्यकारभारात मदत कर. या तुझ्या वहिनीच्या मांडीवर तुझं बाल्य हंसलं, खेळलंय, हे ध्यानी ठेवून आमच्या मागं तूच, या पेशवाईचा आधार बनून माधवास मदत कर.''

''तीर्थरुपांचे शब्द ध्यानी ठेवून आम्ही पावलं टाकू ऽ''

सर्वजण त्यांना व गोपिकाबाईला नमस्कार करून चालू लागले. दुपार झाली, गोपिकाबाईनं विचारलं,

"थोडी कांजी आणू का?"

"तू खूप थकल्याचं जाणवतंय रमाला पाठव. तिच्याकडून घेतो."

त्यांचे शब्द ऐकून तिला खूप राग आला. परंतु काहीच न बोलता ती चालू लागली. क्षणभरात रमाबाई दासीसह आली. वाडगा योग्य स्थानी ठेवून ती गेल्यावर रमाबाईनं अगदी हलक्या स्वरात प्रश्न केला,

"मामंजी, कांजी घेतायना?"

त्यांनी तोंड उघडताच तिनं चमच्यानं कांजी पाजली. रुमालानं त्यांचे ओठ पुसून, ती उठत असता ते म्हणाले,

"रमा, माधव अशक्त आहे. एवढी मोठ्ठी जिम्मेदारी सांभाळताना तो बावरण्याचा संभव आहे. तू त्याला सावरण्याची कोशिश कर. तोडण्या-मोडण्याची सलाह देऊ नकोस."

"नाही मामंजी. आम्ही तसं कधीच करणार नाही. तुमचा प्रत्येक शब्द ध्यानी ठेवून वागत जाऊ."

"शाब्बास रमाऽऽ"

ती भरल्या नेत्रांनी बघत त्यांचा पदस्पर्श कपाळी लावून पावलं टाकीत बाहेर पडली. गोपिकाबाई द्वारापाशीच उभी होती. तिनं सगळं ऐकलं होतं. ती तशीच आत आली. श्रीमंतांचे डोळे मिटलेले होते. बराच वेळ बोलल्यामुळं त्यांचा शक्तिपात झाला होता. त्यांचे ओठ हालले. त्यातून अस्पष्ट शब्द बाहेर पडले.

"भाऊ... विश्वा...स.... आमी ....येतोऽऽ"

त्यांचा सर्व परिवार जमा झाला होता. देवाचं नाव घेण्याकरता उघडलेलं तोंड त्रिंबक मामांनी पुढं सरकून बंद केलं. गोपिकाबाई पदराचा बोळा तोंडात कोंबून रडू लागली. दासी बटक्याकडून एकच आकांत उठला. तेव्हा रात्र उतरली होती. सर्व सरदार दासी उपस्थित झाले. श्रीमंतांना स्नान घालून दरबारी पोषाख चढवल्यावर रयतेला दर्शन घेण्यासाठी पुढील भागात आणलं. ती वार्ता वायूवेगानं शहरात पसरली. मंडळी फुलं घेऊन स्वामीच्या दर्शनाकरता येऊ लागली. परशुरामभाऊ त्यांच्या पायावर फुलं वाहून डोळे पुसत निघाले. त्यांनी दिमाखानं फडकत असलेला मराठी राज्याचा भगवा ध्वज खाली उतरवला. शवयात्रेची तयारी सुरू झाली. घरची मंडळी नमस्कार करण्यासाठी पुढं आली. गोपिकाबाई नमस्कार करून आत आली. आतापर्यंत आवरून धरलेला तिचा शोकावेग

अनावर झाला. ढोलाचा आवाज वाढला. शवयात्रा निघाली. शवाला अग्नी दिल्यावर मंडळी माधवरावासमवेत घरी परतली. त्या रात्री गोपाळराव, भाऊ, त्रिंबकमामा वाड्यावरच राहिले. तेरा दिवस दानधर्म, ब्राह्मण भोजन झाल्यावर मंडळीनं मुक्ततेचा श्वास सोडला.

*

प्रभातीच स्नान पूजा आटोपल्यावर भाऊ आपल्या महाली आले. तिथं राधाबाई नसून शंकर उभा असल्याचं बघताच त्यांना आश्चर्य वाटलं; परंतु ते बोलले नाहीत. परंतु त्यांच्या मुखावर उमटलेले भाव पाहून तो हुषार सेवक म्हणाला,

"आक्कासाब रडत हुत्या, म्हणून ताईसायेबानी मला धाडलं जीऽऽ"

"अस्सं होयऽ"

विचित्र स्वरात पुटपुटत त्यांनी कपाळावर शिवगंध रेखलं. मस्तकावर लालबुंद पगडी ठेवून ते खाली उतरले. जिन्यापाशीच बयेला घेऊन राधाबाई उभी होती. त्यांच्यावर सस्मितनेत्र एकाग्र करीत तिनं सूचित केलं,

"नाश्ता तैयार आहे. ही सारखी रडत राहिल्यामुळे आम्हास नाश्ता आणणे मुश्किल झालं."

"मुलांबाळात गुंतली की पत्नी पतीला विसरते हेच खरं!"

"विपर्यास नसावा! तुम्ही महाली थांबावं. आम्ही येतोच. नाश्ता खाल्ल्याशिवाय जाऊ नये." तिच्या शब्दांत इतकं आर्जव होतं की त्यांचं पाऊल पुढं पडलं नाही. ते आपल्या महाली आले. क्षणभरात राधाबाई दासीसह प्रवेशली. योग्य जागी ताटली, वाट्या ठेवून ती गेल्यावर तिनं विनंती केली,

"गुस्सा करू नये. आक्का सारखी रडून श्वास कोंडू लागल्यामुळं आम्ही घाबरलो. म्हणून येता आलं नाही. पती आणि मुलं आमचीच! दोन्हींकडं जीव ओढतोच. अशा अवस्थेत आम्ही काय करावं?" ते उठले. त्यांनी तिला जवळ ओढलं. तिच्या कपाळावर ओठ टेकीत, पुष्ट नितंबावर हात फिरवून ते बाजूला सरकले. त्यांनी दशमी, लोणी, लिंबाचं लोणचं चवीनं खाऊन, ओठ पुसून पत्नीच्या खांद्यावर थोपटलं. आरशात पाहून ते खाली उतरले. त्यांचा स्वभाव माहीत झाल्यामुळं स्वत:शीच हसत ती दुसऱ्या दरवाज्यातून खाली आली.

ते शनवारवाड्यात प्रवेशले, तेव्हा नेहमीसारखी गडबड नव्हतीच. त्यांना बघताच एक हुजऱ्या मुजरा करून म्हणाला,

"तुमास्नी आईसायेबानी बलावलं जीऽऽ"

"आलोच सांगा."

त्यांच्या बोलावण्याचं कारण शोधत ते गोपिकाबाईंच्या महाली प्रवेशले. समोरच ती मंचकावर स्थिरावली होती. श्वेत आलवण नेसलेली, अलंकारविरहित कुंकू नसलेल्या भकास कपाळची ती मूर्ती पाहून त्यांना कसंसंच झालं. त्यांनी पुढं सरकून तिला नमस्कार केला. माधवराव रघुनाथरावासमोर ते नम्र झाले. त्यांना पाहून रघुनाथरावांना बरं वाटलं नसल्याचं, त्रिंबकमामानी जाणलं. गोपिकाबाई सर्वांकडं बघत सांगू लागली,

"आमचा माधव वयानं लहान असून अननुभवी आहे. त्याला तुम्ही सर्वांनी साथ दिली, तर तो उत्तम शासक होईल. चालत आलेल्या परंपरेनुसार माधव पेशवा, दादासाहेब कारभारी राहतील. जसे आप्पामामंजी आणि भाऊसाहेब करीत असत तेच काम दादासाहेब करतील."

त्रिंबकमामा आणि परशुरामभाऊ एक स्वरात उत्तरले.

"एकदम उत्तम! आता पानिपतची हानी लवकर भरून निघेल."

"मामा, आता माधवास पेशवाईची वस्त्रं सुपुर्द करणं निहायत जरुरी आहे. दादासाहेब, मामा, परशुराम भाऊ आणि सखारामबापू, गोपाळरावासमवेत जाऊन साताऱ्याहून ती वस्त्रं आणतील."

"आम्ही पण जायचं का?"

"माधव, तुमच्या शिवाय याचं जाणं योग्य नाही. महाराजांना नमस्कार करून तुम्ही वस्त्रं स्वीकारायची."

"ठीक आहे."

"मामा, मुहूर्त पाहून तैयारीला सुरुवात करा."

"आज्ञा."

माधवराव विचलित झाले. क्षणभरानं त्यांनी विचारलं,

"मातोश्री, ही अवघड जिम्मेदारी आम्हास पेलेल का?"

"माधवा, तुमचे पणजोबा बाळाजी विश्वनाथ स्वर्गस्थ झाले तेव्हा आजोबा बाजीराव तुमच्याच वयाचे होते. त्या वक्ती मराठा सरदारांना ब्राह्मणांचं वर्चस्व खटकत होतं. त्याही परिस्थितीत त्यांनी आपल्या पराक्रमानं दुष्मनाना परास्त करून, राज्याच्या सीमा वाढवल्या. तेव्हा धीर न सोडता कारभार करा. मामा, दादासाहेब, पटवर्धन आणि इतर सरदार मदतीला आहेतच!"

ती आपल्याला पेशवाई देईल, असा इरादा मनात ठेवूनच रघुनाथराव आले होते. परंतु तिनं वेगळाच फतवा समोर ठेवल्यामुळं ते फार नाराज झाले. परंतु तसं न दाखवता ते उभे राहून म्हणाले,

"वहिनी साहेब, आतां अनुज्ञा असावी."

तिनं मान हालवताच ते चालू लागले. इतरही तिला नमस्कार करून निघाले.

परशुरामभाऊ घरी असताना त्यांची माता जानकीबाई पंढरपूर आणि आसपास असलेल्या देवादिकांचं दर्शन घेऊन आनंदानं घरी आली होती. सर्वांनी पुढं सरकून तिला नमस्कार केला. भाऊनी नम्र होऊन प्रश्न केला,

"मातोश्री, काही तकलीफ झाली नाही ना?"

"तुम्ही चोख व्यवस्था केली असल्यामुळं आम्ही सर्व खूष झालो."

धाकट्या रामचंद्रानं पुढं येऊन उत्सुकता प्रगट केली.

"आजीसाहेब, आमाला काय आनलंत?"

"खाऊ आणि लाकडी खेळणीऽऽ"

"द्याऽऽ कीऽऽ"

"स्नान करून आल्यावर संदूक उघडतो."

"आमच्या बयोला काय आनलंत?"

प्रथम तिच्या लक्षातच आलं नाही. क्षणभरानं आपण जाताना राधा दिवसात असल्याचं आठवताच ती उत्तरली,

"तिला लाकडाची सुंदर बाहुली."

"आमी घेतली तर?"

"चालेलऽऽ! आता आम्ही स्नान करून येतो, तंवर तुम्ही भाऊपाशी जावा." ती उठून स्नानगृहात प्रवेशली. स्नान केल्यावर तिला खूप बरं वाटलं. ओलेत्यानंच ती आपल्या महाली प्रवेशली. आलवण नेसून ती बाहेर आली. देवाला गंधपुष्प वाहून तिनं नमस्कार केला. राधाबाईनं विचारलं,

"सासूबाई, नाश्ता करताय ना?"

"होऽऽ आलोच."

दासी सेवकानी पुढं येऊन नमस्कार केला. त्यांना आशीर्वाद देऊन चौकशी केली. नाश्ता केल्यावर ती बयोला खेळवत राहिली. अप्पानं येऊन आठवण केल्यावर तिनं संदूक उघडली. बाहुली बाजूला करून बाकी खेळणी

अप्पाकडं दिली. आणलेला खाऊ आणि प्रसाद राधाबाईच्या हातावर ठेवला. दुपारी राधाबाईनं भाऊसमवेत तिची थाळी ठेवल्याचं राधाबाईनं सांगताच तिनं आश्चर्यानं विचारलं,

"आज हे काय?"

"सासूबाई, दमून आलात. जेवून विश्राम करावा. अप्पालाही तुमच्या संगे जेवू द्याऽऽ"

"ठीक आहे."

भाऊ येऊन पाटावर बसताच तीही अप्पासह आली. राधाबाई वाढीत होती. भाऊ बोलले,

"मातोश्री, या सप्ताहात आम्ही साताऱ्यास जाणार आहोत."

"कोणावर हमला करताय?"

"हल्ला नाही. माधवरावाकरतां पेशवाईची वस्त्रं आणायला!"

"म्हंजे माधवराव पेशवा होणार! नानासाहेब फार लवकर गेले. फार फार वाईट झालं. पण करणार काय? दुनियेत धाडतोय तो आणि नेतोय तोच! आपण फक्त कठपुतली।"

माय-लेक जेवत असता, कृष्णाबाई कुणाशी तरी बोलत आत आली, तेव्हा दोघंही आंचवायला गेले होते. ती आल्यावर नमस्कार करून तिनं उत्सुकता प्रगट केली,

"पांडुरंगाचं दर्शन झालं?"

"होऽऽ अगदी उत्तम! म्हणून तर आषाढी-कार्तिकी टाळून गेलो. मार्गात असलेल्या देवदेवतांचंही दर्शन करून आलो."

"कोणाला काही त्रास झाला नाही ना?"

"बिलकूल नाही. गेलो तशाच ठणठणीत आलो. बस. प्रसाद देतो."

आणलेला प्रसाद आणि खण तिच्या हाती देऊन ती म्हणाली, "चोळी शिवून घाल. हा जांभळा रंग तुला शोभेलसा आहे."

"हा रंग आम्हास खूप आवडतो."

जानकीबाईनं दासीला पाठवून राधाबाईला बोलावून घेतलं. दुपट्यात गुंडाळलेल्या बयोला घेऊन ती आली. तिच्या हाती हिरव्याकाठाचा लाल खण देऊन ती म्हणाली, "आमच्यापाशी दे तिला."

तिनं कन्येला सासूपाशी देऊन नमस्कार केला. गुटगुटीत, सुंदर नातीकडं

पाहून तिनं प्रश्न केला,

"राधा, ही उपडी वळल्ये का?"

"होऽऽ बघू पण लागलीय!"

"सासूबाई, ही अगदी राधासारखीच दिसते नाही का?"

"होयऽऽ अगदी तश्शीच आहे. कृष्णा, दाजी कुठं?"

"स्वारी मिरजेला गेलीय. या चार दिवसात येईलचऽऽ मग हमला आणि लढाई!"

"कृष्णाबाई, एकदा स्वीकारलेला धंदा मन लावून करण्यात शहाणपणा आहे. पेशव्यांचा पटवर्धनांवर फार विश्वास! तो निभावून नेण्याकरता झटणं जरुरी आहे. आमच्या स्वारीचंच बघ ना! हिंदुस्तानात गेली, प्रदेश जिंकले आणि गंगा किनारी देह ठेवला. आम्हास दर्शनही घडलं नाही."

"आम्हास ठाऊक आहे. आमची स्वारी सात दिवस खूप रडली.ऽऽ"

"असोऽऽ गेलेली माणसं परत येत नाहीत. आता समोर आहेत त्यांना आपलसं करून कर्तव्य पूर्ण करीत जगायचं. आप्पाची मुंज करायचं मनात आहे. श्रीमंत माधवराव पेशवा होऊन, राज्यसूत्र हालवीपर्यंत लढाया नसणार, त्याच मुदतीत मुंज उरकावी म्हणतोय. तुझी मदत हवीऽऽ"

"सासूबाई, असं का म्हणतां? तुम्ही सांगाल तेव्हा वाट्टेल ते काम करायला आम्ही तैयार आहोत. मुहूर्त काढून तैयारीला सुरुवात करू या आणि सातारहून भावजी आल्यावर कार्य करूया."

"अगदी आमच्या मनातलं बोललीस. भाऊला मुहुर्त आणायला सांगतो उद्या. केशव शास्त्री मुहूर्त देतीलच. मग आपण कामाला लागूंयाऽऽ"

"होऽऽ आता मात्र आम्ही चलतो. राधा, आम्ही निघालोत."

सासूबाई आणि कृष्णाबाईला नमस्कार केल्यावर ती म्हणाली,

"बाई, तुम्ही मधून मधून येत जावा. तुम्ही आलात की खूप बरं वाटतं!" कृष्णाबाई मनापासून हसत चालू लागली.

रात्रीची पावलं पडू लागताच भाऊ घरी आले. पाय धुवून देवाला नमस्कार केल्यावर ते मातेपाशी आले. पंढरपूरबद्दल सांगून झाल्यावर तिनं नातवाच्या मुंजीचा प्रस्ताव ठेवताच त्यांनी विचारलं,

"आताच काय घाई आहे?"

"भाऊ, तुम्ही रणांगणी गेलात की दोन-तीन वर्षांनी परतता, म्हणून

म्हणतो तुम्ही साताऱहून आल्यावर समारंभ करू. बाकी तैयारी करून घेतो.''

''फार खर्चात पाडू नकाऽऽ''

''फिक्र करू नका. आम्ही आणि राधाबाई सर्व थोडक्यात निभावून नेतो.''

''ठीक आहे. आम्ही उद्याच मुहूर्त काढून आणतो. या दोन दिवसात कृष्णाबाईच्या मदतीनं सगळ खेरदी करतो. तुम्ही अप्पाकरतां अलंकार आणाऽऽ'' त्यांनी मान हालवून होकार दिला. अंधारात टणकपणा आला, समयांचा प्रकाश पसरला. भोजनास चलण्याची खबर येताच ते उठले. ते येऊन पाटावर बसताच, तिनं थाळी त्यांच्यासमोर ठेवली. सोलकढीची वाटी आणण्यासाठी ती मागं वळत असता, थाळीला नमस्कार करून ते म्हणाले,

''राधा तूही आमच्यासंगे जेवऽऽ''

''सासूबाई काय म्हणतील?''

''मातोश्रींना जेवायचं नसल्यामुळं काहीच बोलणार नाहीत.''

राधाबाई आपली थाळी तयार करून त्यांच्यासमवेत जेवू लागली. चंद्रप्रकाश खिडकीतून आत आला होता. बोलत बोलत दोघंही मजेत जेवत होते. भोजन झाल्यावर दासींना सूचना देऊन ती उठली. भाऊ मातेपाशी बसून विडा चघळीत होते. राधाबाई येऊन तिथंच अदब राखीत उभी राहिली. जानकीबाईनं तिला बसण्याचा इशारा केला. ती जराशी पुढं सरकून तिच्यापाशी आसनस्थ झाली. जानकीबाई सांगू लागली.

''भाऊ, तुमच्या लग्नानंतर देवाला जायचं ठरलं होतं. परंतु तुम्हास तुरन्त कर्नाटकात जावं लागलं. आता लेकाच्या मुंजीनंतर जाणं जरुरीचं आहे.''

''पहातोऽऽ! परंतु तुम्ही आपलं मूळगाव कोणतं? आपण पुण्यात कसे आलो हे तर सांगा नाऽऽ''

''आम्हास ठाऊक आहे तेवढं सांगतो. तुमचे आजोबा हरभटजी पटवर्धन हे रत्नागिरी जवळच्या कोतवडे गावचे! त्यांना विठ्ठलभट्ट आणि केशवभट्ट हे दोन पुत्र. घरापाशी असलेली थोडीशी जमीन आणि दोन-माड हे उदरनिर्वाहाचं साधन होतं. हरभट्टजी वेदविद्यासंपन्न होते. त्यांचे भाऊ पौराहित्य करून निर्वाहापुरतं प्राप्त करीत होते. हरभट्टानी थोरल्या दोन मुलांचे व्रतबंध केले. परंतु धाकट्या दोघांची मुंज करायला त्यांच्यापाशी पैसाच नव्हता. त्यांची थोरली बहीण भुदरगडला होती. तिला पाठच्या भावाची अवस्था पाहून वाईट वाटलं. तिच्या घरातल्या

एका खोलीत बाळंभट दांडेकर राहत होते. त्यांना सांगून तिनं कोतवडेसच दोन्ही भाच्यांच्या मुंजी करविल्या. थोरली दोन्ही मुलं त्याच गावात पूजा-अर्चा करीत होती. या लहानग्या दोघांना पौराहित्य करण्याकरता रत्नागिरीत ठेवून ते मुक्काम करीत करीत इचलकरंजीत आले. तिथं नारायण महादेव घोरपडे संस्थानिकाकडं पौराहित्य करू लागले.

"घोरपडे?"

राधाबाईनं आश्चर्य प्रगट करताच त्यातला अर्थ जाणून ती सांगू लागली,

"ते मराठा नव्हं. चितपावन ब्राह्मण होते. त्यांचं मूळ नाव जोशी. नारायण महादेव विधवा मातेसह कोकणातून घाटावर आला. संताजी घोरपडेच्या घरी राहिला, त्यांची कारकुनीपासून सर्व कामं करू लागला. त्याच्या मातेनं मुदपाकखाना सांभाळला. संताजीराव त्याच्यावर पुत्रवत प्रेम करू लागले. कृतज्ञता व्यक्त करण्यासाठी त्यानं 'घोरपडे' नाव धारण केलं. संताजीरावांनी आत्यंतिक आनंदानं 'इचलकरंजी' हे संस्थान दिलं. या घोरपड्याकडं बाळाजी विश्वनाथ पेशव्याची धाकटी कन्या अनुबाई नारायणरावांच्या पुत्राला दिली होती. तिला आणण्या-पोचवण्याकरता हरभट पुण्यात येत असत. त्यांची बुद्धिमत्ता, वेदाध्ययन पाहून पेशव्यांनी आपल्यापाशी ठेवून घेतलं. पुढचं तुला माहीत आहेच."

"म्हणजे, आम्हां पटवर्धनांचा पेशव्याकडं असा प्रवेश झाला म्हणायचा!"

"सासूबाई, आपले देव' सांगायचे राहिलेत."

"खरंच की.ऽऽ गुहागरचा व्याडेश्वर आणि वशिष्ठी नदी किनारी असलेल्या गोवळकोटची देवी करंजेश्वरी."

"सासूबाई, स्वारीला सवड मिळाली की आपण एकदा जाऊ."

"बरीच रात्र झाल्याचं पाहून जांभई देऊन भाऊ उठून चालू लागले, त्यांच्या मागून राधाबाईही निघाली.

*

साताऱ्याहून पेशवाईची वस्त्रं आणल्यावर दुसऱ्या दिवशीच असलेल्या सुमुहूर्तावर गणेशमहालात माधवरावांचा प्रथम दरबार असल्यामुळं गडबडच होती. श्रीमंत नानासाहेबांच्या मृत्यूमुळं उदास झालेला वाडा आज प्रफुल्लित दिसू लागला. प्रभातीच स्नानपूजा आटोपून मातेला आणि पार्वती काकींना नमस्कार करून माधवराव वाड्याच्या द्वारात आले. समोर त्रिंबकमामा, महादोबा पुरंदरे, परशुरामभाऊ, गोपाळराव, सरदार पानसे आणि विंचुरकर आपापल्या घोड्यासह

उभे होते. सर्वांनी उजवा हात उंचावून त्यांचं स्वागत केलं. माधवरावांनी मान हालवून स्वीकार केल्यावर यशवंतच्या पुठ्ठ्यावर थाप मारीत, रिकीबित पाय घातल्यावर हातातला कायजा ओढीत त्यांनी विचारलं,

"हे काय? काका आले नाहीत?"

त्या प्रश्नाचं उत्तर आपल्याकडून अपेक्षित असल्याचं जाणून, मामा उत्तरले,

"मी स्वत: त्यांना आणण्याकरतां गेलो होतो. परंतु कपाळशूळ उठल्यामुळं ते येणार नसल्याची खबर शागीर्दानं दिली."

माधवरावांनी काही न बोलता, हातातला कायजा जोरात ओढला. मंडळीसह दौडत ते पर्वतीवर आले. देवदेवेश्वराचं दर्शन घेऊन ते पित्याचा देहान्त झाला त्या स्थानी आले. गुडघे टेकून ते नम्र झाले. समोरच खिडकीपाशी असलेला पांढरा चाफा फुलं जमिनीवर टाकून अश्रू गाळीत असल्याचा त्यांना भास झाला.

"श्रीमंत,तुमच्यासंगे पाहिल्यामुळं पर्वतीचं रूप आज आमचं वेगळं दिसतंय." परशुरामभाऊ ते म्हणाले,

"भाऊ, पर्वतीवरचा निसर्ग आहे तसाच आहे. तुमच्या दृष्टीत बदल झालाय."

"तसंही असेल! वाटलं ते बोलून गेलो. क्षमा असावी."

"तुमच्या शब्दांनी आमच्याबद्दलची निष्ठा, प्रेम व्यक्त केलं. क्षमा शद्ब मागं घ्याऽ" भाऊच समाधान झालं. त्रिंबकमामा जवळ येत बोलले,

"श्रीमंत, चलावं"

सर्वजण घोड्यावर स्वार होऊन दौडू लागले. श्रीमंतांना वाड्यात पोचवून सरदार आपापल्या घरी गेले. संध्याकाळ गडद झाल्यावर सर्वत्र दिवे लुकलुकू लागले. शनवारवाडाही समयांनी प्रकाशित केला. सरदार, अधिकारी, प्रतिष्ठित मंडळींनी पाय उतार होऊन, घोडे मोतद्दारांच्या हाती सोपवले. सर्व मंडळी गणेश महालात आसनस्थ झाली. त्रिंबकमामांनी मंडळी उपस्थित असल्याची खबर दिल्यावर भालदार-चोपदारांच्या ललकाऱ्या उमटल्या. "निगाह रख्खोऽऽ अदबऽ बामुलाहिजाऽ खडीताजीमऽऽ श्रीमंत माधवराव बल्लाळ पेशवा तशरीफ ला रहे हैंऽऽ सावधानऽ बाअदब बाऽ मुलाहिजा खडी ताजीमऽ श्रीमंत माधवराव बल्लाळ पेशवा तशरीफ ला रहें हैं सावधान."

तो आवाज जवळ येऊ लागताच, मंडळी एकदम स्तब्ध झाली. सोनेरी गुर्झब खांद्यावर घेतलेले चोपदार द्वाराशी येताच, श्रीमंताचं पाऊल पुढं पडलं.

दरबाऱ्यांनी उठून नमस्कार केला. श्रीमंतांची नजर त्या महालात फिरू लागली. भिंतीवर अर्जुनाचं सारथ्य करीत असलेले भगवान श्रीकृष्ण आणि रावणाशीं युद्ध करणारे श्रीरामचंद्र अशा दोन तसबिरी होत्या. छताला आधार दिलेले शिसवी सुरुदार खांब, तेलपाणी दिल्यानं अधिक चमकदार दिसत होते. त्यावरच्या नाजुक वेल-बुट्ट्या डोळ्यांत भरत होत्या. सर्वांत पुढच्या खांबावर हैदराबादी मेघडंबरी चमकत होती. त्या खाली सुंदर गणेशमूर्ती विराजमान झाली होती. त्यावरचे हिऱ्याचे अलंकार समयांच्या आणि छतातून खाली येणाऱ्या प्रकाशात झगमगत होते. जवळच श्रीमंताची मसनद होती. द्वारापासून तिथपर्यंत मखमलीची पायघडी होती. केवड्याचा मधुर गंध भरून राहिला होता. सगळं स्वच्छ, टापटीप आणि सुंदर होतं. श्रीमंताची पावलं समाधानानं पुढं सरकली. पिवळसर साटीननं आच्छादलेल्या मसनदीपुढं उभं राहून, श्रीगणेशाला नमस्कार केल्यावर मसनदीला पदस्पर्श न होऊ देता ते स्थानापन्न झाले. दरबाऱ्यावर सस्मित नजर फेकून, त्यांनी बसण्याचा इशारा केला. आसनस्थ झाल्यावर त्यांची कौतुक भरली नजर श्रीमंतावर एकाग्र झाली.

त्यांनी घातलेल्या जरीबुंदी गुलाबी अंगरख्यावरच्या जाकिटावरचा नाजुक कशिदा नजरेत भरत होता. सरळ नाकाखाली अस्पष्ट काळी रेघ होती. मुखावर देवीचे व्रण असले तरी आत्मविश्वास आणि कर्तृत्वाच्या तेजानं त्यांना झांकून टाकलं होतं. समोरच्या माणसाला ओळखण्याची ताकद त्यांच्या नेत्रात होती. त्यांच्या गोऱ्या कपाळावर शिवगंध असून मस्तकावर पगडी होती. त्यातला हिऱ्याचा शिरपेंच झगमगत होता, मोत्यांच्या तुऱ्याच्या झुरमुळ्या कानाला स्पर्श करीत होत्या. कानाच्या पाळीत हिऱ्याचा चौकडा असून गळ्यात मोत्यांचे सर होते. त्यातलं पाचूचं बिल्वपत्र छातीवर रुळत होतं. त्यांची मूर्ती लहानशी असली तरी नजरेत विलक्षण जरब होती. त्यांच्या डाव्या बाजूला रघुनाथराव होते. कारभारी सखारामबापू त्यांच्यापाशी उभे होते. पेशवाईची वस्त्रं श्रीमंत माधवरावांना अर्पण केल्यावर, रघुनाथराव उभे राहिले. सर्वांवर नजर एकाग्र करून बोलू लागले,

"मंडळी, आजपासून श्रीमंत माधवराव पंतप्रधान झाला. आता तुमच्या साहाय्यानं तो हा राज्यराकट चालवणार आहे. तुम्ही सर्वांनी त्याच्यामागं राहून पानपताला झालेलं प्रचंड नुकसान भरून काढा. माधवा, आता दरबारी काम सुरू करायला हरकत नाही."

त्यांची अरे तुरेची भाषा माधवरावासच काय इतरांनाही आवडली नाही. परंतु कोणीच काही बोललं नाही. क्षणभरात श्रीमंत माधवराव पेशवे उभे राहून उत्तरले,

"तुम्ही सर्वांनी आमच्यावर टाकलेल्या विश्वासाचा गैरफायदा न घेता ती जिम्मेदारी पूर्ण करण्याच्या प्रयत्नात कसूर करणार नाही."

त्यांच्या शब्दांतली दृढता, आवेश सर्वांना स्पर्शू लागली. सखारामबापूंनी प्रस्ताव ठेवला.

"श्रीमंत, नारोपंतांना शहरात सुधारणा आणि संरक्षणासाठी इजाजत आणि रक्कम पाहिजे."

"नारोपंत तुळशीबागवाले, तुमच्या योजना, खर्चाचा अंदाज आमच्यासमोर ठेवल्यास जरूर मंजूर करूऽऽ"

नारोपंत खाली बसताच बापूच्या इशाऱ्यानुसार नारोमहादेव उभा राहिला. श्रीमंताना मुजरा करून बोलला,

"शिरीमंत, पीलखाना उखडलाय, समदी माती वर आलीय. पाणकळपात गळत असल्यामुळं चिखल होतोय जीऽऽ"

"बापू, तुम्ही स्वत: जाऊन पाहा आणि खर्चाचा तपशील सादर करा."

बरेच दिवस श्रीमंत नानासाहेब पुण्याबाहेर होते आणि त्यानंतर त्यांच्या मृत्यूमुळं रेंगाळलेल्या सर्व प्रस्तावावर तुरन्त निर्णय देऊन काम संपल्याचं जाहीर केलं. दरबार बरखास्त करून ते उठले. चोपदारांच्या ललकाऱ्यात ते निघाले. त्यांच्यामागून रेंगाळत चालत असलेली मंडळी भोजनगृहात प्रवेशली, बोलत बोलत जेवण झाल्यावर सर्वजण श्रीमंताचा निरोप घेऊन दौडू लागले.

* * *

५

परशुरामभाऊंच्या घरासमोर मंडप उभा राहिला. अगदी जवळचे नातेवाईक सोडून इतरांना आवतणं पाठवली नसल्यामुळं पटवर्धन, जोग आणि खाजगीवाले मंडळी प्रवेशली. दुसऱ्या दिवशीच मुहूर्त असल्यामुळं नौबतीच्या आवाजानं सर्वांना जाग आणली. मुदपाकखान्यातल्या चुली धगधगू लागल्या. कृष्णाबाईनं आप्पाला उठवलं. सुगंधित पाण्यानं स्नान करविल्यावर नवे रेशमी कपडे आणि अलंकारही घातले. तिनं त्याला देवघरापाशी आणताच नमस्कार करून तो बाहेर आला. भाऊ, गोपाळ, पुरुषोत्तमदाजी, हरीपंत खाजगीवाले आणि राधाबाईचे भाऊ गोपाळराव, विश्वनाथ आणि एक दोघे आप्पासह वाजंत्र्याच्या घणघणाटात देवदर्शनाला निघाले. जवळच असलेल्या गणेश मंदिरात मंडळी प्रवेशली. भाऊनी अकरा मोहरा आणि पाच नारळ ठेवून हात जोडीत कार्यसिद्धीस नेण्याची मनात विनंती केली. त्यांच्या सूचनेनुसार अप्पानंही नमस्कार केला. मंडळी पुन्हा मंडपात प्रवेशली. भाऊ राधाबाईसह पुण्याहवाचनास आसनस्थ झाले. कृष्णाबाई अंतर्गत सर्व व्यवस्था बघत होती. जानवं घातलेला बटू, सर्वांना नमस्कार करण्याकरतां गोपाळरावासह मंडपात हिंडू लागला. सर्वांनी त्याच्या हाती अहेर दिल्यामुळं, चालणं अशक्य झाल्याचं

पाहून, थैलीसह एक सेवक बरोबर घेतला. गोपाळरावांनी त्याला जानकीबाईसमोर आणलं. आप्पा तिच्यासमोर नम्र झाला. त्यांच्या गळ्यात कंठी अडकवून ती म्हणाली,

"आयुष्यवंत व्हा" असेच सर्वांचे आशीर्वाद घेऊन तो आजीपाशी आसनस्थ झाला. भोजनाची गडबड सुरू झाली. भोजन झाल्यावर काही मंडळी राहिली. सकाळपासूनच्या कार्यक्रमामुळं दमलेला आप्पा स्वस्थ झोपला. दुसऱ्या दिवशी सर्व नातेवाईक घरी गेले. घर पूर्णत: रिकामं झालं. त्या रात्री भोजन झाल्यावर जानकीबाईनं विचारलं,

"भाऊ, व्याडेश्वरला केव्हा जाणार?"

"मातोश्री, यांना घेऊन तुम्हीच जावा. आमच्याकडून येणं होईलसं वाटत नाही. त्या परीस आपण थेऊरच्या चिंतामणीच्या दर्शनास जाऊ याऽऽ"

"चालेलऽ! पुढं केव्हातरी सर्वांना घेऊन जावाऽऽ"

"मातोश्री, गणपतीही आपलं कुलदैवत असल्याचं तुम्ही आम्हास सांगितल्याचं आठवतंय."

"बरोबरऽ आपल्या मूळ पुरुषानं 'पुळे' गावी गणपतीसमोर बसून एकवीस दिवस उपवास केला. एक दिवस त्यांना शब्द ऐकू आले, 'देशावर जा, तिथं तुझा उत्कर्ष होईल. मनोमन नमस्कार करून ते निघाले आणि इचलकरंजीत आले, म्हणून 'गणपती' आपलं कुलदैवत. तरीही व्याडेश्वर आणि करंजेश्वरीला विसरून चालणार नाही."

"मातोश्री, परवा मंगळवार आहे. आपण थेऊरास जाऊया, तेही घोड्यावरून."

"म्हणता काय भाऊ?"

"सांगतो. राधाला मुलांसह आमच्या घोड्यावर घेऊ. तुम्ही शंकरच्या मागं बसाऽऽ आम्ही भोजनासंबंधी खबर धाडतो."

"मग तर कसलीच फिक्र नाही. जावा आता झोपायला."

ते उठून चालू लागले.

*

दुसऱ्या दिवशी भाऊ शनवारवाड्यात प्रवेशले. नेहमीप्रमाणं गडबड सुरू होती. आपापली कामं करण्यात सेवक व्यस्त होते. सखारामबापू काही कागदपत्रं घेऊन बदामी बंगल्यातून येत होते. त्यांना बघताच भाऊंना थोडासा अंदाज

आला. परंतु त्या बाबतीत कोणाकडंही न बोलण्याचा त्यांनी निश्चय केला. समोरून श्रीमंत माधवराव, मामा पेठे; नाना पुरंदरेसह येत होते. भाऊंनी पुढं सरकून नमस्कार केला. श्रीमंत त्यांच्या मुखांवर नेत्र स्थिरावत सांगू लागले,

"मंडळी, प्राप्त परिस्थिती तुम्ही जाणून आहात. यातून बाहेर पडून हे शिव-प्रभूंचं राज्य उत्कर्षाप्रत नेणं ही आपणा सर्वांची जिम्मेदारी आहे."

ते तिघंही सरदार एका स्वरात उत्तरले,

"श्रीमंत, फिक्र करू नये. तुम्ही सांगावं आणि आम्ही जिवावर उदार होऊन करावं इतकंच जाणतो."

"शाब्बासऽऽ. आमचीही तीच अपेक्षा आहे."

त्यांच्यासमवेत जाऊन श्रीमंतानी बुरुजांची पाहणी केली. तिथलं संरक्षण अधिक मजबूत करण्याचं ठरवून ते मागं परतले. ते वाड्यात प्रवेशल्यानंतर भाऊ हात जोडून म्हणाले

"श्रीमंत, एक विनंती आहे."

"बोलाऽऽ"

"श्रीमंत, मुलाची मुंज झाली. त्या प्रीत्यर्थ थेऊरास जाण्याचा माझ्या मातोश्रीचा प्रस्ताव आहे."

"म्हणजे तुम्ही उद्या येणार नाही अस्संच ना?"

भाऊनी मान हालवली. इतर सरदारांच्या पार्श्वभूमीवर भाऊंच्या परवानगी, विचारण्यानं त्यांना आश्चर्यात बुडवलं. ते म्हणाले,

"चिंतामणीच्या दर्शनानं मनाला समाधान मिळतं. ताकद प्राप्त होते. जावाऽ. खुश्शाल जावाऽऽ"

सखारामबापू सहीसाठी कागदपत्र घेऊन आल्याचं ध्यानी येताच परशुरामभाऊ श्रीमंताना नमस्कार करून चालू लागले.

मंगळवारी पहाटेच मंडळी मार्गस्थ झाली. मुलंही खुशीत होती. थेऊरला आल्यावर घोड्यांना झाडाखाली उभं केल्यावर राधाबाई आणि जानकीबाई पाय-उतार झाल्या. शंकर घोड्यांच्या पुढं घास टाकून म्हणाला,

"ताईसाब, आकास्नी माज्यापाशी देऊन पाय धुवायला जावाऽऽ"

लेकीला त्याच्यापाशी देऊन ती सासूसमवेत चालू लागली. घंटांचा आवाज निनादला. जानकीबाई गाभाऱ्यासमोर उभी राहिली. भाऊ हाती तबक घेऊन आत प्रवेशले. पुजारी तिथंच होता. राधाबाई आप्पासह आली. भाऊ म्हणाले,

"पुत्राच्या मुंजी प्रीत्यर्थ आणलं आहे, ते श्रीपुढं ठेवून गाऱ्हाणं घाला." त्यानं मान हलवली. भाऊंनी दिलेली कंठी चिंतामणीच्या गळ्यात अडकवून नारळ, पेढे हे समोर ठेवले. त्यानं गाऱ्हाणं घातल्यावर कुंकू लावून, प्रसादाचा नारळ व पेढे दिले. चिंतामणीच्या मुखावर स्मित असल्याचा भाऊंना भास झाला. गाभाऱ्यात मूर्तीच्या दोन्हीं बाजूस चांदीच्या समया तेवत होत्या. त्यात लामणदिव्याचा प्रकाश मिसळत होता. पूजा झाल्यामुळं चंदनी उदबत्त्यांचा सुगंध भरून राहिला होता. जानकीबाईनं जास्वंदीची लाल फुलं आणि दुर्वा ठेवून नमस्कार केला. चिंतामणीच्या मस्तकावरच्या मुगुटातले हिरे-माणिक झगमगत असून नाभीतला हिरा चमचमत होता. भाऊ आत्यंतिक समाधानानं बाहेर पडले. राधाबाईही जानकीबाईसह आली. प्रदक्षिणा झाल्यावर बयोला घेऊन स्तोत्र म्हणत ओवरीतच बसली. भोजनाची व्यवस्था झालेली होती. ओवरीत जेवायचं असल्यामुळं, ब्राह्मण येऊन आसनस्थ झाले. भाऊंनी भरपूर दक्षिणा त्यांच्या हातावर ठेवून नमस्कार केला. आशीर्वाद घेतल्यावर त्यांनी विनंती केली.

"भोजन करावं."

केळीच्या हिरव्यागार पानांवर असणाऱ्या सुग्रास अन्नाला नमस्कार करून ते जेवू लागले. भाऊ त्यांना आग्रह करीत जवळच उभे होते. त्यानंतर ते परिवारासह जेवू लागले. थोडा वेळ विश्राम करून चिंतामणीला नमस्कार केल्यावर ते दौडू लागले. ते घरी आले तेव्हा बरीच रात्र झाल्यामुळं दूध पिऊन स्वस्थ झोपले.

*

मार्गशीर्षाची पावलं पडू लागताच थंडीही वाढली. तिन्ही सांजेला पुण्यातल्या रस्त्याला शुकशुकाट दिसू लागला. घरांचे दरवाजे उघडून पहारेकरी उभा राहिला. नेहमीप्रमाणे व्यवस्था असल्याचं पाहून सेवक बाहेर आला. सर्वजण उपस्थित असल्याची खबर त्रिंबकमामानी दिल्यावर, श्रीमंत माधवराव चोपदारांच्या ललकाऱ्यात पावलं टाकू लागले. दरबारात प्रवेश केल्यावर सर्वांवर सस्मित नजर फेकीत, ते आसनस्थ झाले. त्यांच्या डाव्या बाजूस रघुनाथराव बसले होते. श्रीमंत बोलू लागले,

"मंडळी, पानपतच्या युद्धात होत्याचं नव्हतं झालं. आमचे भाऊसाहेब, विश्वासराव, समशेर बहाद्दूर, तीर्थरूप स्वर्गस्थ झाले. मातबर सरदारही मृत्युमुखी पडले. आम्ही वयानं लहान असल्यामुळं आक्रमण केल्यास काही मुल्क आणि

पैका हाती येईल, असा विचार करून निजाम मंदिरं फोडीत, शेताची नासधूस करीत पुण्याकडं येऊ लागलाय. अशा अवस्थेत काय करायचं?''

त्रिंबकमामा आणि परशुरामभाऊ उभे राहून एकदम बोलले,

''त्याला आपली ताकद दाखवायची!''

''ही खबर कुणी दिली?''

''काका, कुणी दिली हे महत्त्वाचं नसून, प्राप्त परिस्थितीचा मुकाबला करणं निहायत जरुरीचं आहे. त्याचा भाऊ मोगल अली, आम्हास शामील असल्याचा खलिता आलाय.''

परशुरामभाऊ उभे राहून म्हणाले,

''पुरता बीमोड केला तरच आपली ही परेशानी दूर होईल.''

''अगदी बरोब्बर! या लढईचं नेतृत्त्व कोण करणार?''

श्रीमंत माधवरावांनी रघुनाथरावास नेतृत्व दिल्यावर, एकेकाची नावं घ्यायला सुरुवात केली.

''मामा पेठे, परशुरामभाऊ, गोपाळराव, दाजी पटवर्धन, विठ्ठल शिवदेव, सरदार बिनीवाले, जाधव यांनी आमच्या काकांसमवेत जावं.''

''आम्ही तैयार आहोतऽऽ''

माधवरावांचं समाधान झालं. त्यानंतर इतर प्रस्तावावर चर्चा झाल्यावर दरबार बरखास्त करून ते उठले.

*

परुरामभाऊ घरी आले. त्यांनी मातेला सर्व हकीगत सांगितल्यावर जपून राहण्याची सूचना देत तिनं विचारलं,

''सूनबाईला माहेरी पाठवू की?''

तिथंच उभी असलेली राधाबाई चटकन उत्तरली.

''सासूबाई, तुम्हास एकलं सोडून जाणार नाही.''

''असा अविचार करू नकोस बाईऽऽ''

भाऊनीही तिला समजावलं, परंतु सासूबरोबरच राहण्याचा हट्ट न सोडल्यामुळं माता-पुत्र काहीच बोलले नाहीत.

सुमुहूर्त हाती येताच रघुनाथरावांनी सर्वांना सूचना दिल्या. आपापसात बोलत मंडळी घरी परतली. प्रस्थानाच्या दिवशी नौबतीचा आवाज कानी पडताच राधाबाईला जाग आली. ती हळूच उठून चालू लागली. द्वारापुढं स्वत:च रांगोळी

रेखून, दासीला अंघोळीची तयारी करण्याचा आदेश दिला. थोड्याच वेळात राधाबाई महालात येऊन बोलली,

"उठावं. स्नानाची तैयारी केलीय."

काहीच न बोलता त्यांनी तिला पांघरुणात ओढलं. इतकं घट्ट आवळलं की तिला सुटताच येईना.

"इश्श, हे काय प्रभाती?"

"पत्नीला छातीशी धरायला वेळेचं बंधन नसतं. आजपासून आम्हास उपवासच घडणार आहे."

त्यांनी तिला चांगलच कुसकरलं. हळूच बाजूला सरकत पदर व्यवस्थित करून तिनं सूचित केलं,

"देर होतेय."

"आलोचऽ"

ते चटकन उठून चालू लागले. स्नानगृहात जाऊन त्यांनी अंगावर गरम पाणी घेतलं. ओलेत्यानंच ते देवखोलीत प्रवेशले. पूजेची सर्व तयारी होती. पूजा करून स्तोत्र म्हणत ते महालात आले. त्यांची वस्त्रं घेऊन राधा उभी होती. तिनं दिलेला आकाशी चोळणा पायात कसून, पिवळा रेशमी अंगरखा घातला. भगवा शेला कंबरेत बांधून त्यात तलवार बंदिस्त केली. गोऱ्या कपाळावर शिवगंध रेखून कानाच्या पाळीत माणकांचा चौकडा अडकवला. गळ्यात मोत्यांचे सर घालून त्यांनी मस्तकावर पगडी ठेवली. नाश्ता केल्यावर ते म्हणाले,

"आम्ही पुण्याच्या आसपास आहोत. चिंता न करता स्वत:कडं बघाऽऽ" मान हालवीत तिनं शंकरबरोबर वस्त्रांची संदूक धाडल्याचं सांगताच ते हसून उत्तरले, "वा: चांगलं केलंत. आम्हास तर यादच नव्हती. आता आम्ही चलतो."

तिचं दीर्घ चुंबन घेऊन ते मातेपाशी आले. तिची चरणधूळ मस्तकी घेत असता ती म्हणाली,

"भाऊ, यशवंत व्हा"

त्याचं पथक आधीच निघाल्यामुळं ते दौडू लागले. ते वाड्याच्या प्रांगणात आले, तेव्हा सरदार आपापल्या पथकासह उभे होते. 'हरहर महादेवऽऽ हरहर महादेव' अशा बुलंद घोषणानी परिसर आवाजित झाला होता. श्रीमंत माधवराव बाहेर आले. त्यांनी उजवा हात उंचावून इशारा करताच, ढोल, मोगर शिंगाच्या आवाजाबरोबर उत्तुंग घोषणा देत फौजा निघाल्या. श्रीमंत रघुनाथराव सरदारांसह

डेरेदाखल झाले. मंदिरांची नासधूस करीत निजाम पुढं सरकला होता. त्रिंबकमामानी सुचवलं,

"श्रीमंत, त्याला गाठायला थोडीही देर झाली तर तो शहर बेचिराख, करायला मागं येणार नाही.''

"ठीक आहे.''

पुण्यापासून १७-१८ मैलांवर असलेल्या ऊरुळीत मराठी फौजांनी अतिशय त्वेषानं हल्ला चढवला. निजामाचं कंटाळलेलं सैन्य गर्भगळित होऊन पळत सुटलं. आपला पराभव अटळ असल्याचं जाणून निजामानं तह करण्याचं ठरवलं. रघुनाथरावांनी बापूस बोलावणं धाडलं. त्यांनी येऊन नमस्कार करीत विचारलं,

"श्रीमंत, माझी याद केली?''

"होय. इथं आमच्या नजदीक बसाऽऽ''

बापू आसनस्थ होताच, श्रीमंत दादासाहेब संजाबावर हात फिरवीत हलक्या आवाजात सांगू लागले,

"बापू, भविष्यात आम्हास गरज भासली तर हातचा म्हणून याला राखून ठेवावं, असा आमचा विचार आहे. तुम्ही काय सुचवता?''

"दादासाहेब, तुमचा इरादा अगदी योग्यच आहे. यापेक्षा मी काय सुचवणार?''

"तरीही मनात एक डर आहे.''

"कोणता?''

"आम्ही दया दाखवून त्याला सोडला आणि तो जातीवर गेला तर?''

"श्रीमंत, त्यासंबंधी फिक्र करू नये. ते सर्व आमच्यावर सोपवा. तुम्ही थोडासा मुल्क आणि पैका घेऊन त्यास सोडून द्यावा.''

"हे अगदी आमच्या मनातलं बोललात बापू.''

ते नमस्कार करून गेल्यावर कारकुनाकडून त्यांनी काही तकलादू अटी लिहून घेतल्या. दुसऱ्या दिवशी निजामाचा वकील येत असल्याची खबर आली. त्यांच्याकरता वस्त्रं आणण्याची त्यांनी व्यवस्था केली. तो आल्यावर दादासाहेबांनी उत्तम स्वागत केलं. सर्व सरदारांच्या उपस्थितीत हैदराबादी कलाकुसर असलेला सोन्याचा कंठा श्रीमंतास दिला. तेव्हा ते म्हणाले,

"तुमच्या खाविंदानी धाडलेला हा तोहफा आम्हास खूप आवडल्याचं त्यांना सांगा.''

दुभाषीनं भाषांतर करून सांगताच, वकील सुखावत त्यांच्याकडं पाहू लागला ते म्हणाले,

"चाळीस लक्षांचा मुल्क देत असला तर लढाई थांबवतो. अन्यथा..."

"श्रीमंत आपकी शर्त हमारे आलमपनाह को पसंद आएगी!"

कारकुनाने दोन कागद तयार केले. त्यावर दोघांच्या सह्या झाल्यावर त्याला एक कागद आणि वस्त्रं दिली. अत्तर-गुलाब होऊन निरोपाचे विडे मिळाल्यावर ते चालू लागले. थोडासा मुल्क घेऊन निजामाला सोडल्याचं, कुणालाच आवडलं नाही. त्रिंबकमामांनी नापसंती दाखवली.

"श्रीमंत, त्याला ठेचायचं ठरवलं असताना, असा सोडायला नको होता."

"तुम्ही आम्हास शिकवता?"

त्यांचा कठोर स्वर आणि शब्दांतला अर्थ जाणून परशुरामभाऊ नम्रतेनं बोलले,

"श्रीमंत, तुम्ही आम्हापरीस श्रेष्ठ आहात. परंतु पुन्हा पुन्हा त्याची परेशानी नको म्हणून त्याच्याकडून एक कोटी रुपये आणि पन्नास लक्षांचा मुल्क घेणं जरुरी होतं, असं सर्वांचं मत मी बोललो."

"मंडळी, निजाम आमचा शेजारी! उद्या हैदरनं आपल्यावर हमला केला तर निजामच मदत करील, असा विचार करून त्याला सोडला."

त्यावर कोणीच काहीही बोलले नाहीत. सगळे नाराज होऊन परतले. घरी जाण्यापूर्वी श्रीमंतांना नमस्कार करण्यासाठी येत असल्याची, खबर पटवर्धन मंडळीनं धाडली, तेव्हा श्रीमंत माधवराव मातेच्या महाली होते. गोपिकाबाईनं स्वतःच गोपाळरावांना बोलावून घेतलं. त्यांनी येऊन दोघांसही नमस्कार केला. तिनं उत्सुकता प्रगट केली.

"गोपाळराव, दादासाहेब आल्याचं समजलं. परंतु ते आम्हास का भेटले नाहीत?"

"आईसाहेब, निजामाचा आम्ही दारुण पराभव केला. परंतु दादासाहेबांनी चाळीस लक्षाचा मुल्क घेऊन सोडलं."

माधवराव व्यथित होऊन आश्चर्यानं ओरडले,

"काय?"

परशुरामभाऊ उठले. अदब राखीत सांगू लागले,

"आईसाहेब, चहाडी नाही. सत्य परिस्थिती सांगतो. क्षमा असावी.

वकिला समोर आम्ही अटी ऐकल्या, तो गेल्यावर मामांनी विचारलं, 'त्याला गाडायचं ठरवून आलो असता, असा सोडला का?' त्यावर ते त्यांच्यावर डाफरले. सर्वजण नाराज झाले. फक्त बापू त्यांचा उजवा हात बनलाय.''

भाऊंनी नजरेतून इशारा केल्यावर चहूकडचा कानोसा घेऊन गोपाळराव हलक्या आवाजात सांगू लागले,

''आईसाहेब, श्रीमंतांना बाजूला करून स्वत: पेशवा होण्याकरता ते कोशिश करीत आहेत.''

''तुम्हास कसं समजलं?''

''ते सांगता येणार नाही. इथं तुम्हास खूष करण्याकरता बोलत असले तरी बदामी बंगल्यात, काही मंडळीसमवेत कारस्थान करण्याचा उद्योग चालू असतो.''

हे ऐकल्यावर विचारमग्न होऊन क्षणभरानं माधवराव म्हणाले,

''म्हणजे आमच्या विरुद्ध उभे राहिले तर निजामाची मदत घेता येईल असा त्यांचा विचार असावा.''

''अगदी बरोब्बर! परंतु त्यामुळं सल्तनतीला धोका पोचतोय श्रीमंत.''

''त्याकरता ही जिम्मेदारी सोडायला आम्ही तैयार आहोत.''

गोपिकाबाई हातानं इशारा करीत उत्तरली,

''रावसाहेब, तुम्ही स्वत:चा अधिकार सोडू नये.''

''आईसाहेबांचं सांगणं अगदी बरोबर आहे. श्रीमंत, आम्ही पटवर्धन तुमच्यामागं आहोत. तुम्ही असं बोलू नयेऽऽ''

''ठीक आहे. परंतु धरसोडीची भाषा बोलून आम्हास त्रस्त का करतात?''

''माधवा, सध्या त्याकडं दुर्लक्ष करणंच योग्य आहे.''

दादासाहेब येत असल्याची खबर येताच माधवराव, पटवर्धनासह चालू लागले.

*

भाऊ घरी आले. स्नान करून देवाला नमस्कार केल्यावर ते मातेपाशी आसनस्थ झाले. तिनं विचारलं,

''तुमची सरशी झाली ना?''

''होयऽऽ परंतु फायदा नाही. तो पुन्हा डोकं वर काढल्याशिवाय राहणार नाही.''

"त्याला पाठीशी घालण्यात थोरल्या श्रीमंताचा भाग नाही ना?"

"मोठ्या घरच्या गोष्टी आपण का बोलाव्यात?"

"कानावर आलं म्हणून बोललोऽऽ भाऊ, तुम्ही धाकल्या श्रीमंताकडं राहणंच आवश्यक आहे."

भाऊनी तिचं मन चाचपण्याकरता प्रश्न केला.

"का बरं?"

"सांगतो. चालत आलेल्या परंपरेनुसार धाकले श्रीमंतच 'पेशवा' आहेत. न्यायानं जायचे म्हटले तर, तुम्ही त्यांच्याच बाजूला राहायचं. कितीही आकर्षणं असली, तरी बळी पडायचं नाही हे ध्यानी असू द्या. पटवर्धन विश्वासघातकी आहेत, असं म्हटलेलं आम्हास आवडणार नाही."

"मातोश्री, श्रीमंत माधवरावांचा पक्ष सोडून जाणार नसल्याचा वादा करतो."

"शाब्बासऽ भाऊऽऽ"

मुदपाकखान्यातून धावत आलेला आप्पा आजीला बिलगून म्हणाला,

"आमी लहान आहोत. म्हणून तुम्ही 'शाब्बाश बेटे' म्हनता, भाऊ मोटे आहेत त्यांना 'शाब्बाश का म्हणालात?"

त्याच्या बोलण्यानं दोघानाही हंसवलं. उंबरठ्यात उभी राहून लुटूलुटू चालणाऱ्या बयोकडं कौतुकानं बघत राधाबाई उत्तरली,

"आजींच्या परीस तुमचे तीर्थरूप लहान असल्यामुळं शाबासी दिली."

बयो येऊन आजीच्या मांडीवर स्थिर झाली. राधाबाईसारखी देखणी आणि भाऊसारख्या सुदृढ नातीला गोंजारू लागताच ती डोलू लागली. भाऊनी विचारलं,

"काय अप्पा, अभ्यास करतोस की दिवसभर खेळ?"

"गुरुजी आमचेकडून सगळं पाठ करून घेतात. शंकरमामा आम्हाला घोडदौडीला नेतो. भाऊ आमच्याकरता तट्टू आणा. त्या उंच 'दौलत' वर बसणं जमत नाही."

"आणतोऽऽ"

"मग मी तुमच्यासंगे लढाईवर येईन."

बयो उभी राहून, त्याच्याकडं बघत बोलली.

"मीऽऽमीऽऽ"

"भाऊ, ही काय म्हणते बघाऽऽ बायका कधी लढाईवर जातात का? वेडीच आहेऽऽ" ती रडू लागली तेव्हा भाऊंनी कौतुकानं विचारलं,

"समजलं वाटतं?"

"सगळं समजतं. फक्त बोलता येत नाही इतकंच! बयो, भाऊंकडं जा. नाही तर आप्पा जाईल."

ती चटकन त्यांच्या मांडीवर बसून विजय प्राप्त केल्याच्या आनंदात हसू लागली. निसूर होत चाललेल्या समयात तेल घालून राधाबाई म्हणाली,

"जेवायला चलावं."

बयोला मातोश्रीपाशी देऊन ते अप्पासह निघाले. भोजन केल्यावर ते महाली आले. जेवणं झाल्यावर दासी सेवकांना सूचना देऊन कडी कोयंडे पाहिल्यावर ती महाली प्रवेशली. भाऊ पलंगावर पहुडले होते. एक समई ठेवून तिनं बाकीच्या शांत केल्या. खिडक्यावरचे पडदे बाजूला करून ती पलंगापाशी आली. भाऊनी ओढून छातीशी धरताच, लाजरी नजर त्यांच्यावर स्थिरावली. ती हळूच बोलली,

"सांभाळूनऽऽ! अधिक घट्ट नकोय."

त्या शब्दांतला अर्थ जाणून त्यांनी विचारलं,

"कितवा?"

"तिसरा."

"जमीन फारच सुपीक दिसत्येय!"

"बी बलवान असल्यावर ती नाकारणार कशी?"

त्यांना खूप गम्मत वाटली. ते हसत हसत उत्तरले,

"चांगला टोला लगावलात कीऽऽ"

"आम्ही अयोग्य बोललो का?"

"नाहीऽऽ"

त्यांनी आवेगानं तिला छातीशी धरलं. तृप्त झाल्यावर ते स्वस्थ झोपले.

*

प्रभातीच श्रीमंत स्नान पूजा आटोपल्यावर महालात येऊन काही कागद पाहत असता भयभीत झालेले नाना फडणीस द्वाराशी आले. खबर पाठवून ते प्रवेशले. श्रीमंतांनी विचारलं,

"नाना, काही खास?"

"होय, म्हणूनच अवेळी यावं लागलं."

"नाना, राज्यकर्त्यांना सकाळ, दुपार, रात्र समान असतात. तुम्ही शौकसे बोलाऽ"

"श्रीमंत, दादासाहेब फौजेसह पुण्यावर आक्रमण करण्यासाठी येत असल्याचं समजलं. ते तुमच्या कानावर घालण्याकरता धावत आलो."

"सांगितलंत हे चांगलंच झालं. इथं आसपास असेल त्या सरदारांना तुरन्त बोलावणं धाडा आणि बाहेर गावच्याना आज्ञापत्र रवाना करा.ऽऽ"

"आज्ञा श्रीमंत."

नाना बाहेर आले. थोड्याच वेळात मंडळी उपस्थित झाली. नानांनी सर्वांना आणून बसवलं. द्वाराबाहेर विश्वासू सेवक उभा करून कुणालाही फिरकू न देण्याची सूचना केली. श्रीमंत आले. उच्चासनावर स्थानापन्न होऊन बोलू लागले.

"मंडळी, बालपणात मातोश्रीनी महाभारत सांगितलं. जाणत्या वयात आम्ही वाचलं. परंतु आमच्या घरातच 'महाभारत' उभं राहील, असं मला वाटलं नव्हतं."

"श्रीमंत, कष्टी होऊ नये. आम्ही सर्व तुमच्या पाठीशी आहोत. जशास तसं असा इंगा दाखवावा लागतो."

"भाऊ, तुमचं म्हणणं योग्य आहे. परंतु लहानपणी अंगाखांद्यावर खेळलो, त्या काकांवर हमला करणं फार कठीण वाटतंय."

"श्रीमंत उरुळीत निजामाला हातचा राखला तेव्हाच आम्हा सर्वांच्या ध्यानी आलं. तेच आज स्पष्ट झालंय. श्रीमंत भाऊंचं म्हणणं अगदी योग्यच आहे. सापाला किती दूध पाजलं, तरीही तो गरळच ओकणार. केव्हा डेरेदाखल व्हायचं ते सांगावं."

"मामा-भाऊ, तुमच्या शब्दांनी आमचं मन तैयार केलं. तुम्हीच मुहूर्त काढून आणा. सामानाच्या गाड्या, दासी सेवकांची योजना नाना पुरंदरेनी करावी."

"आज्ञा श्रीमंत."

"परंतु दादासाहेबांना निजाम मदत करणार असल्यामुळं, आपली तैयारीही तश्शीच हवीऽऽ"

"मामा, हे सर्व तुम्ही सरदारांनी ठरवावं. यावक्ती आमचे अंगी ताकदच राहिलेली नाही. आम्ही फार बेचैन आहोत."

"श्रीमंत, बेफिक्र असावं. सर्व तैयारी करतो. आमचा यकीन..."

"मामा, तुमचेवर विश्वास ठेवायचा नाही म्हणजे आमचा स्वतःवर भरोसा नसण्यासारखं आहे. नानाला बोलावून घ्याऽऽ"

भाऊ उठून बाहेर गेले. क्षणभरात ते नानासह प्रवेशले. त्यांनी नमस्कार केला. त्यांना बसण्याचा इशारा करून ते सांगू लागले,

"नाना, आम्ही काकावर हमला करण्यासाठी जात आहोत. मातोश्रींच्या मदतीनं इथला इंतजाम तुम्ही करा. दुसरं म्हणजे आत्तापर्यंत न्यायदान आम्ही करीत होतो, परंतु या लढाईमुळं आम्हास ते नामुमकिन आहे. म्हणून निःस्पृह, कुणाच्याही प्रतिष्ठेला बळी न पडणारी व्यक्ती आमच्यासमोर उभी कराऽऽ"

"रामशास्त्री प्रभुणे."

मामा आणि भाऊनीही तेच नाव उच्चारताच श्रीमंतांची खात्री झाली. ते म्हणाले, "नाना, त्यांच्या नियुक्तीचं पत्र तैयार करून, शास्त्रीबुवांना आमच्यापाशी घेऊन याऽऽ"

नाना त्यांची अनुज्ञा घेऊन चालू लागताच श्रीमंत निघाले. इतर मंडळीही त्यांच्या मागून पावलं टाकू लागली. भाऊ घरी आले. नेहमीप्रमाणं सर्व हकीगत सांगताच जानकीबाई चक्रावत म्हणाली,

"धरला तर चावतो, सोडला तर पळतो, अशी तुमच्या श्रीमंतांची अवस्था झाली असावी."

"ते फार दुखावलेत. आम्ही लोकांनी धीर देऊन, त्यांना उभं केलंय."

बाहेरून आलेल्या आप्पानं त्यांच्यापाशी येऊन विचारलं, "भाऊ, तुम्ही पण दाजी काकासंगे जाणार का?"

"होऽऽ"

"आम्हासही घेऊन चलाऽऽ"

"सध्या तुम्ही अभ्यास, जोर, बैठका काढून बलवान व्हा. थोडे मोठे झाल्यावर लढायाच करायच्या!"

"तेव्हा लढाया संपल्या तर?"

"बेटे, लढाया कधीच खतम होणार नाहीत."

शेजारचा बाळू आल्यामुळं तो उड्या मारीत निघून गेला.

डेरेदखल होण्याकरता तयार झालेल्या भाऊंच्या हातावर राधाबाईनं दिलेली साखर तोंडात टाकून त्यांनी मातेला नमस्कार केला. पत्नीचा नजरेनं निरोप

घेतल्यावर त्यांनी 'शुभंकर' वर घट्ट मांड घेतली. ते दौडत वाड्यासमोर आले. फौजा 'हरहर महादेवऽऽ हरहर महादेवऽ' अशा बुलंद घोषणा देत होत्या. ढोल वाजत होते. श्रीमंत डेरेदाखल होत असल्याचं शहराला समजलं. श्रीमंत मातेला नमस्कार करून बाहेर आले. रमाबाईनं हातावर दिलेलं दही प्राशन करून, ते म्हणाले,

"आम्ही चलतों. स्वत:ची काळजी घ्याऽऽ"

पुन्हा जोरदार घोषणा सुरू झाल्या. त्यांनी इशारा करताच फौजा निघाल्या. सरदारासह श्रीमंत दौडू लागले. आलेगावला त्यांची छावणी होती. निजामाच्या मदतीनं दादासाहेबांनी छावणीवर जोरदार आक्रमण केलं. श्रीमंतांचा पराभव झाला. त्या रात्री माधवरावांनी शरणागती पत्करायचं ठरवून जाहीर केलं. भाऊ, गोपाळराव, पुरुषोत्तमदाजी, त्रिंबकमामा वगैरे सरदारांनी विरोध केला. परंतु माधवरावांनी त्यांना आपलं म्हणणं पटवलं. दुसऱ्या दिवशी ते हात बांधून आपल्या सरदारांसमवेत, दादासाहेबांच्या शामियान्यात प्रवेशले तेव्हा ते बापू, गंगोबातात्या, चिंतो विठ्ठल इत्यादीशी आढ्यतेनं बोलत होते. त्यांना पहाताच ते म्हणाले,

"ये माधवाऽऽ"

श्वेत पोषाखातले हात बांधून उभे राहिलेले माधवराव म्हणाले,

"काका, हे शिवप्रभूचं राज्य आम्हास देतां येत नाही. परंतु परंपरेनं चालत आलेला हा आमचा शिरपेच तुमच्यासमोर ठेवतो आहोत."

इतकंच बोलून त्यांनी मान खाली घातली आणि त्यांचे जोडे छातीशी धरून आवंढा गिळला. दादासाहेब पुतण्याची अवस्था पाहून गलबलले. त्यांना काय करावं हेच सुचेना. इतर सरदारांनी आवंढा गिळून अश्रूना मागं परतवलं.

*

निजामाच्या मनात पेशव्यांबद्दलचा राग फुलवायला बापू आणि गंगोबा होतेच. माधवरावांपाशी पटवर्धनांचं वाढलेलं प्रस्थ कमी करण्याकरता मिरज जिंकण्याची चिथावणी निजामास देण्यात ते विसरले नाहीत. नंतर तो पुण्याच्या रोखानं निघाला. त्याच्या पद्धतीनुसार सर्वत्र आग लावीत तो पुढं सरकू लागला. पुणे घाबरून थरथरू लागलं. मल्हारराव रास्तेनी आग्रह करून गोपिकाबाईला जामदारखान्यासह सिंहगडावर धाडलं. अशा या वातावणामुळं जानकीबाई भयंकर घाबरली. राधाबाईचे दिवस भरात आल्यामुळं माहेरी पाठवून ती स्वत:

खाजगीवालेकडं, स्वत:च्या भावाच्या घरी गेली. पुणे बेचिराख करण्याच्या इच्छेनं तो पुढं सरकत असल्याचं समजताच, चुलता-पुतण्या तात्पुरते एक झाले. मल्हारराव होळकर, पवार वगैरेंच्या मदतीनं त्यांनी निजामावर हल्ला करायचं ठरवलं. सरदारांसह ते औरंगाबादला आले. निजाम-पेशवे समोरासमोर न येता आडून-आडून मुल्क बेचिराग करीत होते. पुण्यातही तेच चाललं असल्यामुळं सर्वत्र भय भरून राहिलं होतं. पुणं वाचवण्याकरतां औरंगाबाद आणि राक्षसभुवनला असलेल्या निजामाच्या सैन्यावर, मराठी फौजा त्वेषानं तुटून पडल्या. निजामाचा मुत्सद्दी विठ्ठल सुंदर राक्षसभुवनाच्या लढाईत मारला गेला. सैन्य पळू लागलं, तेव्हा तहाचा प्रस्ताव पुढं आला. श्रीमंतांनी सर्वांशी विचार विनिमय करून एक्याऐंशी लक्षाचा मुल्क त्याच्याकडून घेतला.

श्रीमंतांनी परशुरामभाऊस बोलवणं धाडलं. त्यांनी येऊन नमस्कार करीत उत्सुकता प्रगट केली.

"श्रीमंत, मला बुलावा धाडला?"

"होयऽ बसा सांगतो."

ते आसनस्थ झाल्यावर श्रीमंत हलक्या आवाजात सांगू लागले,

"आम्हास पुण्यात येण्यास बरीच देर आहे. म्हणून तुम्ही जाऊन पुण्याची हिफाजत करावी, असं आम्हास वाटतं."

आपल्या मनातलंच त्यांच्या मुखातून बाहेर पडल्याचं पाहून, त्यांना खूप बरं वाटलं. ते उत्तरले,

"श्रीमंत, फिक्र नसावी. तुमच्या सूचनेनुसार सर्व करतो"

"ठीक आहे. कधी निघताय?"

"उद्या प्रभातीच!"

श्रीमंतांच्या मुखावर समाधान उमटलं. भाऊ त्यांना नमस्कार करून निघाले. आपल्या डेऱ्यात येऊन त्यांनी पथकास उद्या पुण्यास निघण्याचा आदेश धाडला. सामानाच्या गाड्या आणि सेवकाना पुढं धाडून, श्रीमंतांना नमस्कार केल्यावर ते दौडू लागले. पुण्यात प्रवेशताच, त्या सुंदर शहराची मोडकी तोडकी, दयनीय अवस्था पाहून ते चक्रावले. सर्वत्र उकीरडे, भग्न झालेली घरं, जळलेली झाडं पाहून ते चक्रावले. श्रीमंतांनी दिलेला खलिता नानांच्या हाती देऊन ते धास्तावत दौडू लागले. ते आपल्या घरापाशी आले. तेव्हा पुढचा दरवाजा उघडा होता. आजूबाजूला नासधूस झाल्याची चिन्हं दिसत नव्हती. मुक्त

श्वास टाकून त्यांनी हाक दिली.

"मातोश्रीऽऽ"

पुत्राचा आवाज ऐकताच ती पुढं आली. तिच्या डोळ्यातलं पाणी पाहून ते म्हणाले,

"आता आम्ही आलोय म्हटलं!"

"म्हणूनच हे आनंदाश्रू आहेत. पाय धुवून या, संगळं सांगतोऽऽ"

ते धोतर नेसून अंगात सदरी घालीत तिच्यापाशी आले. त्यांच्यासमोर फोडणीचे पोहे ठेवून ती प्रत्येक शब्दावर जोर देत सांगू लागली,

"तुम्ही गेल्यावर शेतीवाडी, मंदिरांना आग लावीत, घरादारांची मोडतोड करीत मुसंडे येत असल्याचं ऐकून आम्ही घाबरलो. मुलांसह सूनबाईला तासगावला धाडून आम्ही माहेरी गेलो. त्यानंतर पंधरा दिवसांनी हरीचा जन्म झाला. अगदी तुमच्या सारखाच दिसतो. तुम्ही तासगावला जावा. पुण्यात गडबड नसेल, तर तिला घेऊन याऽऽ"

हातातला पोह्यांचा वाडगा ठेवीत असता खाजगीवाले मामा आल्यामुळं ते बैठकीत येऊन आसनस्थ झाले.

* * *

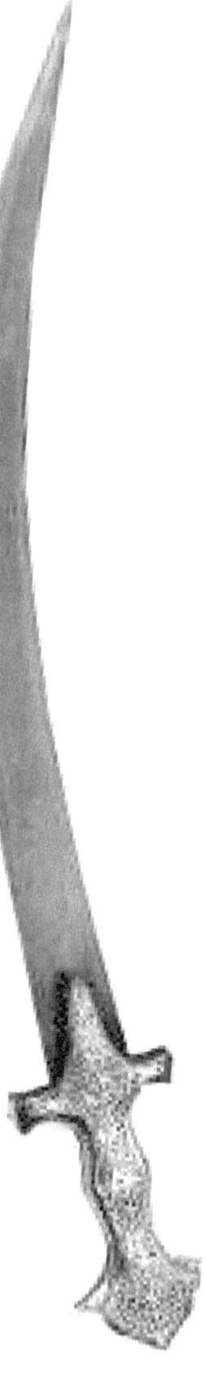

६

हैदरअलीनं कारवार-धारवाडवर अधिकार केला. त्यानं आरमार उभं केलं. पेशव्याचा पन्नास-साठ लक्षांचा मुल्क दाबून महाराष्ट्राकडं येऊ पाहत असल्याचं खबरगीरानं सांगताच श्रीमंत माधवराव चिंतामग्न झाले. त्याचा सामना करण्याशिवाय दुसरा मार्ग नसल्याचं ध्यानी येताच त्यांनी मनाची तयारी केली. माघ सुरू असला तरी हवेत सुखद गारवा होता. आम्रवृक्षांवरच्या मोहोरात लहानग्या कैऱ्या दिसत होत्या. फणसांच्या फुलांचा मधुर सुगंध हवेत मिसळला होता. सायंकाळ गडद झाली. दासी-सेवकांनी शनवारवाडा प्रकाशित केला. ते दरबारी येऊन नियोजित स्थानी स्थिर झाले. योग्य समय होताच श्रीमंत निघाले. दरबार महालात येऊन मसनदीवर स्थानापन्न झाले. रघुनाथराव बुखार आल्याचं निमित्त करून आले नसल्याचं त्यांनी ओळखलं. परंतु त्याबद्दल वाच्यता न करता ते बोलू लागले,

"निजामाला परास्त केलं, आता हैदर उभा राहिला. आता त्याचा मुकाबला करण्यात ताकद, मनुष्यबळ आणि पैका खर्ची पडणार. आमच्या मस्तकावरचा कर्जाचा डोंगर बलवान होतोय. अशा अवस्थेत काय करावं?''

"श्रीमंत, त्याच्यावर हमला करणंच योग्य आहे.''

"मामा, कोणाकोणाला बरोबर घेणार, त्यांची नावं सांगून, मंजुरी मिळवा."

"परशुरामभाऊ, आनंदराव रास्ते, पुरुषोत्तमदाजी, सरदार विठ्ठल शिवदेव, पानसे, नाना पुरंदरे, सखाराम बापू."

सर्वांची अनुमती प्राप्त करून मामांनी विनंती केली,

"या वक्ती श्रीमंतांनी यावं, असं वाटतं."

"आम्ही येणारच आहोत."

सर्व योजना समजावून दिल्यावर श्रीमंत उठले. अंधार टणक झाला होता. ते गुर्झबदारांच्या ललकाऱ्यात पावलं टाकू लागतांच मंडळीही चालू लागली. भाऊ दौडत घरी आले, तेव्हा भाऊ आल्याचं आप्पानं पुढं येऊन जाहीर केलं. त्यांना खूप बरं वाटलं. ते वस्त्रं बदलून देवाला नमस्कार केल्यावर, मातेपाशी गेले, तेव्हा तिनं विचारलं,

"आता कुठल्या लढाईवर?"

"तुम्हास कसं समजलं?"

"म्हंजे काय? एक लढाई संपवून आलात, की दुसरी पुढं असतेच म्हणून विचारलं."

"आता हैदरवर धारवाड-कारवारकडं! यावक्ती आमच्यासंगे श्रीमंत येणार म्हणून सर्वजण खूष आहेत."

"आणि दादासाहेब?"

"ते बहुधा येणार नसावेत. कदाचित खेळखंडोबा करायला नंतर येईल."

"ते जाऊ द्याऽ आमचं एक सांगणं ऐकणार का?"

"मातोश्री, जरूर सांगा."

"तुम्ही तासगावला प्रशस्त वाडा बांधा. पुण्यापासून जवळ असून हवा पाणी उत्तम! मुलांना मानवण्यासारखं आहे. त्याशिवाय सूनबाईचं माहेर जवळ आहे."

"सासर आणि माहेर नजदीक असलं की स्त्रिया माहेरी पळत असतात असं ऐकलंय."

"जात असतील, पण आमची राधा तशी नाही."

"मातोश्री, असं बोलून चढवू नका. ती आमच्या डोक्यावर बसेल?" आतून आलेली राधाबाई उंबरठ्यात उभी राहून उत्तरली,

"काही तरीच बोलायचं! सासूबाई स्वारीच्या बोलण्याकडं लक्ष देऊ

नये.'' तिचा आताचा स्वर नेहमी सारखा मृदू नसून चिडका असल्याचं धान्यात येताच जानकीबाई उत्तरली,

''सूनबाई, तुला चिडवण्याकरता ते असं बोलले.''

राधाबाई आवंढा गिळून मान वळवित म्हणाली, ''चलावंऽऽ थाळी तैयार आहे.''

ते मातेसह चालू लागले. तिनं सासूसमोर दूध आणि पेरू ठेवले. भाऊ थाळीला नमस्कार करून जेवू लागले. जेवण झाल्यावर मातेनं दिलेली पेरूची फोड खात त्यांनी प्रश्न केला,

''फार गोड आहे, कुठून आणले?''

''कृष्णाबाईनं पाठवले.''

ते उठून आंचवायला गेले. आल्यावर राधाबाईनं पुढं केलेल्या पंचाला हात पुसून त्यांनी विचारलं

''कशी आहेस?''

''उत्तम! आत्त सय आली वाटतं.''

ओला पंचा तिच्या गालाला लावून ते हळूच उत्तरले, ''महाली या, म्हंजे सांगतो.''

ती काहीच बोलली नाही. ते मातेच्या बिछान्यावर आसनस्थ झाले. जानकीबाई दोन्हीं नातवंडांच्या अंगावरची पांघरुणं व्यवस्थित करीत होती. समईतल्या वाती वर काजळी आल्याचं पाहून, त्यांनी शंकराला बोलावलं. तो येताच त्यानी हातानं इशारा केला. मुजरा करून त्यांनं वातीवरची काजळी झटकली आणि तेलही घातलं. वाती सरशा करताच, प्रकाशात बळ भरलं. तिनं पुन्हां वाड्याचा विषय काढताच ते उत्तरले,

''तुम्ही मामांना विचारून, खर्चाचा अंदाज घ्या. आम्ही आल्यावर चौसोपी वाडा बांधतो. तासगाव आम्हास श्रीमंताकडून मिळणार आहे.''

आवराआवर झाल्यावर हरीला घेऊन ती महालात प्रवेशली. झोपलेल्या हरीला पाळण्यात ठेवलं. खिडक्यातून शीतल वायूलहरी आत येत होत्या. पलंगावरचा सरपोस बाजूला केला. शाल उलगडून उशी व्यवस्थित केली. उदबत्त्या पेटवून झाडांत खोवल्या. मोगऱ्याच्या मंद सुगंधानं महाल भरला. मागाहून आलेल्या भाऊंनी तिला कवेत घेऊन विचारलं,

''आमच्यावर रुष्ट का झालात? तुमचा राग आम्हास फार त्रस्त करतो.

राधा, खरंच सांगतो, रणांगणात आम्हास फक्त दुष्मन दिसतो, परंतु डेऱ्यात आल्यावर तुझ्या आठवणीनं आम्ही फार बेचैन होतो. ही सत्य परिस्थिती आहे.''

''आम्ही सुद्धा या घरात त्याच अवस्थेत असतो.''

त्यांनी आवेगानं तिला जवळ ओढलं, तेव्हा माशाप्रमाणं सुळकन बाजूला होत म्हणाली,

''आत्ता नको. आमचा हरीबाबा खूपच लहान आहे.''

''तसं होणार नाही.''

ती बराच वेळ त्यांच्याशी बोलत राहिली. त्यांनी विचारलं,

''धारवाड वरून तुझ्याकरतां काय आणायचं?''

''आमच्यापाशी खूप आहे. आत्ता तर काहीही नकोय. स्वस्थ झोपावं.''

इतकंच बोलून ती जवळच असलेल्या बाजेकडं वळली. थोड्याच वेळात भाऊंच्या घोरण्याचा आवाज महालात पसरला.

*

आठ दिवसांनंतर राधाबाईनं कुंकू लावून, हातावर दिलेली साखर तोंडात टाकल्यावर, ते दौडत शनवारवाड्यासमोर आले. सर्व सरदार आपापल्या पथकासह उभे होते. ते बदामी बंगल्याकडं पाहून कुजबुजत होते. यावक्ती आपल्यासंगे बापू येत असल्याचं पाहून, सर्वांनाच आश्चर्य वाटलं. ढोल वाजू लागले. तुताऱ्यांनी साथ दिली. श्रीमंत डेरेदाखल होत असल्याचं रयतेला समजलं. श्रीमंत माधवराव महाद्वारात येताच, रमाबाईनं त्यांच्या कपाळी कुंकू लावून हातावर दही दिलं. ते प्राशन करून नेत्रांनीच तिचा निरोप घेतल्यावर 'जयवंत' वर आरूढ झाले. पेशव्यांचा जरीपटका घेतलेला हत्ती सर्वांत पुढं, त्या मागं पायदळ, श्रीमंताना मध्ये ठेवून, दोन्ही बाजूस सरदार होते. सर्वांत मागं बुणगे होते. मार्गात विश्राम करीत करीत मंडळी कर्नाटकच्या सीमेवर आली. तिथंच छावणी उभी राहिली. मुदपाकखान्यात स्वयंपाक तयार होऊ लागला. परशुरामभाऊ श्रीमंताच्या दर्शनासाठी निघाले. आपण आल्याची खबर पाठवून ते शामियान्यात प्रवेशले, तेव्हा श्रीमंत विचारमग्न अवस्थेत होते. भाऊ नमस्कार करून पुढं सरकताच बसण्याचा इशारा करून त्यांनी प्रश्न केला,

''काही खास?''

''होयऽऽ. श्रीमंत, हैदरचं आरमारी बळ फार आहे. त्याकरता काही तरी करणं भाग आहे.''

"तुम्हास कसं समजलं?"

"नजरबाजानं सांगताच इथं आलो. तुम्ही खूप थकलेले होता म्हणून मीच त्याला पुढं येऊ दिलं नाही. माफी असावी."

"क्षमा कशाची? तुमचं आमच्या तबीयतीकडं लक्ष असल्याचं पाहून बरं वाटलं. भाऊ, आता आरमारप्रमुख धुळपास स्वारीवर निघण्याचं आज्ञापत्र पाठवणं निहायत जरुरी आहे."

"इथंच पत्र लिहून नजरबाजासंगे धाडतो. तुम्ही मला मजकूर सांगावा." श्रीमंताची संमती प्राप्त होताच त्यांनी तिथलंच लेखनसाहित्य घेऊन मायना लिहिला. त्यांनी सांगितलेला मजकूर लिहून, शिक्का उठवल्यावर, सहीसाठी कागद श्रीमंतासमोर ठेवला. काळ्या शाईतल्या सुवाच्य अक्षरातल्या मजकुरावर, नजर एकाग्र करून त्यांनी सही केल्यावर सूचना दिली,

"भाऊ, तुरन्त धाडण्याचा इंतजाम करा."

मानेनं होकार दर्शवून, नमस्कार केल्यावर ते चालू लागले.

दुसऱ्या दिवशीच श्रीमंतानी प्रस्थान केलं. सावनूर-बिदनूरच्या आसपास सुरक्षित जागा पाहून तळ पडला. मुरारराव घोरपडेसारख्या पराक्रमी सरदारांच्या मागण्या मान्य करून श्रीमंतानी त्यांना जोडून घेतलं. पोर्तुगिजासही त्यांनी जवळ ओढलं. त्रिंबकमामाना त्यांचचं फार कौतुक वाटलं. ते म्हणाले,

"श्रीमंत, लहान वयातही लढाइचे डावपेंच आणि मुत्सद्देगिरी पाहून मला फार नवल वाटलं."

"मामा, बालपणापासून त्याच वातावरणात वाढलेल्या परिस्थितीचाही परिणाम आहे. गवयाच्या मुलाच्या रडण्यातही ताल-लयीचं मिश्रण असतं, आमचं तसंच झालंय. उद्या धारवाडवर सरळ धडक मारायची."

"श्रीमंत, त्यावर आम्ही कब्जा केलाच असं समजावं."

त्यानंतर त्या बाबतीत थोडी चर्चा केल्यावर, मामांनी त्यांचा निरोप घेतला. दुसऱ्या दिवशी श्रीमंतांनी धारवाड आणि आसपासच्या प्रदेशावर चहूकडून आक्रमण केलं. हैदरची तयारी कमी पडली. आपला पराजय अटळ असल्याचं जाणून, तो बेचैन झाला. तह करण्याशिवाय दुसरा मार्गच नसल्यामुळं, तो मनाची तयारी करू लागला. याच सुमारास दादासाहेब कर्नाटकात प्रवेशले. परशुरामभाऊ, त्रिंबकमामा, ती खबर ऐकून वैतागले. सूर्यास्त झाला. पलित्यानी छावणी प्रकाशित केली. सैनिक भजनं गाऊ लागले. क्षणभर विचार करून ते

दोघंही श्रीमंतांच्या शामियान्यात प्रवेशले. समया तेवत होत्या. त्या प्रकाशात पडदे चकाकत होते. गुलाबाचा मंद सुगंध दरवळत होता. श्रीमंत मंचकावर पहुडले होते. ते धोतर नेसले होते. अंगात तलम सदरी होती. मस्तकावर पगडी नसल्यामुळे लहानशी शेंडी भुरभुरत होती. कपाळावर शिवगंध असून नाकाखालची काळी रेघ स्पष्ट दिसत होती. या वक्ती कानातल्या भिगबाळीशिवाय एकही अलंकार त्यांच्या अंगावर नव्हता. दोघंही नमस्कार करून, त्यांच्या इशाऱ्यानुसार आसनस्थ झाल्यावर त्रिंबकमामा म्हणाले,

"श्रीमंत, महत्त्वाची खबर देण्याकरता विश्रांतीच्या वेळी यावं लागलं."

"मामा, आम्हा पेशव्यास विश्रांती आणि काम सारखंच असतं. हा शिव प्रभूच्या तख्ताचा मामला आहे. आम्ही सेवक आहोत, इतकंच जाणतो. बोलाऽऽ"

भाऊ अगदी हलक्या आवाजात सांगू लागले,

"श्रीमंत, दादासाहेब कर्नाटकात आले. इतकंच नाही तर ते स्वत:च तहाची बोलणी करू इच्छित आहेत."

"म्हणजे सगळा गोंधळच गोंधळ! आता दोन्ही पक्ष थकलेत. लढण्यात काही अर्थ नाही. आलाच आहात, तर तहाच्या शर्ती तयार करूं. उद्या प्रभातीच सर्व सरदारांना दाखवून कागद तैयार करून ठेवू."

"ठीक आहे."

मामांनी लेखन साहित्य आणलं. भाऊनी लेखणी हाती घेतली. श्रीमंत सांगू लागले.

"हैदरनं तुंगभद्रेच्या उत्तरेकडचा सर्व मुल्क, गुत्ती आणि सावनूरची सर्व संस्थानं आणि पन्नास लक्ष रुपये श्रीमंत माधवराव पेशव्यास द्यावेत."

"श्रीमंत, पन्नास लक्ष जरा अधिक वाटतात."

"मामा, तेवढे लिहिले की तो थोडे कमी करणारच! पंचवीस-तीस लिहिले की तो दहा-पंधरावर येणार."

"श्रीमंत, माझ्या ते ध्यानातच आलं नाही. आमचे भाऊसाहेब अस्संच म्हणायचे! त्यांच्याकडून खूप शिकण्यासारखं होतंऽऽ"

"मामा, आज आमचे भाऊकाका असते, तर काकांनी आम्हास परेशान केलं नसतं."

"अगदी खरं! ते सगळं आठवलं की अंगावर शहारे येऊन, मन भरून येतं."

त्यांच्या आठवणीनं त्या दोघांचेही डोळे भरून आले. थोडा वेळ तिथं

घालवून दोघांनीही श्रीमंताना नमस्कार केला.

प्रभातीच भाऊ डेऱ्याबाहेर उभे होते. थंडीचा गारवा स्पर्श करीत होता. समोर बालसूर्य निलांबरात वर येत होता. अनेक आकाराची त्याची खेळणी तिथं पहुडली होती. त्याची गुलसर किरणं वृक्षांवर पसरली होती. ती हळूहळू पुढं सरकत होती. पक्षी-पक्षिणी आकाशात भरारत होते. फुलांचा मृद्‌गंध जाणवत होता. सेवकानं स्नानाची तयारी असल्याचं सांगितलं, परंतु समोरची सुंदरता पहाण्यात इतके गुंग होते की त्यांना ऐकू आलं नाही. पुन्हा त्यानं जरा पुढं सरकून सांगताच ते मान वळवून म्हणाले,

''आलोच.''

आंघोळ करून आल्यावर देवाला नमस्कार करून त्यांनी गुलाबी चोळणा पायांत कसून पिवळा रेशमी अंगरखा चढवला. पांढरा शेला कंबरेत बांधून त्यांत तलवार बंदिस्त केली. कपाळी शिवगंध रेखून मस्तकावर पगडी ठेवली. लखलखता सोन्याचा शिरपेच पगडीत कलता बसवून, मोत्यांचे दोन सर गळ्यात घातल्यावर ते डेऱ्याबाहेर आले. मामांनी खुणावताच विठ्ठल शिवदेव, नाना पुरंदरे, पानसे यांच्या बरोबर श्रीमंतांच्या शामियान्यात उपस्थित झाले. मामांनी शर्ती वाचून दाखवल्यावर सर्वांनी मंजुरी देऊन समाधान व्यक्त केलं. त्यांच्या समवेत श्रीमंत माधवराव मधल्या शामियान्यात प्रवेशले. समोरच भरजरी रेशमी अवगुंठनातली दोन उच्चासनं होती. त्यांच्या समोर गालिच्यावर श्वेत साटिनच्या आवरणातही बैठक होती. स्वच्छ प्रकाशात ते सर्व चकाकत होतं. विविधरंगी सुंदर गुलाब घेतलेल्या सुवर्णाच्या फुलदाण्या उभा होत्या. मंद सुगंध फिरत होता. पहारेकऱ्यांनं द्वारातून खबर दिली.

''शिरीमंत, वकील आल्यात.''

''त्यांना पाठवून देऽऽ''

''आज्ञा''

सखारामबापूंनी त्यांना आत आणलं. श्रीमंत त्याला आसनस्थ होण्याचा इशारा करून म्हणाले,

''बैठिये''

दुभाषी येताच त्यानं भाषांतर करून सांगताच तो कुर्निसात करून स्थानापन्न झाला. श्रीमंताचे नेत्र त्याच्यावर स्थिरावले. तो मध्यम उंचीचा सावळ्या वर्णाचा तरुण होता. मुखावर आत्मविश्वास असून डोळे तेजस्वी होते. नाकाखाली मिसरुड

असून, गालांवर लहानशी दाढी होती. त्याच्या मस्तकावर किमॉश असून, अंगात किनखापी पायघोळ अंगरखा होता. पायात आकाशी सुरुवार असून कंबरेत दुशेला होता. त्यात पायाच्या घोट्यापर्यंत पोचेल, अशी तलवार बंदिस्त होती. त्याचा सेवक सोन्याचं तबक घेऊन आला. त्यावरचा सरपोस बाजूला केल्यावर तो तबक घेऊन श्रीमंतापाशी गेला. त्यांना कुर्निसात करून म्हणाला,

"हमारे आलमपनाहने आपके लिए दिया है!"

"अपने आलमपनाहसे कहो कि यह तोहफा हमको बहुत पसंद हैऽऽ"

"शुक्रगुजार हैं।"

श्रीमंतांनी तबकास स्पर्श केल्यावर सेवक घेऊन गेला. त्यानंतर कामाला सुरुवात केली. श्रीमंत म्हणाले,

"मामा, वाचा त्या शर्ती!"

"आज्ञा श्रीमंत."

वकील चहूकडं बघत होता. सर्वांच्या मस्तकावर लाल-पांढऱ्या पगड्या असून मंडळी गोरा-गोरी होती. आपल्याकडं असं गोरेपण क्वचित दिसत असल्याचं जाणवताच त्याला हंसू आलं. स्वत:ला सावरून तो ऐकू लागला. मुल्काच्या अटी त्यानं मान्य केल्या. परंतु पन्नास लक्षांची रक्कम ऐकताच तो दचकला. क्षणभर विचार करून तो उत्तरला,

"श्रीमंत, पचास लाख बहुत ज्यादा है हमारे लिए। यह अफसोस की बात है।" दुभाषीनं मराठीत सांगताच, श्रीमंतानी उत्सुकता प्रगट केली,

"तुम्हारे, खाविंद किती रुपये देऊ शकतात?"

"तीस लाख दे सकते हैं।"

"ठीक है।"

दोन कागद तयार करण्याचा आदेश कारकुनाला दिल्यावर मिठाईची तबकं घेऊन सेवक आले. मामांनी उठून सर्वांस मिठाई दिली. त्यानंतर हैदरास हिरेजडित हार व त्यास वस्त्रं दिली. कारकुनानं कागद आणले. त्यावर दोघांच्याही सह्या होऊन, अत्तर गुलाबानं समारोप झाल्यावर निरोपाचे विडे दिले. वकील श्रीमंताचे आभार मानून निघाला.

*

आठ दिवसानंतर श्रीमंत फौजांसह पुण्याच्या मार्गावर दौडू लागले. मार्गात सातारा येताच श्रीमंतांनी महाराजांचं दर्शन घ्यायचा इरादा स्पष्ट केला. बरंच सैन्य

आणि काही सरदारांना पुण्यास पाठवून, श्रीमंत आपल्या वाड्याकडं वळले. बरीच संध्याकाळ झाल्यामुळं राजप्रासादात जाणं योग्य नसल्याचं सरदाराना सांगितलं. मंडळीचा विरस झाला. श्रीमंत स्नानपूजा आटोपल्यावर महालात विश्राम करीत होते. मामा आणि परशुरामभाऊ खबर पाठवून प्रवेशले. त्यांच्या इशाऱ्यानुसार ते आसनस्थ झाल्यावर मामा म्हणाले,

"श्रीमंत, लहान तोंडी मोठा घास घेतोय. माफी असावी."

"बोला तर खरंऽऽ!"

"श्रीमंत, इतक्या संध्याकाळी हवेत गारवा असताना, स्नान करण्याची आवश्यकता नव्हती. बुखार चढला म्हणजे?"

"तुम्ही आमच्या तबीयतेचे काळजीवाहक आहात हे ऐकून आम्ही सुखावलो आहोत."

"तो आमचा फर्ज आहे श्रीमंत. आईसाहेबांना आम्ही तसं वचन दिलंय."

"पुन्हां असं करणार नाही."

त्रिंबकरावाचं आणि पटवर्धनांचं आपल्यावरचं प्रेम पाहून त्यांचं हृदय भरून आलं. भाऊनी विचारलं,

"श्रीमंत, उद्या सकाळी लवकरच महाराजांच्या दर्शनास जायचं ना?"

"होयऽऽ"

"म्हणजे संध्याकाळी पुण्यास प्रस्थान करू!"

उत्तर देणं कठीण असल्यामुळं ते म्हणाले, "भाऊ, आता आम्ही झोपतो."

ते समजले. आतां तिथं थांबण्यात अर्थ नसल्याचं जाणून ते चालू लागले.

सकाळी नाश्ता आटोपल्यावर श्रीमंत सरदारांसमवेत राजप्रासादात प्रवेशले. सर्वत्र गडबडच होती. मुजरे स्वीकारीत माधवरावांनी पुढं सरकून आपण दर्शनास आल्याची खबर धाडली. रामराजाकडून बोलावणं आल्यावर ते प्रशस्त महालात प्रवेशले. समोरच महाराज उच्चासनावर स्थानापन्न झाले होते. त्यांनी साटिनचा मांड चोळणा पायात कसून, जरीबुंदी पिवळा पायघोळ अंगरखा घातला होता. छातीवर मोत्यांचा हार होता. त्यांत मध्ये मध्ये हिरे-माणिक जडवलेल्या सोन्याच्या पट्ट्या होत्या. परंपरेनं चालत आलेला भोसल्यांचा 'टोप' त्यांच्या मस्तकावर होता. महाराज फार गोरे नसले तरी मुखावर राजघराण्याचं तेज होतं. श्रीमंतांनी त्यांचा पदस्पर्श मस्तकी घेतल्यावर महाराजानी प्रश्न केला,

"माधवराव खबर न धाडताच कसं येणं केलंत?"

"महाराज, हैदर आमच्या मुल्कात रयतेला परेशान करू लागल्याची खबर मिळताच डेरेदाखल झालो. त्याचा पुंडावा मोडून काढला. तो शरण आला. तुंगभद्रेपर्यंतचा प्रदेश आणि तीस लक्षांची खंडणी प्राप्त झाली. यातून थोडंसं कर्ज भागवता येईल इतकंच!"

"वारंवार आम्हास पेशव्यांकडून असं का ऐकावं लागतंय?"

श्रीमंत चतुर होते. त्यांच्या शब्दांतला गर्भितार्थ त्यांनी जाणला. ते विनम्र स्वरात सांगू लागले,

"महाराज, प्रथमच पेशवापदी असलेले माझे पणजोबा बाळाजी विश्वनाथ यांनी शाहू महाराजांना तकलीफ होऊ नये, म्हणून फौज फाट्याच्या खर्चाची जिम्मेदारी स्वत:कडं घेतली. व्हावी तशी करवसुली होत नाही, सैन्य, दासी, सेवकांचे पगार द्यावेच लागतात. त्यामुळं कर्ज घ्यावंच लागतं. निजाम आणि हैदर यांनी असं ग्रासलंय की आम्हास स्वस्थ निद्राही येत नाही. या लढायामुळं कर्जफेड न होता पुन्हा कर्ज घ्यावंच लागतं."

"माधवराव, पानपतच्या युद्धात फार नुकसानं झालं. ते तुम्ही बरचसं भरून काढलंत. त्यांतून या अशा लढाया म्हणजे खर्च-खर्च! आतापर्यंत इथली मंडळी सांगत होती त्यावर आम्ही विश्वास ठेवून बोललो. यावक्ती तुमच्या सांगणे वरून आम्हास वास्तविकतेची कल्पना आली. माधवराव इतक्या लहान वयातही तुम्ही सल्तनतीची जिम्मेदारी उत्तम प्रकारे सांभाळीत आहात हे ऐकून आम्हास संतोष जाहला."

"स्वामीनी केलेल्या कौतुकामुळं धन्य जाहलो. स्वामीची कृपाच आमच्याकडून करवून घेत आहे. तसंच या शिवप्रभूंच्या मराठी राज्याच्या कदीम सेवकाचं सहकार्य मला बळ देतयं."

त्यांच्या बोलण्यातलं चातुर्य जाणून महाराज म्हणाले,

"शाब्बाशऽऽ माधवराव, शाब्बास!"

श्रीमंतांनी अधोवदन होऊन त्यांनी केलेल्या कौतुकाचा स्वीकार केला. महाराज म्हणाले,,

"माधवराव, तुमच्या विश्वासातली दोन माणसं आमचेपाशी ठेवून इथले जमा-खर्च आणि इतर बाबी नजरेखाली घालायला सांगाऽऽ"

"ठीक आहे. तसा इंतजाम केल्यावरच प्रस्थान करतो."

"आज तुम्ही सर्वांनी आमच्यासंगे भोजन करून प्रभातीच निघावं."

"आज्ञा महाराज."

सर्वांना घरी जाण्याची ओढ होती. परंतु महाराजांच्या शब्दांना फार महत्त्व असल्यामुळं काहीच न बोलता सर्वांनी मान्य केलं. त्यानंतर राजकारणावर बराच वेळ बोलणी झाल्यावर, श्रीमंतांनी महाराजांचा निरोप घेतला. ते सरदारांसह आपल्या वाड्यात प्रवेशले. थोडा वेळ विश्रांती घेतल्यावर त्यांनी सर्वांस बोलावणं धाडलं. ते येऊन आसनस्थ झाल्यावर श्रीमंत बोलू लागले,

"मंडळी, महाराजांच्या इथल्या कारभारात काहीतरी गडबड असल्याचं आढळून आल्यामुळं, महाराजांनी आपल्याला सांगितलं, हे तुम्ही जाणून आहात! तुमचेपैकी इथं राहायला कोण कोण तैयार आहे?"

नाना पुरंदरे, सदाशिवराव भाऊंच्या तालमीत तयार झाल्याचं सर्वांना माहीत असल्यामुळं सरदारांची पसंती गृहीत धरून ते म्हणाले,

"श्रीमंत, मी सर्व पाहीन. परंतु माझ्यासंगे कोण राहणार?"

"मी नानाच्या मदतीला राहणार आहे."

मामांच्या शब्दातला निश्चय पाहून श्रीमंताना खूप बरं वाटलं. भोजनाची खबर येताच ते सरदारांसह चालू लागले.

संध्याकाळ उतरली. आश्विन असल्यामुळं हवेत खूपच गारवा होता. परंतु पुण्यातल्या हवेची सवय असल्यामुळं त्याना काहीच वाटलं नाही. मंडळीसह श्रीमंत राजप्रासादात प्रवेशले. थोडा वेळ महाराजांशी बोलल्यावर श्रीमंत उत्तरले,

"महाराज, हे नाना पुरंदरे आणि हे त्रिंबकराव पेठे. इथं आनंदानं राहून काम पहाणार आहेत. त्यांच्या नियुक्तीची पत्र देणं जरुरी आहे."

"तुम्ही लिहून आमच्या समोर ठेवा."

"ठीक आहे."

पलीकडच्या महालात जाऊन त्यानी नाना पुरंदरेला मजूकर सांगितला. त्यानं चटकन पत्र तयार करून श्रीमंतापाशी दिलं. त्यांनी तो कागद महाराजासमोर ठेवताच ते म्हणाले,

"सही शिक्क्यासह उद्या पत्र देववतो."

भोजनाची खबर आल्यावर महाराजांसह मंडळी प्रशस्त दालनात प्रवेशली. पितळेचे चौफुले असलेले लालंबुद पाट मांडलेले होते. तांब्ये, फुलपात्रं ओळीनं ठेवले होते. पाटासमोर ठेवलेल्या चांदीच्या ताटांभोवती रांगोळ्या होत्या. समयांच्या

प्रकाशात सगळं चकाकत होतं. चंदनी उदबत्त्यांचा सुवास त्या भोजनगृहात प्रसन्नता ओतीत होता. वाढपी वाढीत होते. पुरणपोळीवर तूप वाढल्यावर, श्लोक म्हणून, ताटाला नमस्कार करून मंडळी महाराजांकडं पाहू लागली. मंडळीला इशारा करून ते स्वत: जेवू लागल्यावर समोरच्या अन्न ब्रह्माला नमस्कार करून, श्रीमंतांसह सरदार जेवू लागले. मजेत भोजन झाल्यावर सर्वजण पलीकडच्या प्रशस्त दालनात प्रवेशले. लवंग लावलेल्या हिरव्याकंच विड्यांनी भरलेली सुवर्णाची तबकं ठेवली होती. श्रीमंतांनी स्वत: महाराजांना विडा दिला. त्यानी मुखात ठेवल्यावरच श्रीमंतांसह सरदारांनी विडे घेतले. थोडा वेळ तिथं घालवल्यावर महाराजांना मुजरे करून मंडळी राजप्रासादाबाहेर आली.

पहाटेच सर्व आवरून भिणभिणताच ते दौडू लागले. सरदारांच्या आग्रहावरून श्रीमंतांनी अंगाभोवती शाल गुंडाळली होती. परशुरामभाऊंनी त्यांना पगडीवरून शाल ओढून कान बंद करण्याची विनंती केली तेव्हा ते उत्तरले,

“भाऊ, सल्तनतीची इतकी जिम्मेदारी असताना, आम्हास इतकं जपून चालणार नाही.”

यावर ते काहीच बोलले नाहीत. परंतु त्यांनी पालखीतूनच डेरेदाखल होण्याचा प्रस्ताव ठेवण्याचा निश्चय केला. मार्गात पसरलेली गव्हाची शेतं, त्यावरून उडणारे कवडे, पोपट पाहून भाऊंना खूप मजा वाटली. मार्गात विश्रांती घेत-घेत मंडळी पुण्यात आली. श्रीमंतांसमवेत वाड्यावर जाऊन, थोड्या वेळानं भाऊ घरी आले; तेव्हा रात्र उतरली होती. नीलांबरांत मेघांची पिल्लं फिरत होती. त्यावर चंद्र किरणं पहुडल्यामुळं, दिसणारं विलोभनीय दृश्य बघत ते क्षणभर द्वारातच उभे राहिले. राधाबाईनं त्यांच्या पायांवर पाणी घालून कपाळी कुंकू लावलं. त्यांनी आश्चर्य व्यक्त केलं

“हे काय नवीन?”

“भाऊ, कामयाबी प्राप्त केल्याबद्दल हे स्वागत!”

“मातोश्री, ते यश श्रीमंताचं! आम्ही त्यांचे सरदार. आमचं कसलं कौतुक करता?”

“तुमच्या तळपत्या तलवारीला शत्रू घाबरतात, हे ऐकल्यापासून, आम्ही तुमच्या यशाचं स्वागत करायचं ठरवलं होतं.”

“अस्सं होय!”

त्याना खूप आनंद झाला. ते वस्त्र बदलण्याकरता महाली आले. राधाबाईनं

दिलेलं धोतर नेसून, त्यांनी अंगावरचे अलंकार काढून तिच्यापाशी दिले. ती संदुकीत व्यवस्थित ठेवीत असता, त्यांनी तिला आवेगानं जवळ ओढली.

"होऽऽ होऽऽ हे काय?"

"*त्याला नाव नसतं!*"

"आता मुलं मोठी झालीत. आली म्हंजे?"

त्यांची मिठी सैल झाली. ती हळूच बाजूला होऊन खुदकन हसली.

✵ ✵ ✵

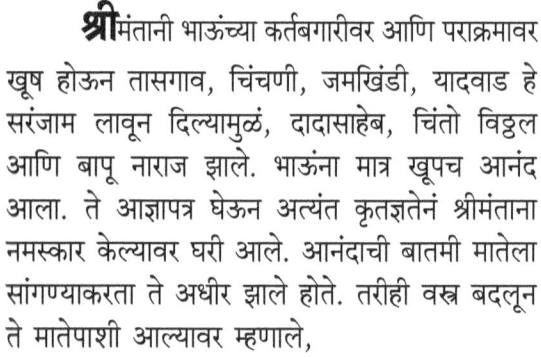

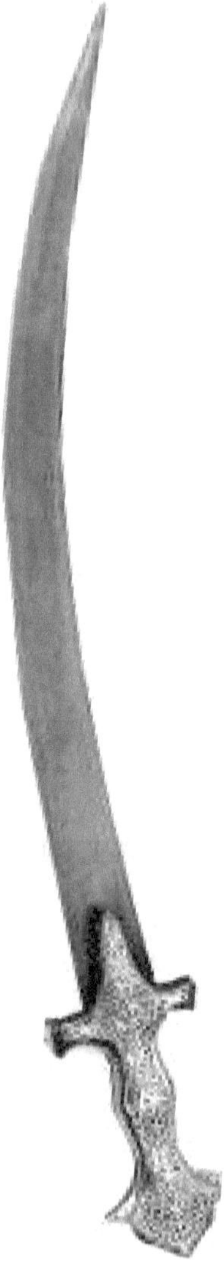

७

श्रीमंतानी भाऊंच्या कर्तबगारीवर आणि पराक्रमावर खूष होऊन तासगाव, चिंचणी, जमखिंडी, यादवाड हे सरंजाम लावून दिल्यामुळं, दादासाहेब, चिंतो विठ्ठल आणि बापू नाराज झाले. भाऊंना मात्र खूपच आनंद आला. ते आज्ञापत्र घेऊन अत्यंत कृतज्ञतेनं श्रीमंताना नमस्कार केल्यावर घरी आले. आनंदाची बातमी मातेला सांगण्याकरता ते अधीर झाले होते. तरीही वस्त्र बदलून ते मातेपाशी आल्यावर म्हणाले,

''मातोश्री, तासगावला वाडा उभा राहिला असेलच!''

''नाहीऽऽ, दादासाहेबांना सांगितल्यावर ते म्हणाले भाऊ आल्यावरच जमीन पाहून वाड्याचं काम सुरू करतो. आता तुम्हीच बघा. जाताना बोललेले तुमचे शब्द खरे झाले.''

''मातोश्री, उत्तम झालं, मामांचे आभार मानायला हवेत. आम्हास श्रीमंतानी तासगाव हा सरंजाम लावून दिलाय.''

''परमेश्वराची कृपा! आता कामाला लागाऽऽ सुनबाईऽऽ''

राधाबाई पुढं येऊन अदब राखीत उभी राहिली.

तिच्याकडं पाहून सासूनं सूचना दिली.

"तासगाव आपल्याला श्रीमंतांनी दिलाय. आता लवकरच वाडा उभा राहील. देवापुढं गूळ खोबरं ठेव.''

ती चालू लागताच भाऊही तिच्यामागून देवखोलीत प्रवेशले. राधाबाईनं गूळ-खोबरं ठेवून हात जोडले. भाऊनी फुलं वाहून आत्यंतिक भक्तीनं नमस्कार केला. दुसऱ्या दिवशी गोपाळराव-पुरुषोत्तम दाजीसह जाऊन त्यांनी जमीन निश्चित केली. त्यानंतर आपल्या मामाना तिथं नेऊन ते सांगू लागले,

"मामा, इतर सरंजामासंगे तासगावही आम्हास मिळालाय. इथं वाडा बांधण्याची आमच्या मातोश्रींची फार इच्छा होती. तुमच्या सांगण्यामुळं सगळं स्थगित झालं. या जमिनीवर वाडा उभा करण्यात तुम्ही आम्हास मदत करावी.''

"कोणत्या अर्थी?''

"चांगल्या मजुरांकडून बांधवून घेणं आणि तुमची व्यक्तिगत देखरेख असणं ही अपेक्षा.''

"कितीसा खर्च करणार?''

"देखणा प्रशस्त वाडा उभा करा. येईल तेवढा खर्च द्यायला आम्ही तैयार आहोत.''

"मग ठीक आहे. शुभ मुहूर्त पाहून 'भूमिपूजन' करणं आवश्यक आहे.''

"मामा, लवकरचा मुहूर्त बघा. आम्ही पुण्यात किती दिवस असूं, हे सांगणं नामुमकिन आहे.''

"इथून गेल्यावरच मुहूर्ताचं पहातोऽ'' मामासह दौडत भाऊ पुण्यात आले. जानकीबाई उत्सुकतेनं त्यांची वाटच पाहत होती. ते प्रवेशताच तिनं अधीरतेनं विचारलं,

"हरीला सर्व कल्पना दिली ना?''

जवळच असलेल्या त्यांच्या पुत्राला आपलं नाव समजलं. तो मीऽऽ मीऽऽ करीत करीत, छातीवर हात ठेवीत उभा राहिला. ते पाहून जानकीबाई कौतुकानं हसत उत्तरली,

"तू काय एकलाच 'हरी' आहेस? लबाड कुठला!''

ती हंसू लागताच हरी येऊन मांडीवर आसनस्थ झाला. गोऱ्या बाळसेदार पुत्राकडं पाहून, भाऊ फारच सुखावले.

✽

घरातल्या दुहीमुळं श्रीमंत माधवराव भयंकर कंटाळले. दररोज आपला नाश करण्याकरता दादासाहेब नवी करतूद करीत असल्यामुळं, काही सरदारांच्या मताप्रमाणं त्यांनी चुलत्याला कडक नजरकैदेत ठेवलं. याच सुमारास भाऊंचा वाडा तयार झाला. वास्तुशांत करण्याचा, त्यांच्या मामांनी मुहूर्त आणल्यावर भाऊंनी सर्व तयारी केली. सकाळचं होमहवन झाल्यावर भोजनाच्या पंगती उठू लागल्या. त्या रात्री भजनी मंडळी प्रवेशली. मध्यरात्रीपर्यंत भजन सुरू होतं. त्यानंतर भरपूर बिदागी देऊन त्यांना निरोप दिला. पावसाळा सुरू झाला. लढाई नसल्यामुळं भाऊ घरीच होते. रात्रीचं भोजन झाल्यावर ते जाऊन मातेपाशी आसनस्थ झाले. वाड्याबद्दल समाधान व्यक्त केल्यावर मस्तकावरचा घसरलेला पदर व्यवस्थित करून तिनं सूचित केलं.

"भाऊ, बयोच्या लग्नाचं पाहायला हवं!"

"घाई कशाची? एक-दोन वर्षं जाऊ द्यातऽ"

"लोक हसतात, आणि मुलगा मिळणं कठीण असतं म्हणून एव्हानापासून पाहिलं की एक-दोन वर्षात जमून जाईल."

"बरं! मातोश्री, वाड्याच्या परसदारी फळझाडं लावून घ्या आणि पुढच्या अंगणात फुलंझाडं लावा."

"उत्तम! अगदी आमच्या मनचं बोललात."

"विहिरीला खूप पाणी असल्यामुळं, झाडांना पाणी कमी पडणार नाही."

"सर्वच दृष्टीनं जागा अगदी उत्तम आहे."

बरीच रात्र झाल्याचं समजताच ते उठून चालू लागले.

श्रावणात ऊन-पावसाचा खेळ सुरू झाला. आजूबाजूला असलेल्या झाडावरची हिरवी पानं तजेलदार दिसू लागली. बकुळीच्या फुलांचा वास वाड्याला सुगंधित करू लागला. जमिनीवरची चिमुकली फुलं दासी देवपूजेसाठी आणू लागल्या. एकदा जानकीबाईनं त्यांच्या माळा बनवल्या. एका सकाळी राधाबाईनं एक माळ बयोच्या वेणीत गुंतवून दुसऱ्या दोन आपल्या डोक्यात माळीत असता भाऊ आले. कद्देआदम आरशात त्यांचं प्रतिबिंब पडताच, तिनं सस्मित नजरेनं मागं पाहिलं. त्यांनी पुढं सरकून तिला मिठीत घेतलं. ती स्वत:शीच हसत बोलली,

"वेळ-काळ बघावा माणसानं!"

"माणसानं बघावा, आम्ही नाही. किती दिवस उपवास करायला लावणार आहेस राधा?"

जानकीबाईची हाक ऐकू येताच, 'बरं झालंऽ' असं हाताच्या इशाऱ्यानं दाखवीत ती खाली उतरली.

कृष्णाष्टमीचा सण मोठ्या प्रमाणात साजरा करायचा ठरवून राधाबाईनं तैयारीला सुरुवात केली. तिनं संपूर्ण घर सेवकांकडून स्वच्छ करवून घेतलं. त्यानंतर प्रशस्त दालनातल्या छतात असलेल्या हंड्या, झुंबरं पुसून घेतली. त्यानंतर फर्शीवरच्या गालिचा झाडून पुन्हा पसरवला. त्यावर पिवळ्या आवरणातली बैठक घातली. कीर्तनकार आणि साथीदारांकरता जागा निश्चित केली. कोपऱ्यात उदबत्तीचं झाड ठेवलं. लखख घासून आणलेल्या पितळेच्या समया तयार करून ठेवल्या. सर्व व्यवस्था करवून. ती मागं वळत असता भाऊ प्रवेशले. चहूंकडं नजर फिरवून त्यांनी विचारलं,

"सर्व इंतजाम आहे ना?"

"तुम्ही पहाऽऽ काही राहिलं असेल तर सांगा."

"आज्ञा."

"हे काय? हा पेशव्यांचा वाडा नाही म्हटलं!"

"परंतु तुम्ही इथल्या स्वामिनी आहात!"

"पुरे आताऽऽ"

त्यांनी त्या दालनात डोकावलं. सगळं कसं स्वच्छ आणि टापटीप असलेलं पाहून ते सुखावत उत्तरले,

"फार छानऽ राधा, आज रात्री कीर्तनकार आपल्या घरीच राहणार आहे."

"ठीक आहे. पाहुण्यांच्या खोलीत त्यांची व्यवस्था करते, म्हंजे झालं, चलाऽ"

दोघंही बाहेर पडले. आकाशात ढग जमा झाले. त्यातून मोठ्ठे मोठ्ठे पावसाचे थेंब खाली येऊ लागले. त्याकडं बघून भाऊ चिंतायुक्त स्वरात म्हणाले,

"अरे बापरे! हा पाऊस अस्साच राहिला तर!"

"नाही राहणार! श्रावणातला पाऊस पाहुण्यासारखा असतो. थोडी देर थांबून जाईल."

"सुंदर उपमा."

टपटप पडणाऱ्या थेंबाना बघत, दोघंही उभी असताना चक्क सूर्यकिरणं खाली आली. क्षणभरात ते पुढं सरकताच, बयो धावत येऊन भाऊंना बिलगली. त्यांनी उचलून घेताच तिनं विचारलं,

“आज आपल्याकदं भगवान किश्ना राहायला येनार का?”

“होयऽ तुला कुणी सांगितलं?”

“आप्पानं! तो इथंच राहून, तुमच्यासंगे लढाईवर येनार का?’

“त्याबद्दल आपण त्याला रात्री विचारू या.”

तिला खूप बरं वाटलं. तिला खाली ठेवून त्यांनी सांगितलं, “आता आपल्या आजीपाशी जावा गोष्ट ऐकायला.”

हिरवा-पिवळ्या किनारीचा परकर, त्यावर तसलीच चोळी घातलेली राधासारखी सुंदर, ठुमकत-ठुमकत जाणाऱ्या आपल्या कन्येकडं ते पहात राहिले.

संध्याकाळ गडद होऊ लागताच सेवक दासींनी समया उजळल्या. प्रशस्त दालनातली हंड्या झुबरंही प्रकाशित केली. भाऊंनी फुलांचा हार, बुक्का वगैरे असलेलं तबक आणून ठेवलं. मंडळी उपस्थित झाली. भाऊ आपल्या महाली आले. तेव्हा राधाबाई तयार होऊन आरशापुढं उभी होती. ती डाळिंबी रंगाचं, हिरव्या किनारीचं गर्भरेशमी जरीबुंदी लुगडं नेसली होती. पिवळी हिरव्या काठाची चोळी तिच्या अंगात होती. गळ्यात तन्मणी होता. कानाच्या पाळीत मोत्यांच्या कुड्या असून, वरच्या भागात बुगड्या होत्या. गोऱ्या पुष्ट मनगटात बिलवर, पाटल्या लखलखत होत्या. कपाळी काळी महिरप देखणी दिसत होती. त्याखाली लालबुंद चंद्रकोर होती. सरळ नाकातली पाणीदार मोत्यांची नथ नाकाखाली ओठावर पहुडली होती. भाऊ तिच्याकडं बघतच राहिले. तिच्या आकर्षक सौंदर्यानं त्यांना मोहवश केलं. त्यांनी जवळ जाऊन तिच्या कपाळावर ओठ टेकले. ती म्हणाली,

“सोडावं नाऽ! तैयार होऊन लवकर खाली जावं.”

मान हालवून ते बाजूला सरकले. भाऊंच्या मेहुण्यानं कीर्तनकारबुवाचं स्वागत करून आत आणलं. त्यांना नियोजित जागी बसवून तो इतराचं स्वागत करण्याकरता उभा राहिला. भाऊ धोतर नेसले. जरीबुंदी रेशमी अंगरखा घालून, त्यांनी मस्तकावर पगडी ठेवली. कानाच्या पाळीत खंबायती मोती होताच. राधाबाईनं ठेवलेला हिऱ्यांचा हार घालून अत्तराचा फाया भिगबाळीपाशी ठेवीत ते प्रशस्त दालनात प्रवेशले. ते आसनस्थ झाल्यावर बुवांनी हरीनामाचा गजर सुरू केला. त्यानंतर चिपळी वाजवित मधुर आवाजात गाऊन ते सांगू लागले,

“मंडळी, आकाशातून आवाज ऐकू आला. कंसा, तुझ्या बहिणीचा आठवा पुत्र तुझा नाश करणार आहे. मदोन्मत्त होऊ नकोस. सावध रहाऽऽ ते

शब्द ऐकताच, कंस महाराज क्रोधाविष्ट झाले. त्यांनी वसुदेव-देवकीवर पहारे बसवले. त्यांचा एक मित्र म्हणाला,

"कंस महाराज, तुम्ही यांना आणून तुमच्या कारागृहात सख्त पहाऱ्यात ठेवा." कंस महाराज गडगडाटी हंसून म्हणाले, 'तस्संच करतो.' बुवांच्या हातातली चिपळी वाजू लागली. त्यांचा साथीदार तालात झांझ वाजवू लागला. 'हरे रामऽऽ हरे कृष्णऽऽ, कृष्णऽऽ देवकीनंदन गोपालाऽऽ' हा गजर सुरू होताच भाऊ उठले. तबक घेऊन पुढं आले. त्यांनी बुवांच्या कपाळी बुक्का लावून गळ्यात पुष्पमाला घातली. बुवांना नमस्कार करून तबक मेहुण्याच्या हाती दिलं. तो सर्वांमधून फिरू लागला. बुवांनी हरिनामाचा गजर करून, आख्यानाला सुरुवात केली. देवकी मुलांना जन्म देत होती आणि तिच्या वात्सल्य धारा नं पिताच, बिचारी मुलं मृत्युमुखी पडत होती. देवकी रडत होती. तहान भूक तिला सोडून गेली होती. पत्नीची अवस्था पाहून, वसुदेवही दुःखानं पिचत होता. आपल्यावर कोसळलेलं हे दुःख, परमेश्वराशिवाय सांगणार कुणाला? मार्गशीर्षाची पावलं पडताच थंडीचा जोर वाढला. काळीकुट्ट टणक रात्र होती. पहारेकरी झोपले होते. रडून रडून थकलेली देवकी स्वस्थ झोपली होती. मध्यरात्र सरकली आणि तिच्या कानाला चिमुकल्या गोंडस हाताचा स्पर्श होऊन मधुर स्वरात शब्द निनादले,

"मी तुझ्या उदरी जन्म घेनाल आहे. मला कोणीही मारणार नाही माते. आता लडायचं नाईऽऽ" तिनं चटकन डोळे उघडले. परंतु जवळपास कोणीही नव्हतं, परंतु स्वप्नात पाहिलेलं, ते सावळं गोंडस रूप मात्र तिच्या नेत्रांसमोर होतं. जय जय रामऽ जय जय कृष्णाऽऽ' हरिनामाचा गजर सुरू झाला. उपस्थित मंडळीही टाळ्या वाजवून दाद देऊ लागली. बुवा सर्वांना हातानं इशारा करून पुन्हा सांगू लागले. देवकी चहूकडचा कानोसा घेत असता, पहारेकऱ्यांच्या दांडे आपटण्याचा आवाज आणि कंसाचा आवाज आणि खदखदां हसणं तिला ऐकूं आलं. ती शहारत पुटपुटली,'बंधू नव्हेस, तू वैरी आहेस.' तिनं पुन्हा चहूकडं शोधक नजर फेकली. पहारेकरी दूर गेल्याचं पाहून ती अगदी हलक्या स्वरात म्हणाली, 'ऐकलं का?' 'काय?' 'अहोऽ रात्री माझ्या स्वप्नी एक गुटगुटीत सावळा अत्यंत तेजस्वी बालक येऊन, माझ्या उदरी जन्म घेणार म्हणाला. याला कसं वाचवायचं होऽऽ?' 'मंडळी ,वसुदेवानं काय सांगितलं असेल?' चिपळी, झांज वाजू लागली. बुवा म्हणाले, 'आश्वासन देण्याशिवाय वसुदेवाच्या हाती

काय होतं. तो तिच्या खांद्यावर थोपटीत, म्हणाला, 'प्रिये, खंत करू नकोस. तो ईश्वरी अवतार असावाऽऽ तोच मार्ग दाखवील. आता सस्मित नजरेनं या कोठडीकडं बघ.' नेहमी प्रमाणं लाजून, लाडिक स्वरात ती उत्तरली 'इश्शऽऽ या कोठडीत काय पहायचं?' बुवांचा बदललेला आवाज आणि अभिनय पाहून उपस्थित खूष झाले. हसण्याचा आवाज उमटला. बुवानी चिपळी, झांज, ढोलकी आवाजात गजर केला 'पंढरीनाथ महाराज की जय' त्यांनी कथा पुन्हा सुरू केली. एक एक महिना पुढं सरकत होता. क्रमानुसार श्रावण प्रफुल्लित होऊन पुढं आला. झिमझिम पावसाला सूर्य-किरणं स्पर्श करू लागली. उमललेल्या फुलांचा सुगंध कारागृहात वसुदेव-देवकीपाशी येऊ लागला. सूर्य अस्तांत उत्तरला. रात्र पुढं पुढं येऊ लागली. काळोखात टणकपणा शिरला. पहारेकरी कारागृहात डोकावले. वद्य पक्ष असल्यामुळं अंधाराचं राज्य होतं. वेगळं काहीच दिसत नसल्यामुळं ते बाजूला सरकले. देवकीला 'वेणा' त्रस्त करू लागल्या. तिनं ओठ मुडपून, आवाजाला कोंडून ठेवलं. वसुदेव बसून करुण नजरेनं पहात होता. वद्य पक्षातल्या अष्टमीच्या काळ्याकुट्ट मध्यरात्री देवकीनं बाळाला जन्म दिला. निसर्गानं त्याचं स्वागत केलं. आकाशात वीज लखलखली. पाऊस पडू लागला. बुवांनी हरिनामाचा गजर केला. उपस्थितांचे हात जोडले गेले. चिपळी, झांज वाजू लागली. मंडळी टाळ्या वाजवून हरिनामाच्या गजरात तल्लीन झाली. बुवानी हातानं इशारा करताच स्तब्धता पसरली. वसुदेवानं बाळाकडं पाहून खांद्यावरच्या काषायमध्ये गुंडाळलं. लहानशा टोपलीत ठेवून तो बाहेर पडला. देवकीनं आवंढा गिळला. पाऊस कोसळत होता. कारागृहाचं भव्य द्वार कुसवात न कुरकुरतां उघडलं. पहारेकरी गाढ निद्रेत होते. त्या कडेकोट बंदोबस्तातून तो बाहेर पडला. 'काळी सावळी यमुना' मान मुरडीत आवाज करीत धावत होती. वसुदेवाला बघताच, क्षणभर थांबून तिनं प्रवाहात मार्ग करून दिला. तो चालत चालत मथुरेत प्रवेशून, नंदराजाच्या घरी गेला. त्याचा आवाज ऐकताच तो पुढं आला. मित्राला पाहून त्यानं आश्चर्य व्यक्त केलं. वसुदेवानं सर्व हकीगत सांगून, डोळे चोळीत आलेल्या यशोदेच्या हाती बोचकं दिलं. तिनं त्या देखण्या गुटगुटीत बाळाला छातीशी धरलं. नंदराजाचे आभार मानून वसुदेव निघाला. 'वासुदेव हरीऽऽ पंढरीनाथ महाराज की जयऽऽ' उपस्थितांनी टाळ्यांच्या गजरात बुवांना साथ दिली.

भाऊंच्या मेव्हण्यानं सर्वांना प्रसाद दिला. कृष्णाबाईनं स्त्रीवर्गाला हळद-

कुंकू लावल्यावर प्रसाद देऊन नमस्कार केला. काही मंडळी भोजनाकरता थांबली, भाऊ सर्वांना आग्रह करून स्वत: वाढीत होते. भोजन झाल्यावर श्रीकृष्णाला नमस्कार करून मंडळीनं भाऊंचा निरोप घेतला. सर्वांचं जेवण झाल्यावर आवराआवर करण्यात राधाबाईला मदत करून आलेल्या कृष्णाबाईला जानकीबाई म्हणाली,

"बऱ्याच दिवसांची इच्छा पूर्ण झाली. बुवांचा गोड आवाज, अभिनय आणि नाचणं पाहून मन अगदी तृप्त झालं."

समोर उभी असलेली राधाबाई काहीच बोलली नाही. परंतु तिच्या मुखावरचे भाव पाहून जानकीबाईला समाधान झालं.

श्रीगणेश हे भाऊंचं परमदैवत होतं. त्यामुळं या वाड्यात गणेश चतुर्थी पेशव्याप्रमाणं साजरी करायचं ठरवून त्यांनी घरात सूचना दिली. भाद्रपद येताच त्यांची गडबड सुरू झाली. चतुर्थीच्या दिवशी आप्पा आणि जोगांच्या मंडळी समवेत भाऊ वाजंत्र्याच्या आवाजात गणपती शाळेतून गणेशमूर्ती घेऊन आले. राधाबाईनं देवखोली उत्तम सजवली होती. पंचरंगी रांगोळ्या रेखून त्यामध्ये रंगीत पाट ठेवला होता. पितळेच्या समयांत तेलवाती घालून तयार ठेवल्या होत्या. थोड्याच वेळात भाऊ गणेशमूर्तीसह द्वारात आले. राधाबाईनं ओले तांदूळ मूर्तीवर ओवाळून, चारीही दिशांना फेकल्यावर पिता-पुत्राच्या पायावर पाणी घातलं. भाऊंनी गणेशमूर्तीला आणून देवखोलीत पाटावर ठेवलं. गुरुजींनी पूजा केल्यावर आसपासची मंडळी 'सुखकर्ता, दुखहर्ता वार्ता विघ्नाची' आरती केल्यावर प्रसाद घेऊन निघाली. उकडीच्या पांढऱ्या शुभ्र एकवीस मोदकांचा नैवेद्य दाखवल्यावर भाऊ भोजन करून विश्राम करू लागले. पाचव्या दिवशी संध्याकाळी गणपतीचं विसर्जन करून भाऊंनी मुक्त श्वास सोडला.

श्रीमंताकडून बोलावणं आलं. त्यामुळं दुसऱ्या दिवशी ते खूप लवकर उठले. स्नान झाल्यावर पूजा करून ते महाली आले. राधाबाईनं त्यांची वस्त्र काढून ठेवली होती. त्यांनी पांढराशुभ्र मांड चोळणा पायात चढवला. भगवा जरीबुंदी अंगरखा घातला. शेला कंबरेत बांधून त्यांत तलवार बंदिस्त केली. ते कद्देआदम आरशासमोर उभे राहून, कपाळी शिवगंध रेखीत असता राधाबाई प्रवेशली. तिनं माणिक जडवलेली सोन्याची कंठी आणि हिऱ्याचा चौकडा त्यांच्या हाती दिला. त्याकडं पाहून त्यांनी आश्चर्य व्यक्त केलं.

"हे काय?"

"घरात सारखी येऽऽजाऽ चालू होती. म्हणून आम्ही बंदोस्तात ठेवले

होते.''

''कम्माल आहे.''

इतकंच बोलून त्यांनी कंठी गळ्यात घालून चौकडा कानाच्या पाळीत अडकवला. संजाबावर हात फिरवून त्यांनी पगडी मस्तकावर ठेवली. तिनं उत्सुकता प्रगट केली.

''परत केव्हा येणार?''

''आता सांगता येणार नाही.''

तिच्या गालावर ओठ टेकून त्यानी जवळ ओढलं. कुणाची तरी चाहूल लागताच, ती बाजूला सरकली. वर आलेलं मांजर पाहून दोघंही खळाळून हसले. ते तिच्यासह खाली आले. जानकीबाई नातवंडांना खेळवीत बसली होती. तिचा पदस्पर्श मस्तकी घेत असताना आप्पानं त्यांच्यापाशी येत विचारलं,

''भाऊ, आम्हास लढाईवर नेणार का?''

''तुझा अभ्यास काय म्हणतो?''

''आम्हास लेखन-वाचन, जमा-खर्चसुद्धां येतो.''

''शाब्बाश! आता घोडदौड, तलवारबाजी वगैरे लढाईचं शिक्षण झालं की नेतो.''

''तुम्ही जनाकाकाला सांगून जावा.''

त्यांनी मान हालवून होकार दिल्यावर मोतद्दारानं आणलेल्या जयवंतवर मांड घेऊन ते दौडू लागले.

त्याच्याबरोबर पथकातले काही होतेच. मार्गात विश्राम करीत ते पुण्यात प्रवेशले. रात्र झाल्यामुळं श्रीमंताच्या भेटीस जाणं योग्य नसल्याचं जाणून, ते आपल्या पुण्यातल्या घरी प्रवेशले. आपल्या अनुपस्थितीतही सेवकानं घर स्वच्छ आणि उत्तम ठेवल्याचं पाहून त्यांनी समाधान व्यक्त केलं.

सूर्यकिरणांनी सर्वत्र प्रभाव दाखवल्यावर भाऊ शनिवारवाड्याकडं दौडू लागले. त्यांनी चौकशी करताच श्रीमंत पूजागृहात असल्याचं समजलं. ते हजारी कारंजापाशी आले. त्यातून आकाशाकडं झेपावणाऱ्या जलतुषाराकडं बघत राहिले. थोड्याच वेळात रामशास्त्री प्रभुणे, नाना फडणीसांसह आले. भाऊंना शास्त्रीबुवांबद्दल फार आदर होता. भाऊंनी नमस्कार केल्यावर, त्यांनी विचारलं,

''तासगावहून आलात?''

''होयऽऽ श्रीमंताचा बुलावा होता.''

नाना पगडी काढून संजाबावर हात फिरवीत म्हणाले, ''लढाईसंबंधी बोलायचं असेल!''

इतकंच बोलून भाऊंकडं तिरकी नजर टाकीत ते शास्त्रीबुवांसह चालू लागले. श्रीमंत आपल्या महालात असल्यामुळं ते खबर पाठवून आत गेले. समोरच श्रीमंत लोडाला टेकून बसले होते. भाऊंनी नमस्कार करून उत्सुकता प्रगट केली.

''श्रीमंत, मला बोलावलंत!''

''होऽ बसा, सांगतो.''

भाऊ त्यांच्यासमोर आसनस्थ झाल्यावर श्रीमंत सांगू लागले,

''काका नजरकैदेत असले तरी त्यांची आमच्या विरुद्ध कारस्थानं चालू आहेत. आमच्या सरदारातही फूट पाडीत आहेत. या परिस्थितीचा फायदा निजाम आणि हैदर घेऊ पहात आहेत. नागपूरचे जानोजी भोसले आमच्याविरुद्ध पुंडावा करीत आहेत. निजाम त्याला मदत करणार असल्याचं कानावर आहे. भाऊ, तुम्हा पटवर्धनांवर आमची मदार आहे. तुम्ही गोपाळराव, पुरुषोत्तम दाजी, नाना पुरंदरेसह निजामाचा बंदोबस्त करून, जानोजीस चांगला इंगा दाखवा.''

''जरूरऽऽ''

हें सगळं काकांच्या नकळत होणं जरुरी असल्यामुळं फक्त तुम्हासच बोलावलं. तुम्ही गोपाळरावास तसं सांगा.''

''आज्ञा श्रीमंत.''

त्यांच्या अनुमतीनं ते महालाच्या बाहेर पडले. घरी सांगावा धाडून ते काही सैनिकांसह मिरजेत दाखल झाले. गोपाळराव, नीलकंठ त्रिंबक वगैरेस सर्व ब्याजवार सांगून प्रस्थानाची तयारी केली. एका शुभ मुहूर्तावर आपापली पथकं घेऊन, ते डेरेदाखल झाले. जोरदार आक्रमण करून त्यांनी निजामाला धूळ चारली. आता काही काळ तो स्वस्थ राहील असा विचार करून ते निघाले. मार्गात जानोजी पुण्याकडं निघाल्याचं नजरबाजानं सांगताच, निजामाच्या मदतीनं त्याच्यावर हल्ला केला. मराठ्यांच्या बाजूला निजाम असल्याचं ऐकताच आपला निभाव लागणार नसल्याचा विचार करून तो पळत सुटला. पटवर्धन त्याचा पाठलाग करू लागले; परंतु त्यांना यश न आल्यामुळं, श्रीमंताच्या आदेशानुसार ते पुण्यात प्रवेशले.

*

दिनकर भगव्या गडद गुलाबी रंगाची उधळण करीत पश्चिमेपाशी गेल्यावर दरबारमहाल प्रकाशित झाला. गुर्झबदारांच्या ललकाऱ्या ऐकू येताच महाल एकदम शांत झाला. श्रीमंत माधवराव त्रिंबकमामांसमवेत प्रवेशले. स्वत: स्थानापन्न होऊन उपस्थितांना त्यांनी बसण्याचा इशारा केला. महादजी पुरंदरे उभे राहिले. श्रीमंतांना नमस्कार करून बोलू लागले,

''मागं झालेल्या तहातल्या शर्ती हैदरनं मोडल्या. त्यासंबंधी खलिता धाडला होता. त्यावर त्यानं उत्तर धाडलं. तो म्हणतो आधी पेशवा कोण आहे ते समजू द्याऽ मग पाहूऽऽ''

श्रीमंतांचे नेत्र दरबारवर स्थिरावले. गोपाळराव त्वेषानं बोलले,

''श्रीमंत, त्याला सोडायचा नाही. त्याची मुंडी पिरगाळल्याशिवाय वठणीवर येणार नाही.''

''बरोबर! या वक्ती हैदरवर कोण कोण जाणार?''

त्रिंबकमामा, पटवर्धनबंधू, आनंदराव रास्ते, सरदार जाधव, पानसे वगैरे मंडळी जाण्यास तयार झालेली पाहून श्रीमंत म्हणाले,

''मंडळी, आम्हीही तुमच्यासंगे येणार.''

''श्रीमंत, प्रकृती ठीक नसताना येण्याची तसदी घेऊ नये.''

''भाऊ, असं म्हणून कसं चालेल? शिवछत्रपतीच्या या सल्तनतीच्या हिफाजती- करता लढताना, आम्हास जिंदगीची तमा नाही.''

यावर कोणीच बोलले नाहीत. विजयादशमीच्या मुहूर्तावर प्रस्थान करायचं ठरवून, इतर प्रस्तावावर विचारविनिमय झाल्यावर श्रीमंतांनी दरबार बरखास्त केला.

*

भाऊ तासगावात आले. मातेला सर्व सांगताच तिनं विचारलं,

''राघोबा काय म्हणतात?''

''श्रीमंतांना परेशान करण्याशिवाय दुसरं काहीच नाही. त्यांच्या महालात कुंकू लावलेलं लिंबू, काळी बाहुली ठेवणं आणि कानडी माणसाकडून मंतरलेला उजव्या सोंडेच्या गणपतीची आराधना करणं, हे त्यांचे उद्योग सुरूच आहेत.''

''माधवराव पेशव्याचे भोग आहेत म्हणायचं! हे सगळं भोगण्यापेक्षा त्यांनी मसनद त्यांच्या हाती द्यावी.''

''तेही करून झालं. हात बांधून शरण गेले. त्यांचे जोडे छातीशी धरले,

तेव्हा मानभावीपणानं नकार दिला. त्या दिवशी श्रीमंताच्या नेत्रांतले अश्रू आणि दु:खी चेहरा पाहून आमच्या डोळ्यात आँसू आले. श्रीमंतांच्या बाजूला असल्यामुळं, आम्हां पटवर्धनांच्यावर राग पाखडतात.''

''भाऊ, आपण योग्य बाजू उचलावी.''

''मातोश्री, आम्ही तेच करीत आहोत. आमचे श्रीमंत खरोखरच अतिशय मुत्सद्दी आणि बुद्धिमान आहेत.''

''परमेश्वरानं त्यांना भरपूर आयुष्य द्यावंऽऽ''

आढ्यावरची बटबटीत डोळ्यांनी बघणारी पांढरी पाल चुकचुकली. जानकीबाई दचकली. परंतु काहीच न बोलता मस्तकावरचा पदर व्यवस्थित करीत तिनं उत्सुकता प्रगट केली.

''या बाबतीत कुणी समजावीत का नाहीत?''

''मल्हारबा होळकर जुना जाणता सरदार. त्यानं दोघांचीही समजूत घातली. परंतु दादासाहेब मान्य करून पुन्हा तेच करतात. आता सांगाऽऽ''

''श्रीमंतांना यामुळं हृदरोगच लागायचा!''

''खरं आहे. त्यात कर्जफेडीची चिंता.''

ते बोलत असता भोजन तयार असल्याची खबर आली. मातेसह भाऊ भोजनगृहात प्रवेशले. तेव्हा अप्पा, हरी, बया, द्वारका जेवत होते. राधाबाई माधवला भरवत होती.

भाऊकडं पाहून अप्पानं उत्सुकतेला सरकावलं.

''भाऊ, या वक्तींतरी आम्हास लढाईवर नेणार का?''

''होऽऽ''

''भाऊ, आम्ही पण येणार!''

''झुरळाला घाबरणारी तू लढाई कशी करणार? तू सासरी जायचं!''

''आजी बघा नाऽऽ''

''हरी, तिला चिडवू नकोसऽऽ!''

राधाबाई कौतुकानं बघून हसत होती. जानकीबाई पुत्राकडं पाहून सांगू लागली,

''दिवसभर अस्सं चिडवणं आणि भोकाड पसरणं चालूच असतं!''

भाऊ मजेत हसले. मुलं बाहेर गेल्यावर राधाबाईनं एका बाजूला दोन ताटं मांडली, त्याकडं पाहून तिनं सूचित केलं,

"राधाबाई, तू मागं कशासाठी? तू ही बस आमच्या संगे!"

वाढपी येताच जानकीबाईनं सुनेकरता ताट मागवलं. वाढप्यानं वाढल्यानंतर तिघंही समाधानानं जेवून उठले. भाऊ महाली जाऊन हिशेबाचे कागद पाहू लागले.

समृद्धीसह आश्विन प्रवेशला. विजयादशमीच्या मुहूर्तावर हैदरवर आक्रमण करण्याकरता प्रस्थान करायचं असल्यामुळं राधाबाईवर सर्व सोपवून, भाऊ पुण्यात प्रवेशले. गोपाळराव, नीलकंठ, दाजी वगैरे मंडळीही आली. भाऊ समवेत पुढं सरकून, त्यांनी आल्याची खबर धाडली. पुण्याबाहेरचे सरदारही उपस्थित झाले. दुपारी पक्वान्नाचं भरपूर जेवण झाल्यावर मंडळीनी विडे घेतले. श्रीमंत तयार झाले. देवाला नमस्कार करून ते बाहेर आले. त्याना बघताच ढोल-मोगर शिंगाच्या आवाजात 'हरहर महादेवऽहरहर महादेव' अशा घोषणा सुरू झाल्या. नेहमीच्या पद्धतीनुसार फौजा निघाल्या. श्रीमंताच्या पालखीच्या दोन्ही बाजूस सरदार होते. मार्गात शेतावर समृद्धी दिसत होती. पोपटांचे थवे दाणे टिपण्याकरता खाली उतरत होते. हवाही सुखद होती. सर्वत्र विविधरंगी धिटुकली रानफुलं होती. तिन्हीसांज होताच, निश्चित केल्याप्रमाणं योग्य स्थानी मुक्काम केला. पालखीतून येऊन श्रीमंत थकले होते. त्रिंबकमामाजवळ येताच ते म्हणाले,

"मामा, भोजन तैयार होईपर्यंत आम्ही झोपतो."

"ठीक आहे."

सेवकांकडून बिछाना तयार करवून घेतल्यावर मामानी श्रीमंताच्या हाताला धरून बिछान्यापर्यंत आणलं. ते त्यावर पहुडताच सेवकाला उभा करून मामा चालू लागले.

* * *

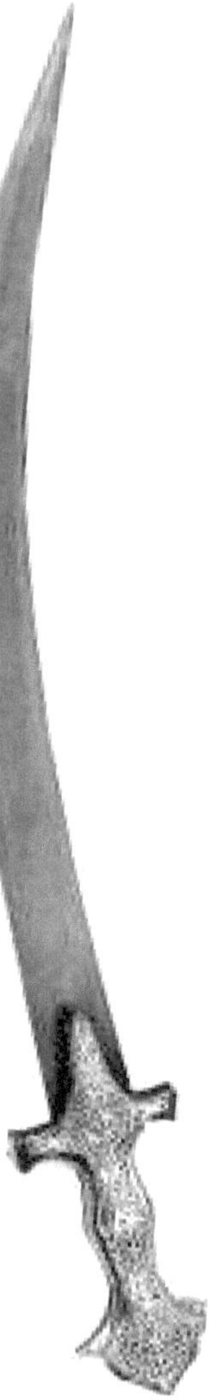

८

श्रीमंत मुक्काम करीत करीत कर्नाटकात उतरले. गोपाळराव उत्तरले, ''श्रीमंत, मध्यंतरी हैदर आणि टोपीकरांची लढाई झाली. त्यामुळं त्याचं बळ बरंच कमी झालं, यावक्ती आपण त्याला चांगलाच धडा शिकवू. तो निश्चित माघार घेईल.''

''गोपाळराव, तुम्हास वाटतं, तेवढं हे काम आसान नाही. तरी कोशिश करणं निहायत जरुरी आहे.''

''मला वाटतं उद्याच त्याच्यावर हमला करावा.''

''ठीक आहे.''

त्यांना नमस्कार करून गोपाळराव निघाले. दुसऱ्या दिवसापासून मराठ्यांनी त्यांची ठाणी घेण्यास सुरुवात केली. परंतु हैदर कमी नव्हता. त्यानं हुलकावण्या देत, त्यांच्या तळावर छापे घालून हैराण केलं. श्रीमंत कंटाळले. प्रकृतीही साथ देत नसल्यामुळं, थोडासा विचार करून सरदारांना बोलावणं धाडलं. त्यांनी येऊन नमस्कार केला. ते आसनस्थ झाल्यावर श्रीमंत सांगू लागले,

''मंडळी, आमची तबीयत ठीक नाही आणि हैदर इतक्यात शरण येईलसं वाटत नाही. म्हणून मामा, गोपाळराव, भाऊ यांच्यावर सर्व जिम्मेदारी सोपवून आम्ही पुण्यास जावं म्हणतो.''

आमची तलवार पहावी ✿ १०३

"श्रीमंत, बेफिक्र मनानं तुम्ही जावं. आम्ही त्याला पुरता नामोहरम केल्याशिवाय राहणार नाही."

"भाऊ, तुम्हा सर्वांच्या कामास यश मिळो ही इच्छा!"

दोन दिवसांनंतर श्रीमंत माधवराव पुण्याकडं मार्गस्थ झाले. त्यानंतर चार दिवसांनी मराठ्यांनी 'गुर्रमकोडा' किल्ला जिंकला. तहाकरता हैदरनं वकील धाडला. परंतु त्याचं वेळकाढू धोरण जाणून त्रिंबकमामानं त्याला परत पाठवलं. याच सुमारास श्रीमंतांनी पुण्याहून मोठी फौज धाडली. श्रीरंगपट्टणपासून सहा मैलावर असलेल्या 'मोतीतलाव' या ठिकाणी मराठी फौजा हैदरच्या सैन्यावर तुटून पडल्या. हैदर आणि टिपू त्यांच्या कब्जात येतील, असा मराठ्यांचा अंदाज होता. परंतु ते पिता-पुत्र निसटलेच! भाऊ संतापानं उत्तरले,

"दोघंही आमच्या हाती गवसले असते, तर सगळंच जिंकून घेता आलं असतं. मामा, आता काय करायचं?"

"निराश होऊ नका. या दोन दिवसांत श्रीरंगपट्टणास वेढा द्यायचा आमचा विचार आहे."

"उत्तमऽऽ! ऐकून खूप बरं वाटलं!"

त्यांनी ठरल्याप्रमाणं श्रीरंगपट्टणवर हल्ला केला. त्यांना तो किल्ला जिंकता आला नाही. गोपाळरावांनी प्रस्ताव ठेवला,

"मामा, आपल्या फौजा त्रस्त झाल्यात. हैदर सामान्य शत्रू नाही. हे जाणून आपण या किल्ल्याचा वेढा उठवावा."

"ठीक आहे. हैदरही परेशान झालाय- उद्याच-त्याचा वकील तहाची बोलणी करायला येईल."

"मामा, तहाच्या अटी आत्ताच ठरवू याऽऽ"

"बरोबर. सांगा."

त्यांनी कारकुनास बोलावून घेतलं. भाऊ आणि गोपाळराव सांगू लागले. कारकून दौतीत लेखणी बुडवून लिहू लागला. हैदरनं पन्नास लक्ष रुपये द्यावेत, गुर्रमकोडा, कोलार, होसकोट ही ठाणी मराठ्यास द्यावीत.

"आता आम्ही सांगतो गोपाळराव."

"बोलाऽऽमामा."

"या पुढं मराठ्यांच्या मुल्कावर हमला करू नये."

"हे कलम तो मान्य करील का?"

“नाही कबूल केलं तर आम्ही तह करण्यास तैयार नसल्याचं सांगायचं!”

“बहोत खूबऽऽ मामा, नाक दाबलं की तोंड उघडतं, अस्संच ना?”

“भाऊ, तुमचं म्हणणं अगदी बरोबर!”

रात्रीची पावलं पडू लागताच पलित्यांनी छावणी प्रकाशित केली. सैनिक भजनं गाण्यात दंग झाले. सरदार लवकर पुण्यास जाण्यास मिळणार, या आनंदात बोलत बसले होते. भोजन तयार असल्याची खबर येताच ते थोड्याशाच अंतरावर असलेल्या भोजनशालेत प्रवेशले. जेवून तृप्त झाल्यावर ते डेऱ्यात प्रवेशले.

दुसऱ्या दिवशी सर्वांना उत्साहानं जागं केलं. सकाळचे कार्यक्रम उरकून ते बोलत बसले असता, हैदरचा वकील येऊ लागला. एका पहारेकऱ्यानं येऊन मुजरा केला.

“काय आहे?”

“मामासाब, हैदरचा वकील आलाय.”

“त्याला पाठवून दे आणि तू सर्वत्र नजर ठेवऽ!”

तो गेल्यावर थोड्याच वेळात वकील प्रवेशला. त्रिंबकमामांनी त्याला आसनस्थ होण्याची विनंती केली. तो बसल्यावर एका सेवकासह दुभाषी आला. सेवकानं त्याच्या हाती तबक दिलं. वकील उभा राहून अतिशय नम्रतेनं बोलला,

“हमारे खाविन्द ने यह तोहफा श्रीमंत को दिया है।”

दुभाषीनं भाषांतर करून सांगितल्यावर त्रिंबकमामा उत्तरले,

“श्रीमंत पुण्यात आहेत. हा खुबसूरत नजराणा त्यांना खूप आवडेल.”

“हम शुक्रगुजार हैं. हम संधिके वास्ते आए हैंऽऽ”

“ठीक आहे. गोपाळराव, तहाच्या शर्ती सांगा.”

त्यांनी अटी सांगितल्यावर क्षणभर विचार करून वकील म्हणाला,

“हमारे खाविंद कोलार देने के लिए तैयार नहीं होंगे, और मराठी मुल्कपर हमला न करनेकी शर्त मंजूर नहीं करेंगे.”

मामांनी भाऊकडं पाहिलं. त्यांच्या नजरेतला अर्थ जाणून ते म्हणाले,

“आम्ही तह करण्यास तैयार नाही.”

भाऊंच्या प्रभावी शब्दामुळं तो नाराज झाला. परंतु तह करणं जरुरीचं असल्यामुळं त्यानं मंजुरी दिली. कारकुनानं दोन कागद तयार केले. त्यावर सही शिक्के झाल्यावर, भाऊंनी एक कागद त्याच्या हाती दिला. त्यानंतर हिरेजडित

सुवर्णाचा चषक देऊन मामा म्हणाले,

"आमच्या श्रीमंतांनी मैत्रीखातिर हा नजराणा तुमच्या खाविंदास दिलाय."

त्यानं आभार मानल्यावर मामांनी त्याला वस्त्रं दिली. अत्तर गुलाब झाल्यावर त्याला निरोपाचे विडे दिले. तो सर्वांचे आभार मानून गेल्यावर मामांनी गुर्रमकोडा, कोलार, होसकोटेच्या देखरेखीकरता आपले लोक नियुक्त केले.

या तहात बांधून घेतल्यावर दोन वर्षं हैदर स्वस्थ बसेल असा विचार करून मंडळी पुण्यास जाण्याच्या विचारात असता, एक-फकीर गात-गात आला. पहारेकऱ्यानी त्याला अडवलं. ती गडबड ऐकताच मामा आणि भाऊ आले. आलखऽ निरंजन आलखऽ हे परवलीचे शब्द ओळखून मामा त्याच्यासह डेऱ्यात प्रवेशले. चहूकडं नजर फेकून भाऊही आले. मामा सर्वत्र बघत म्हणाले,

"गोविंदा सांग."

"मामासाब, इथनं गेल्यावर वकील हैदरास भेटला. त्यानं त्यो कागज हैदरला दिला अन म्हनला, खाविन्द, तुमी हमला करायचा न्हाई, असं मला कबूल करावं लागलं. तवा हैदर हसून बोलला, समद्या शर्ती पाळायच्या नसतात. आपुन त्यास्नी नमवनारच."

"छान खबर आनलीस. आणखी काही समजलं तर तुरन्त येऽऽ"

मामांनी त्याला पाच मोहरा दिल्या. त्या कपाळाला लावून मुजरा केल्यावर तो बाहेर पडला. त्याच सुमारास बरं वाटत नसल्यामुळं मिरजेस गेलेल्या गोपाळरावांचं निधन झाल्याची खबर आली. भाऊंना शोकावेग आवरता आला नाही. त्रिंबकमामांनी समजूत घालून, त्यांना उभं केलं. त्रिंबकमामांनी गुरमकोंडा किल्ल्यास मोर्चेबंदी करून लढाईस सुरुवात केली. दुहेरीतर आणि दुहेरी बुरुज असल्यामुळं किल्ला सर करणं फार कठीण होतं. मामांनी ही अडचण सांगताच भाऊ म्हणाले,

"मामा, थांबून थांबून त्याच्या बेसावधपणाचा फायदा घेत एकदम आक्रमण केलं तर आपल्याला कामयाबी प्राप्त होईल."

"शाब्बाश भाऊ!"

मामांनी फौजास तसा आदेश दिला. तीन महिन्यांत गुरमकोंडा हाती आला. त्या रात्री सर्वांना मेजवानी मिळाली. दुसऱ्या दिवशी मामानी सर्व सरदारांस फौजासह बोलावणं धाडलं. सर्वजण उपस्थित असल्याचं समजताच, मामा आले. हात जोडून ते बोलू लागले,

"मंडळी, श्रीमंतांनी जिम्मेदारी सोपवून आम्हास कर्नाटकात ठेवलंय.

गुरमकोंडा हा अजिंक्य किल्ला हैदरकडून तुम्ही आत्यंतिक श्रम करून जिंकला. आता हैदरला सोडून जायचं की श्रीरंगपट्टणवर हमला करायचा ते ठरवा.''

मामांचे आव्हानात्मक शब्द ऐकून, सर्वांनी एकमुखानं निर्णय दिला

''श्रीरंगपट्टणवर धडक मारायची!''

मामा-भाऊंना खूप समाधान झालं.

दोन दिवसांनंतर अतिशय उत्साहानं घोषणा देत फौजा निघाल्या. खंकाळत जाणाऱ्या कावेरीच्या तीरावर तळ पडला. भोजन झाल्यावर मंडळी निद्रामग्न झाली. पलित्यांच्या प्रकाशात पहारेकरी सर्वत्र पहारा देत होते. मध्यरात्र उलटली होती. गच्च काळोख पसरला होता. सर्वत्र शांतता होती. कावेरीच्या प्रवाहाचा आवाज शांततेला चिरीत पुढं सरकत होता. तोफातून सुटलेले एक-दोन अग्निगोलक येऊन लष्करावर पडले. सर्वजण खाडकन जागे झाले. त्यांनीही त्वेषानं तोफांचा मारा सुरू केला. मोठमोठ्या हवेल्या कोसळून पडल्या. सर्व परिसर बेचिराख झाला. चहूकडून हैदर कोंडल्यामुळं येणारी रसद बंद पडली. हैदरनं पाँडेचरीच्या फ्रेंचाकडं मदतीसाठी खलिता धाडला. परंतु त्यांची मदत योग्य वेळी आली नाही. तो कंटाळला. तसंच मराठेही त्रस्त झाले. श्रीमंताची प्रकृती ठीक नसल्याचा खलिता हाती पडताच, मामा खंडणी गोळा करीत पुण्याकडं निघाले.

*

पुण्यात आल्यावर श्रीमंतांची भेट घेण्याचा मानस त्यांनी वक्त करताच नाना फडणीस म्हणाले,

''मामा, श्रीमंतांची तबीयत ठीक नाही.''

''काय होतंय?''

''नेहमीचा खोकला आणि त्रस्त करणारं काही ऐकलं की बुखार येतो. फार कोवळ्या वयात त्यांना व्याधी जडली. काय करणार?''

''नाना, श्रीमंतांना आनंद होईल अस्संच आम्ही सांगणार आहोत. तुम्ही खंत करू नये.''

इतकचं बोलून खबर पाठवल्यानंतर त्रिंबकमामा भाऊसह महालात प्रवेशले. त्यांना नमस्कार करून तहाचा कागद हाती दिला. त्यावर नजर फिरवून सुखावत ते उत्तरले,

''चांगलं केलंत! आता थोडे दिवस तरी स्वास्थ्य लाभेल.''

''श्रीमंत, लढायांची जिम्मेदारी सरदारांवर सोपवून, तुम्ही फक्त मार्गदर्शन

करावं.''

''भाऊ, तुम्ही म्हणता तितकं ते सोपं नाही. त्यात काकांची कारस्थानं भर घालीत आहेत. सरदारांना आमिषं दाखवून फितवीत आहेत. काय करावं हेच समजेनासं झालंय. त्यांत हा आमचा साथी इतकं प्रेम करतोय की आम्हास बांधून ठेवलंय, उठूच देत नाही.''

''राजवैद्याचा इलाज चालत नाही तर टोपीकरांचा दागतर आणूयाऽऽ''

''भाऊ, आम्ही मरणाला भीत नाही. परंतु शिवप्रभूंच्या राज्याची ही जिम्मेदारी आमच्या हातून निभावली जात नाही. याचंच आम्हास दुःख आहे. तुमच्या इच्छेनुसार दागतर आणा.''

''श्रीमंत, फिरंगी, सिद्दी शांत आहेत परंतु...''

''टोपीकर बळजोर होऊन आमचा मुल्क घेऊ पाहत आहेत.''

''श्रीमंत, तुम्ही निश्चिंत असावं. आमच्या देहात प्राण असेपर्यंत टोपीकराशी लढत राहू.''

''शाब्बास भाऊ, तुमच्यासारखे कदीम सेवक असताना आम्ही फिकीर का करावी?''

ते खोकू लागले. त्यांच्या डोळ्यांत पाणी जमा झालं, खोकून खोकून कासावीस झाले. मामा उठून त्यांच्या छाती-पाठीवरून हात फिरवू लागले. थोड्या वेळानं त्यांना बरं वाटताच, रमाबाईनं पाठवलेलं गरम पाणी भाऊंनी पाजलं. श्रीमंतांनी मुक्त श्वास सोडला. त्यांच्याशी थोडा वेळ बोलून, दोघंही नमस्कार केल्यावर निघाले.

*

परशुरामभाऊ आपल्या घरी आले. स्नानपूजा आटोपून त्यांनी भोजन केलं. थोडा वेळ विश्रांती घेऊन ते तासगावकडं दौडू लागले. त्यांच्याबरोबर पथकांतले सैनिक असल्यामुळं कसलीच अडचण नव्हती. नेहमीप्रमाणं आप्पानं त्यांचं स्वागत करून घरात आणीत खबर दिली.

''आजी, भाऊ आलेऽऽ''

जानकीबाई बाहेर आली. पुत्राला पाहून तिला आनंद झाला. त्यांनी तिला नम्र नमस्कार केला. भाऊसह ती आत आली. समोर उभ्या असलेल्या राधाबाईनं सस्मित नेत्रांनी त्यांचं स्वागत केलं. त्यांनीही नजरेतून विचारलं,

''कशी आहेस?''

तसंच उत्तर आलं. ब्येसऽऽ, ते आसनस्थ होताच जानकीबाई सांगू लागल्या.

''दादासाहेब जोग एका गृहस्थाला घेऊन आले होते.''

''नाव समजलं तर बरं होईल!''

''काय गं?''

तो प्रश्न आपल्याला असल्याचं जाणून ती उत्तरली, ''वाईचे वासुदेवराव रास्ते.''

''कशा करता येणं केलं होतं?''

''आपल्या मुलीचा प्रस्ताव घेऊन आले होते.''

''तुम्ही काय सांगितलं?''

''भाऊ आल्यावर कन्येला आणायला सांगून निरोप दिला. दुसरे बारामतीकर जोशी!''

''ते सावकार असावेत. ते कशापायी आले होते?''

''बयोला मागणी घालण्याकरता!''

''अरेवा! श्री गजाननाची ही योजना असावी?''

''भाऊ, तुम्ही स्वत: बारामतीला जावा आणि ठरवून याऽऽ''

''त्यांनी बयोला पाहिल्याशिवाय कसली बोलणी?''

''त्यांनी तिला यापूर्वी जोगांच्या घरी पाहिलंय म्हणूनच आले.''

''रास्तेंना खलिता धाडून बोलावतो आणि बारामतीला जाऊन येतो.''

''आम्ही तैयारीला सुरुवात करतो.''

''इतक्यात कशाला?''

''हे स्थळ नाही तर दुसरं! पण या सालात दोन्ही लग्नं झालीच पायजेत.''

''सासूबाई म्हणतात ते अगदी खरं आहे. खर्च वाढणार त्याचाही बंदोबस्त करायला हवाच!''

''जोग सावकाराकडून घेऊ. फिक्र कशाची?''

''जोग सावकार व्याजाशिवाय देणार नाहीत म्हटलं!''

''मातोश्री, कसा राग आला पाहिलांत ना?''

''तिला का चिडवता सारखं?''

''मातोश्री तेवढीच करमणूक असतेऽऽ''

गोरे काकू आल्याचं समजताच भाऊ महालाकडं चालू लागले. त्यांची

वस्त्रं घेऊन राधाबाई प्रवेशली. तिला पाहताच भाऊ पुढं सरकले. त्यांनी तिला कवेत धरून आवळलं. या वक्ती राधाबाईही खुशीनं फुलली होती. दोघंही प्रणयमश्गूल असताना, हरीबरोबर खेळणाऱ्या बयानं आवाज दिला,

"ताई, मावशी आल्याऽऽ"

"आलोच."

त्यांच्या मिठीतून मुक्त होऊन ती बहिणीला भेटण्याकरता चालू लागली.

*

खलिता हाती पडताच वासुदेवराव रास्ते कन्येसह प्रवेशले. लहान पोर भुकेली असल्याचं जाणून तिला लाडू-चिवडा दासीकडून पाठवला. तिनं परवानगी करता पित्याकडं पाहिलं. त्यांनी मानेनंच होकार देताच समोरचे कटोरे रिकामे करून ती पाणी प्यायली. परसवातून आलेल्या आपल्या पुत्राकडं पाहून भाऊ म्हणाले,

"हे आमचे ज्येष्ठ चिरंजीव रामचंद्र आप्पा."

"अजून याना रणांगणी नेलं नाही का?"

"यापुढं नेणार आहे."

भाऊंनी त्यांना पसंती सांगून लक्ष्मीच्या हाती पेढ्यांची पुडी आणि खण, नारळ दिला. तिनं सर्वांना नमस्कार केला. पटवर्धन मंडळीस बोलावणं असंभव असल्यामुळं जोग परिवारास निमंत्रित केलं. ते पत्नीसह ताबडतोब आले. विवाह पुण्यात व्हावा अशी इच्छा भाऊनी प्रगट करताच, वासुदेवरावांना खूप आनंद झाला. त्यानीच सालंकृत कन्यादान आणि विवाह खर्च उचलला. आतून जानकीबाई बोलली,

"आमच्या सोयीनुसार मुहुर्त कळवतो."

त्यानंतर भोजन करून जाण्याची भाऊनी विनंती करताच वासुदेवराव उत्तरले,

"तेवढं सांगू नये, योग आला की निश्चित करू."

सर्वजण हसले. जानकीबाईने हसतच सूचना केली.

"असं कसं जाता येईल. इथं लाडू खावून जोगांच्या घरी भोजन कराऽ म्हंजे झालं"

"आईसाहेब, तुमची सूचना मान्य आहे."

तिला नमस्कार करून ते दादासाहेब जोगासह चालू लागले. ते गेल्यावर

जानकीबाईनं पुत्राला बोलावून घेतलं. भाऊ येऊन तिच्यापाशी स्थिरावाले. त्यांचा तिसरा पुत्र माधव येऊन त्यांच्या मांडीवर बसला. त्याला गोंजारत भाऊ म्हणाले,

"आजी बोलताना गडबड करायची नाही."

"आमी नाई कलीत, बाबा कलतात."

"भाऊ, पाहिलात का वकिली डावपेच!"

ते कौतुकानं हसले. जानकीबाई सांगू लागली,

"आप्पाचं लगीन ठरलं, त्याच मांडवात बयाचं पण उरकून घ्यावं. आता बारामतीला दादासाहेबांना न्यावं."

"उद्याच निघतो."

दुसऱ्या दिवशी पहाटेच भाऊ, दादासाहेब जोग, थोड्या सैनिकांसह निघाले. मार्गांत दोन-तीन थांब्यावर विश्रांती घेऊन ते बारामतीत प्रवेशले. जोशी सावकारांचा वाडा प्रशस्त होता. माणसंही बरीच दिसत होती. भाऊंनी बयाचा विवाह निश्चित करून, पुण्यात करण्याची इच्छा प्रगट केली. थोडीशी कुरकुर केल्यावर त्यांनी होकार दिला. त्यांच्या घरी मिठाई खावून ते दौडू लागले. ते आपल्या वाड्यात प्रवेशले तेव्हा भाऊंची मुलं आजीपाशी बसून गोष्ट ऐकत होती. उत्सुकतेनं आपल्याकडं बघणाऱ्या मातेला सर्व हकीगत सांगून ते मागील दारी गेले. स्नान झाल्यावर धोतर नेसून, शेंडीला गाठ दिल्यावर ते देवखोलीत प्रवेशले. पूजा केल्यावर ते हात जोडून बोलले,

"गजानना, तुझ्या आशीर्वादानंच हे वैभव आणि श्रीमंताचा विश्वास प्राप्त झाला आहे. अशीच माझ्यावर कृपा करा."

ते स्तोत्र म्हणत आपल्या महालात आले. अंगात सदरी घालून, कपाळी शिवगंध रेखल्यावर ते मातेपाशी गेले. सासूला काहीतरी विचारण्याकरता आलेल्या राधाबाईला थांबवून ते सांगू लागले,

"श्रीगणेशाच्या कृपेमुळंच हे ऐश्वर्य, प्रतिष्ठा प्राप्त झाली आहे. या करता श्रीगणेशाचं मंदिर तासगावात उभं करण्याची इच्छा आहे."

"भाऊ, अतिशय आनंद आहे. तुमच्या आजोबांना हरभट्टजीना पुळ्याच्या गणपतीनं मार्ग दाखवला होता. तुमच्यात ही प्रेरणा आजोबांनीच निर्माण केली असावी. मुहूर्त पाहून, स्थान निश्चित कराऽऽ"

"या लग्नांच्या पूर्वी मंदिर उभं राहणं आवश्यक आहे."

"राधाबाई म्हणते तस्संच कराऽऽ"

मातेची अनुमती आणि पत्नीचं सहाकार्य प्राप्त होताच, त्यांनी मेहुण्याला बोलावून घेतलं. त्यांनी ताबडतोब येऊन जानकीबाईला नमस्कार केला. दादासाहेबांचं आगमन झाल्याचं, समजताच भाऊ वस्त्र बदलून खाली आले. त्यांनी सर्व सांगताच दादासाहेब म्हणाले,

"आम्ही योग्य स्थान दाखवतो. चलाऽऽ"

राधाबाईनं आणून ठेवलेला फराळ करून दोघंही दौडू लागले. गावाच्या मध्यभागी त्यांनी जागा निश्चित केली. संपूर्ण परिसर नजरेखाली घालून ते गोविंदशास्त्र्याच्या घरी आले. त्यांना पाहून म्हाताऱ्या शास्त्र्यांनी आश्चर्य प्रगट करताच ते म्हणाले,

"गणेश मंदिराकरतां स्थान निश्चित करून आलो. तिथं बांधकाम करण्याचा मुहूर्त सांगा."

शास्त्र्यांनी त्याच सप्ताहातला मुहूर्त काढून दिल्यावर, भाऊंनी मोहर देऊन नमस्कार केला. त्यांचा आशीर्वाद घेऊन ते बांधकाम करणाऱ्या गृहस्थाच्या घरी गेले. त्यांच्यासह ते त्या विशिष्ट स्थानी आले. भाऊंनी सांगितल्याप्रमाणं त्यानं आराखडा आणून, देण्याचं वचन दिल्यावर भाऊ म्हणाले,

"हे गणेश मंदिर लवकर उभं करा. खर्चाची चिंता करू नका."

भाऊ दादासाहेबांसह आनंदानं घरी आले.

*

गणेश मंदिराचं रंगकाम झाल्यावर श्रीगणेशाची मूर्ती आणून गोविंदशास्त्रीच्या हस्ते प्राणप्रतिष्ठापना केली. त्यानंतर पटवर्धन मंडळीनं जास्वंदीची लाल फुलं आणि दुर्वा वाहून नमस्कार केला. त्यानंतर भाऊंनी उपस्थित मंडळीस भोजन करून जाण्याची विनंती केली. संध्याकाळपर्यंत भोजनाच्या पंगती उठत होत्या. या मंदिराकरता भाऊंनी अमाप खर्च केला आणि तासगावकरांचे आशीर्वाद घेतले. राधाबाई सासूला विचारून दोन्हीं विवाहाची तयारी करीत होती.

कोल्हटकराकडून जिऊला आणण्याकरता भाऊंनी आप्पाला धाडलं. काही सैनिकांसह तो निघाला. पेणला लक्ष्मणराव कोल्हटकरांच्या घरी जाऊन त्यानं परिचय दिला.

"आम्ही रामचंद्र आप्पा पटवर्धन आत्याबाईला नेण्यासाठी आलोय. तुम्ही यावं अशी इच्छा आहे तात्यासाहेब."

क्षणभर विचार करून संजाबावर हात फिरवीत ते उत्तरले,

“आदल्या रात्री येऊन विवाह झाल्यावर आम्ही परत येऊ.”

“नाही तात्यासाहेब, आत्याबाईंना आम्ही ठेवून घेणार आहोत.”

“पण...”

“तात्यासाहेब, फिकीर करू नका. आम्ही स्वत:च जातीनं आत्याबाईंना घेऊन येतो.”

“ठीक आहे आप्पा, इतकं सुरेख बोलायला कुठं शिकलात?”

“घरीच! तात्यासाहेब, आमचे गुरुजी सांगतात की दुसऱ्याला बरं वाटेल असं बोलावं नाहीतर स्तब्ध राहावं.”

“शाब्बाश आप्पाऽऽशाब्बाश”

दुसऱ्या दिवशी आप्पासह जिऊबाई मेण्यातून निघाली.

*

फाल्गुनातला पहिलाच मुहूर्त होता. भाऊंनी स्वत: वाड्यावर जाऊन श्रीमंताना निमंत्रित केलं. श्रीमंतांची तबीयत ठीक नव्हती. परंतु परशुरामभाऊसारख्या सरदारांना आपलसं करायचं असेल तर जाणं भाग असल्याचा विचार करून, त्यांनी होकार दिला. भाऊंना खूप आनंद झाला. ते म्हणाले,

“श्रीमंत, वहिनीसाहेबांना घेऊन यावं ही विनंती. मी निमंत्रण करू का?”

“त्याची जरुरत नाही. येतो आम्ही.”

“मुलगी वासुदेवराव रास्त्यांची म्हणजे तुमच्या आजोळची!”

“होयऽऽ”

त्यांना नमस्कार करून भाऊ निघाले. एक-दोन घरी निमंत्रण देऊन ते घरी आले. विवाह दिन उगवताच पटवर्धन मंडळी वाजंत्र्याच्या आवाजात मिरवत निघाली. आज रेश्मी जरीबुंदी पोषाख, मस्तकावर लालबुंद पगडी, त्यावर बांधलेल्या मोत्यांच्या मुंडावळ्या आणि अलंकारानी समृद्ध असलेला आप्पा नेहमीपेक्षा फारच सुंदर दिसत होता. योग्य समयी मंडळी रास्त्यांच्या मंडपात प्रवेशली. रास्ते पती-पत्नीनं त्यांचं उत्तम स्वागत केलं. आप्पावरून ओले तांदूळ ओवाळून टाकल्यावर आप्पा आणि त्याच्या माता-पित्याच्या पायांवर पाणी घातलं. जावयाचे पाय पुसून आत आणलं. विवाह विधी सुरू झाले आणि श्रीमंत, रमाबाईसह प्रवेशले. पुरुषोत्तम दाजींनी उत्तम स्वागत करून, त्यांना आत आणलं. कृष्णाबाईसह रमाबाई आत आली. दाजींनी श्रीमंतांना उच्चासनावर बसवलं. तरुण मंडळी अक्षता देण्याकरता फिरू लागली. श्रीमंतांना मात्र पुरुषोत्तम

दाजींनी अक्षता दिल्या. मंगलाष्टका सुरू झाल्या. मुलीचे मामा अष्टपुत्री नेसलेल्या भाचीला घेऊन आले. 'शुभमंगल सावधान' ची घोषणा होताच लक्ष्मीनं गोऱ्या गुबगुबीत हातातली पुष्पमाला आप्पाच्या गळ्यात घातली. त्यानंही तेच केलं. वाजंत्री वाजू लागली. सर्वांना पेढे देण्याकरता तरुण फिरू लागले आणि हळदी-कुंकू लावून पेढे देण्याकरता कृष्णाबाई-राधाबाईनं रमाबाईंना नमस्कार केला. दादासाहेब जोग आणि दाजी नवविवाहित युगुलासह श्रीमंतांपाशी आले. आप्पा लक्ष्मीसह त्यांच्यासमोर नम्र झाला. श्रीमंतांनी दोघांसही अलंकार दिले. तेव्हा लक्ष्मी खुदकन हसली. त्यांनी त्या दोघांच्या पाठीवर हात फिरवून आशीर्वाद दिला.

'आयुष्यमान भव.''

त्या अतिशय सुंदर जोडीला पाहून आपल्याला अपत्य नसल्याच्या वेदनेनं त्यांच्या हृदयावर जबरदस्त आघात केला. त्यांना खोकल्याची उबळ आली. दाजींनी पुढं सरकून त्यांच्या छाती-पाठीवर हात फिरवला. भाऊ गरम पाणी घेऊन आले. पाणी पाजल्यावर त्यांना बरं वाटलं. वासुदेवरावांनीही येऊन नमस्कार केला. भाऊही त्यांच्यासमोर नम्र होऊन म्हणाले,

''श्रीमंत, तबीयत बरी नसतानाही येणं केलंत, त्याबद्दल फार आभारी आहे.''

''आभार कसले मानता? तुमचेबद्दल वाटणारी आत्मीयता आम्हास इथं घेऊन आली. आता मात्र आम्ही चलतो.''

''भोजन...''

''नाहीऽ. तसा आग्रह करू नका.''

भाऊंनी कुणाला तरी पाठवून रमाबाईला निरोप धाडला. ती उठली. रमाबाईंच्या मागून हातात पुडकं घेतलेली राधाबाई चालू लागली. श्रीमंत पालखीत आणि रमाबाई मेण्यात स्थिरावताच, हातातलं पुडकं ठेवून नमस्कार केला. श्रीमंतांनी सर्वांचा निरोप घेऊन भोयाना आदेश दिला. भोई चालू लागले.

आपण दिलेल्या निमंत्रणाचा स्वीकार करून, श्रीमंत वहिनीसाहेबांसह आले हे पाहून भाऊंचं मन भरून आलं. भोजनाच्या पंगती बसल्या. वासुदेवराव, दाजी, भाऊ सर्वांना आग्रह करून वाढप्याना वाढण्याचा इशारा करीत होते. सर्वांचं भोजन झाल्यावर वरातीची तयारी सुरू झाली. सुनेला ओवाळण्याकरतां आपलं जाणं आवश्यक असल्याचं जाणून राधाबाई घरी गेली होती. जानकीबाई

घरीच थांबली होती. तिला विचारून राधाबाईनं सर्व तयारी केली. थोड्या वेळानंतर वरात आली. कृष्णाबाईनं भाताचे मुटके त्यांच्यावरून ओवाळून चारही दिशांना फेकले. त्यांच्या पायावर पाणी घातलं. त्यांना पुढं आणून उंबरठ्यावर तांदूळ घातलेलं माप होतं. तिच्या मागं असलेली वहिनी म्हणाली,

"वन्स, मापाला धक्का द्या, म्हणजे आत जाणं सोपं!"

तसं करून ती आप्पासमवेत घरात प्रवेशली. लक्ष्मीपूजन झाल्यावर वासुदेवरावांनी विनंती केली.

"पहाटेच निघायचं असल्यामुळं लक्ष्मीला नेण्याची इजाजत असावी." जानकीबाईनं मान हालवली. तिला नमस्कार करून ते भाऊंना सांगून निघाले.

भाऊंच्या घरासमोर मंडप होताच. तिथंच बयाचा विवाह करायचा ठरल्यामुळं सर्व व्यवस्था होती. जुजबी तयारी करण्याकरता पटवर्धन मंडळी रात्रभर जागीच होती. मंडपाच्या आत पडदे सोडले होते. त्यावर फालसांच्या माळा झगमगत होत्या. द्वारावर सोन्याच्या पत्र्याच्या आवरणातला नारळ, हिरव्या आम्रपर्णाशी गुजगोष्टी करीत होता. सर्वत्र चंदनाचा शिडकावा केल्यामुळं वातावरण सुगंधित झालं होतं. मंडपात गालिचावर सुंदर बैठक होती. वाजंत्री वाजू लागली. पटवर्धन बंधू स्वागत करण्याकरतां उभे राहिले. पुरोहितांनी आवश्यक तयारी करून श्रीगणेशाची पूजा केली. त्यानंतर पुण्याहवाचन करण्याकरता, भाऊ राधाबाईसह पाटांवर आसनस्थ झाले. सर्व अलंकार आणि पद्मशाली पैठणी नेसलेली राधाबाई फारच सुंदर दिसत होती. भाऊ क्षणभर तिच्याकडं पाहतच राहिले. राधाबाईला लाजल्यासारखं झालं. तिच्या लालचुटूक ओठातून दोन अक्षरं बाहेर पडली.

"इश्शऽऽ"

भाऊंची तंद्री भंग पावली. पुरोहितांनी काहीतरी सांगताच ते कार्यमग्न झाले. बारामतीकर जोशीचं आगमन झालं. कृष्णाबाईनं त्यांच्या पायांवर पाणी घातलं. त्यांचं स्वागत करून आत आणलं. मंगलाष्टका सुरू झाल्या. पुरोहितांनी सांगताच गौरीहरापुढं बसलेल्या अष्टपुत्री नेसलेल्या बयाला घेऊन दादासाहेब आले. 'शुभमंगल सावधान' चा घोष होताच दादामामांच्या साहाय्यानं बयानं जोशी पुत्राच्या गळ्यात पुष्पमाला घातली. त्यानंही तेंच केलं. विवाहानंतरचे सर्व विधी झाल्यावर बया समवेत तो देवाला नमस्कार केल्यावर, ज्येष्ठमंडळी समोर नम्र झाला. त्यानंतर भोजनाचा कार्यक्रम सुरू झाला. बयाचा जीव भुकेनं कासावीस

झाला. जानकीबाई तिच्यासह देवखोलीत प्रवेशली. तिनं थोडंसं खाऊ खायला लावून नातीला शांत केलं. संध्याकाळ गडद झाल्यावर दिवे लुकलुकू लागले. वरातीची धांदल सुरू झाली. दोघांनाही घोड्यावर बसवून वाजंत्र्याच्या घणघणाटात वरात निघाली. थोडंसं फिरून वास्तव्याकरता दिलेल्या वाड्यात मंडळी प्रवेशली. बारामतीकर जोशी म्हणाले,

"भाऊसाहेब, आम्ही नौबतीचा आवाज कानी पडताच निघणार आहोत. आमच्या सुनेबरोबर पाठराखीण द्यावी.''

"नारायणराव इतक्या लहान वयात ती राहायची नाही. शहाणी झाल्यावर आम्हीच स्वत: तिला घेऊन येतोऽ''

"असं म्हणता तर आत्ताच न्याऽऽ''

जावयाला प्रेमानं थोपटून ते कन्येसह निघत असता जोशीपत्नी बोलली,

"लवकर ये बरं काऽऽ. आम्ही वाट बघतोऽऽ''

कोणीतरी थाडकन शिंकलं. त्यांचं मन थरथरलं. पण करणार काय? भाऊ कन्येसह घरी आले. चार दिवसांनंतर परिवारासह ते तासगावला आले.

आठ-दहा दिवस मजेत सरकले. त्यानंतर एका दुपारी बारामतीकर जोशी कडून एक मनुष्य दिंडी दरवाज्यात उभा राहिला. शंकरनं चौकशी करून त्याला आत आणलं. तो अपरिचित माणूस भाऊपाशी येऊन म्हणाला,

"तुमची मुलगी पांढऱ्या पायाची असल्यामुळं, नवऱ्याला गिळून टाकलं.''

भाऊंच्या नेत्रात अश्रू आले. तरीही आवंढा गिळून त्यांनी विचारलं,

"काय झालं?''

"समजलंच नाही. खेळता-खेळता पडला. तिथंच गेलाऽऽ''

तो माणूस त्यांच्याकडं विचित्र नजरेनं बघून चालू लागला. बया सहा वर्षांची असून अतिशय सुंदर होती. तिनं पुढील आयुष्य कसं काढावं हा प्रश्न विक्राळ रूप घेऊन त्यांच्यासमोर उभा होता. त्या दिवशी तर मुलं सोडून बाकी सर्वच उपाशी होते. दोन दिवसांनंतर ते स्वत:ला आवरून पुण्याकडं निघाले. ते पुण्यात प्रवेशले, तेव्हा संध्याकाळ उतरली होती. रामशास्त्री देवदर्शन करून आले होते. पायातले जोडे बाजूला करीत उभ्या असलेल्या भाऊंना ते म्हणाले,

"याऽऽ! असे अचानक कसे आलात? आणि असे का दिसतां?''

"काय सांगू शास्त्री बुवा. सहा वर्षाच्या पोरीचं लगीन केलं आणि आठ दिवसांत विधवा झालीऽऽ''

''भाऊ, सहा वर्षांची म्हणजे अर्भक! पुन्हा तिचा विवाह करण्यास हरकत नाही. आवरा ते अश्रू.''

त्यांचे आभार मानून ते घरी आले. त्याच रात्री सातारा, इंदूर, काशीच्या शास्त्र्यांकडून शास्त्रार्थ मागवला. ते पुन्हा तासगावात आले. घरात औदासिन्य पसरलं होतं. बया नेहमीसारखी उत्साहानं खेळत होती. तिच्याकडं बघताच भाऊंना अश्रू आवरता आले नाहीत. जरा बाजूला जाऊन त्यानी डोळे पुसले. मातेपाशी जाऊन सर्व हकीगत सांगितल्यावर ती उत्तरली,

''भाऊ, जरी शास्त्रार्थानं पुनर्विवाहाचा कौल दिला, तरी प्रचारात नसलेली कृती करणं योग्य नाही.''

तिचं म्हणणं त्यांना पटलं. त्यांनी तो बेत रद्द केला.

* * *

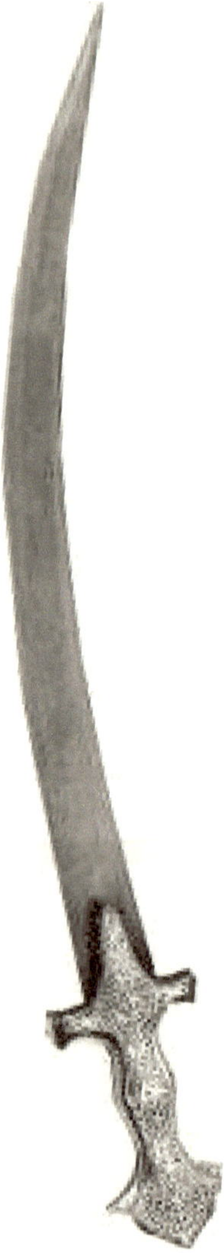

९

दिनकर पश्चिमेकडं सरकत होता. त्याची किरणं पिऊन वृक्षांचा पर्णसंभार तुकतुकीत दिसत होता. नेहमी दिसणारी रस्त्यावरची गडबड लुप्त झाली होती. भाऊ त्रिंबकमामांसह शनवारवाड्यात प्रवेशले. सेवक, दासींची 'जाऽये' चालूच होती, परंतु त्यांत उत्साह नव्हता. नेहमी चालणारी चेष्टा-मस्करी नव्हती. सर्वत्र औदासिन्य होतं. मामांनी आपण आल्याची खबर रमाबाईंपाशी धाडली. तिनं त्यास बोलावणं पाठवलं. त्यांनी भाऊसह प्रवेशून नमस्कार केला. ती दचकून पाय मागं ओढीत उत्तरली,

"आम्हास नमस्कार कसा करता?"

"तुम्ही श्रीमंताच्या पत्नी आहात म्हणून नमस्कार केला. 'सूनबाई' म्हणून नाही. असो. आम्ही श्रीमंतांपाशी जाण्याची इजाजत मागण्याकरता आलोय."

तिच्या मुखावरचं दुःख त्यांनी जाणलं. परंतु त्याबद्दल न बोलता, उत्सुकतेनं बघत राहिले. ती उत्तरली,

"मामंजी, शास्त्रीबुवा, नाना, स्वारीपाशी आहेत. तुम्ही गेल्यानं आनंद होईल."

"ठीक आहे. आम्ही जातो."

तिनं स्वीकृतीदर्शक मान हालवताच ते श्रीमंतांच्या महालापाशी आले. खबर पाठवून ते प्रवेशले. नमस्कार

करून ते पुढं सरकताच श्रीमंतांच्या मुखावर स्तिमरेषा उमटल्या. ते म्हणाले,

"बसा मामा, भाऊऽऽ"

"श्रीमंत, तबीयत कशी आहे?"

"मामा, फार दिवस जातील असं वाटत नाही. शिवप्रभूंच्या तख्ताच्या उन्नतीसाठी खूप करायचं होतं. परंतु आता असंभव आहे. शास्त्रीबुवा; नानांच्या मदतीनं तुम्ही, भाऊ, बिनीवाले, विंचुरकर वगैरे सरदारांनी ती जिम्मेदारी घ्यायची आहे. आम्ही वारंवार हेच सांगतो म्हणून तुम्ही हसत असाल, परंतु ती आमच्या मनाची तळमळ आहे."

इतकं बोलण्यानं श्रीमंतांना खोकल्याची उबळ आली. शास्त्रीबुवांनी पुढं सरकून त्यांना तक्क्याला टेकवलं. त्यांच्या छातीवरून हात फिरवला. त्यांना बरं वाटताच शास्त्रीबुवा म्हणाले,

"श्रीमंत, फार बोलू नये. त्यामुळं खोकला दुणावतो."

"कदाचित सांगायचं राहून जाईल म्हणून बोलतो."

त्यांनी केलेल्या सूचना ऐकल्यावर थोडा वेळ बसून ते चालू लागले. तेव्हा दिवेलागण झाली होती. महालाच्या बाहेर ओळीत असलेल्या समया प्रकाश फेकीत होत्या. पहारेकरी कंबरेत खोवलेल्या तलवारीच्या मुठीवर हात ठेवून उभे होते. त्यांनी चौघांनीही मुजरे केले. माननेंच स्वीकार करून ते चालू लागले. शास्त्रीबुवा चहूंकडचा कानोसा घेऊन अगदी हलक्या स्वरात बोलले,

"मंडळी, वैद्य-हकीम दागतर इत्यादींची दवा देऊन झाली, परंतु आराम पडत नाही. यांतून काय तें समजा आणि पुण्यातच रहाऽऽ"

मामा गदगदले. त्यांच्या डोळ्यांत अश्रू आले. ते आर्द्र स्वरात उत्तरले, "शास्त्रीबुवा, आशय ध्यानी आला. आम्ही पुण्याबाहेर जाणार नाही."

"आम्हीही पुण्यातच राहणार आहोत."

आसपास कोणीही नसल्याचं पाहून शास्त्रीबुवा पुन्हा बोलू लागले, "श्रीमंत नंतर दादासाहेब काय करतील हे सांगणं फार कठीण आहे."

"बरोबर! त्यांच्यापाशी असलेले चिंतो विठ्ठल, सखाराम हरी त्यांना मदत देऊन वाटेल ते करायला लावतील."

"त्यात बापूही आहेच."

"भाऊ, तो दोन्हींकडचा पाहुणा! त्याला श्रीमंतांनीच योग्य जागा दाखवली होती."

"चला मामा, आमचा पाठलाग करण्याचे आदेश येण्यापूर्वी बाहेर पडाऽऽ"

स्वीकृती दर्शवून मामा, परशुरामभाऊसह दौडू लागले.

श्रीमंतांच्या प्रकृतीला औषधामुळं आराम पडत नव्हता. काय करावं हे कुणालाच समजत नव्हतं. रमाबाईची व्रतं-वैकल्यं चालूच होती. श्रीमंत दादासाहेब नजरकैदेत असूनही कारवाया चालूच होत्या. एकदा जवळ बसलेल्या रमाबाईला श्रीमंतांनी विचारलं,

"रमा, तू आम्हास सोबत करणार ना?"

"आम्ही स्वारीची पत्नी आहोत. आमचा निर्णय बदलत नसतो."

"शाब्बाश रमाऽ, आम्हास थेऊरला नेण्याचा इंतजाम करायला सांग, चिंतामणीच्या सान्निध्यात मृत्यू मिठीत घेईल तर बरं!"

रमाबाईनं आवंढा गिळून स्वत:ला सावरलं. तिनं बाहेर येऊन नाना आणि शास्त्रीबुवांना बोलावणं धाडलं. त्यांनी येऊन नमस्कार केला. ती म्हणाली,

"शास्त्रीबुवा, स्वारीस थेऊरास जाण्याची फार इच्छा आहे. तिथं जाण्याचा इंतजाम कराऽऽ"

"मी सर्व व्यवस्था करतो. परंतु गमनाकरता शास्त्रीबुवांनी मुहूर्त सांगावा."

तिला नमस्कार करून ते चालू लागले. रमाबाई थेऊरला जाण्याची तयारी करू लागली. वस्त्र्यांच्या संदुका भरून तयार झाल्या. दासी, बटक्याना सूचना दिल्या. शनवारवाडा आणि नारायणाला पार्वतीबाईंच्या हाती सोपवून ती जाण्यास सिद्ध झाली. मुहूर्त हाती येताच श्रीमंतांनी दरबारी वस्त्रं चढवली. भोई पालखी घेऊन आल्याचं समजताच ते त्रिंबकमामांचा इंतजार करू लागले. क्षणभरात ते भाऊसह प्रवेशले. श्रीमंताच्या मुखावर वियोगाच्या आवरणात खुषीची लहर उमटली. ते म्हणाले,

"मामा, भाऊ, आम्हास हळूहळू चालवत वाड्याच्या द्वारात न्या आणि पायऱ्या उतरवून पालखीत बसवा."

"आज्ञाऽऽ"

"मामा, आज्ञा काय म्हणता? हा पेशव्याचा आदेश नसून, तुमच्या भाच्याची इच्छा आहे."

त्यांचे आर्द्र शब्द ऐकताच भाऊ रडत रडत म्हणाले,

"श्रीमंतऽऽ नका हो असं बोलूऽऽ काळजाला छाले पडतातऽऽ"

"भाऊ, शांत व्हा. पुन्हा असं बोलणार नाही."

त्यांना खोकला येईलसं मामाना वाटलं. परंतु ते शांत असल्यामुळं दोघांनी त्यांना खाली उतरवलं. त्यांच्या आधारानं ते पावलं टाकू लागले. सर्व सरदार उभे होते. ते पायऱ्या उतरले. खालची माती कपाळाला लावून दोघांच्या मदतीनं पालखीत स्थिरावले. पुन्हा एकवार नेत्र एकाग्र करून त्यांनी नमस्कार केला. भाऊंनी इशारा करताच, भोई पालखी खांद्यावर घेऊन चालू लागले. त्यांच्या बरोबर सरदारही निघाले.

पर्वतीपाशी येताच मामांनी उत्सुकता प्रगट केली.

''श्रीमंत, पर्वतीवर जायचं का?''

''नाही, इथूनच नमस्कार केला.''

पालखीबरोबर मामा, भाऊ, शास्त्रीबुवा, नाना घोड्यावरून जात होते. त्या प्रवासातही श्रीमंत दमले होते. मार्गात एक-दोन ठिकाणी झाडांच्या छायेत पालखी ठेवण्याचा मामांनी इंतजाम केला. मामांना सांगून नाना, शास्त्रीबुवा पुढं गेले. थेऊरात मंदिरापाशी येताच इच्छारामपंत ढेरे सामारे आले. नानांनी विचारलं,

''श्रीमंतांसाठी बिछाना तैयार आहे ना?''

''होयऽऽ वहिनीसाहेबांनी धाडलेल्या खलित्यानुसार जय्यत तैयारी केलीय.''

तरीही स्वभावानुसार नाना पाहून आलेच. 'श्रीमंत आलेऽऽ श्रीमंत आलेऽऽ' हा आवाज कानी पडताच श्रीमंतांची पालखी घेऊन भोई आले. श्रीमंत खूप थकले होते. तरीही ते म्हणाले,

''चिंतामणीच्या दर्शनाची खूप इच्छा होती.''

''श्रीमंत, खूप थकलात. पालखी मंदिरापाशी न्यायला सांगतो. तिथूनच दर्शन घ्यावं.''

''ठीक आहे.''

भोयानी योग्य स्थानी पालखी नेताच श्रीमंतांनी हात जोडले, समाधानानं डोळे मिटले. भाऊंनी इशारा करताच भोई चालू लागले. त्याना चालण्याची ताकद नसल्यामुळं भोयांनी पालखी पलंगापाशी नेली. भाऊ त्यांना बिछान्यावर ठेवून अंगावर शाल घालीत म्हणाले,

''मी आणि मामा राहणारच आहोत. वहिनीसाहेबही येतीलच इतक्यात! तुम्ही स्वस्थ झोपावं.''

''ठीक आहे.''

इतकंच बोलून त्यांनी डोळे मिटले. घंटाभरानं खाली चाललेल्या गडबडीनं

त्यांना जाग आली. त्यांनी सेवकाला सांगण्याअगोदरच रमाबाई धावत वर आली. त्यांच्यापाशी जाऊन तिनं विचारलं,

"स्वारीनं काही खाल्लं का?"

"भाऊंनी पेज भरवली."

"ढांस लागली होती का?"

"आम्ही स्वस्थ झोपलो होतो. खाली चाललेल्या सेवकांच्या गडबडीनं जागं केलं."

तिनं हात जोडलेले पाहून किती वेडी आहे, असा विचार मनात येताच, त्यांच्या फिकुडलेल्या चेहऱ्यावर स्तिमरेषा उमटली. त्यांनी प्रश्न केला,

"रमा, आम्हास लापशी पाजतेस?"

"होऽ आत्ता आणतो."

इतकंच सांगून ती चालू लागली. माधवरावांनी पुन्हा डोळे मिटले.

दिवस सरकत होते, परंतु श्रीमंतांच्या प्रकृतीत सुधारणा न होता अधिक क्षीणता आली होती.

भेटायला आलेल्या मंडळीशी ते हसून बोलत होते. त्यांचा मृत्यू जवळपास घिरट्या घालीत असल्याचं सरदारांनी जाणलं होतं. परंतु त्याबद्दल कोणीही बोलत नव्हतं. श्रीमंतानी इच्छा प्रगट करताच त्रिंबकमामा, भाऊ, इच्छारामपंत यांनी त्यांना चिंतामणी समोरच्या ओवरीत आणलं. तिथून त्यांना उत्तम दर्शन घडत होतं. त्यांनी नाना, शास्त्रीबुवाना बोलावणं धाडलं. आसपास असलेले दोघंही क्षणभरात येऊन उभे राहिले.

"बसा मंडळी."

सर्वजण त्यांच्यासमोर स्थिरावले. श्रीमंत सांगू लागले,

"आमच्या मस्तकावरचा कर्जाचा डोंगर उतरवण्याची फार इच्छा होती..."

जबरदस्त ढांस सुरू झाल्यामुळं त्यांना बोलताच येईना. मामांनी त्याच्या छातीवर, पाठीवर चोळलं, नानांनी गरम पाणी पाजलं. त्यांना जरा बरं वाटताच नाना म्हणाले,

"श्रीमंत, वाईच्या परांजपेकडून मी बिनव्याजी रक्कम आणून चासकर जोशी, बारामतीवर नाईक यांचे कर्ज फेडून, कर्ज रोखे आणलेत. हे पाहाऽऽ आता बेफिक्र असावं."

"बहोत खूब नाना, तुमचेकडून आमची तीच अपेक्षा होती. भाऊ आतापर्यंत

तुम्ही, पटवर्धन आम्हास मदत करीत होता, तशीच चालू ठेवा.ऽऽ''

''श्रीमंत, तुमच्याकडून प्राप्त झालेल्या अन्नावर आम्ही जगतोय. त्यामुळं पेशव्यांपासून आम्ही कधीही अलग होणार नाही. राज्यकार्यार्थच आमचे प्राण खर्ची पडतील.''

''शाब्बाश.''

''शास्त्रीबुवा, तुम्ही नि:स्पृह असल्यामुळं न्यायही स्वच्छ आहे. आम्हा पेशव्यापैकी कोणी गुन्हेगार असल्याचं सिद्ध झालं तर, सजा देण्यास मागं येऊ नकाऽऽ''

''श्रीमंत, मान्य आहे. आमची एक विनंती आहे.''

''बोलाऽऽ''

''दादासाहेबांना मुक्त कराऽ. कुणाचे शिव्याशाप घेऊन जाऊ नये. त्या आत्म्याला शांतपणानं आपल्या स्थानी जाऊ द्या.''

''नाना, काकांना तुरन्त मुक्त करण्याचा इंतजाम कराऽऽ''

रमाबाईनं सतीची वस्त्रं आणण्याकरता पाठवलेला सेवक पाहून बरीच मंडळी थेऊरला येऊ लागली. पार्वतीबाई नारायणासह आली. ती सरळ माधवरावापाशी गेली. तिच्या नेत्रातले अश्रू पाहून, श्रीमंत म्हणाले,

''काकी, या नारायणाला सांभाळा एवढंच मागणं!''

पुत्राप्रमाणं असणाऱ्या माधवरावांची अवस्था पाहून तिला दु:ख आवरता आलं नाही. पदराचा बोळा तोंडात कोंबीत ती बाहेर पडली. श्रीमंत दादासाहेब आले. ते पुतण्यापाशी उभे राहून म्हणाले,

''माधव, काय रे ही तुझी अवस्था!''

''ते जाऊ द्या! काका, हा नारायण पेशवा असला तरी सर्व कारभार तुम्ही पहायचा. सर्वांनी केलेल्या लाडामुळं बिघडला आहे. त्याला आपला म्हणून सुधरवण्याची कोशिश करा.''

''माधवा, त्याला आपला कशाला म्हणायला हवं? तो आमचाच आहे.''

त्यांचे शब्द संपताच आनंदीबाईनं नारायणाच्या पाठीवर हात फिरवला. ते पलीकडं गेल्यावर बापू प्रवेशले. त्यांच्या मुखावर नेत्र एकाग्र करून ते सांगू लागले,

''बापू, आमचा नारायण अविचारी आणि दुराग्रही आहे. त्याला तुमच्या हाती सोपवून आम्ही जात आहोत. त्याची हिफाजत कराऽऽ''

“मी त्यांना कसलीही इजा होऊ देणार नाही.”

“आता आम्हास नामस्मरण करू द्याऽऽ”

त्यानी मान वळवून समोर दिसणाऱ्या चिंतामणीवर नजर स्थिर केली. त्यांचे ओठ हालत होते. आवाज करणारा त्यांचा श्वास बंद झाला. चिंतामणीवर स्थिरावलेले नेत्र इच्छारामपंतानी हात फिरवून झाकले. सर्व सरदारांनी मस्तकावरच्या पगड्या हाती घेतल्या. दासी सेवकांचा आक्रोश उठला. रमाबाई चिंतामणीला नमस्कार करून स्नानगृहात प्रवेशली, तिनं केसांवर पाणी घातलं. श्वेत लुगडं नेसून, अंगावर अलंकार घातले. मळवट भरला. पतीला नमस्कार करून ती पार्वती, आनंदी, दादासाहेब, शास्त्रीबुवा, त्रिंबकमामांसमोर नम्र झाली. सर्वांनी सती न जाण्याचा तिला आग्रह केला. परंतु आपल्या निश्चयापासून ती ढळली नाही. तिनं अंगावरचे अलंकार दासींना दिले. ढोल वाजू लागले. शवयात्रा निघाली. सर्वांनी घातलेल्या पुष्पमालांनी शव झाकलं होतं. गोदावरीच्या किनाऱ्यावर चिता रचली होती. उपस्थितांना नमस्कार केला. पतीचं मस्तक मांडीवर घेऊन ती आसनस्थ झाल्यावर चितेला अग्नी दिला. आकाशाकडं झेपावणाऱ्या ज्वाला पाहून भाऊना शोकावेग अनावर झाला. ते जरा दूर जाऊन रडू लागले.

*

दुसऱ्या दिवशी पहाटेच ते तासगावकडं दौडू लागले. मार्गशीर्ष सुरू असल्यामुळं खूप थंडी होती. परंतु त्यांना मात्र जाणवत नव्हती. त्याच्या नेत्रांसमोर श्रीमंत माधवराव होते आणि चहूकडून त्यांचे शब्द कानात निनादत होते. अशाच अवस्थेत ते आपल्या वाड्याच्या अंगणात आले. नेहमीप्रमाणं मुलं बाहेर आली नव्हती. जयवंतला मोतद्दारापाशी देऊन ते घरात प्रवेशले. तिथं औदासिन्य भरून राहिलं होतं. जानकीबाईपाशी मुलं बसली होती. आलवण नेसलेली बया रडत होती. पित्याला बघताच ती जाऊन बिलगली. भाऊंनी तिला गोंजारीत प्रश्न केला,

“बयूऽ, काय झालं?”

मुलांना परसवात घालवून जानकीबाई सांगू लागली,

“आम्ही तिला जवळ बसवून काही तरी सांगत होतो. तेव्हा ती मातेकडं पाहून म्हणाली- ‘आजी आणि आम्ही सारख्याच! ताई, तुम्हीसुद्धा आमच्यावत का होत नाही?’ तिचे अभद्र शब्द ऐकून आम्ही आणि राधाबाईनं तिला खूप मारलं.”

राधाबाई पुढं आली. पोरीच्या दुःखानं ती करपली होती. तिचा चेहरा

भकास दिसत होता. ती बोलली,

"हा अस्तनीतला निखारा सांभाळणं फार कठीण आहे."

"खरं आहे. पण करणार काय? नकळत्या वयात लगीन, सर्व इच्छा दाबून टाकायला लावणारं वैधव्य, या पोरीनं कसं बरदाश्त करावं? मातोश्री, तिला समज आली की ती असं बोलणार नाही. तुम्ही तिला पोथ्यांचं वाचन करायला लावा. त्यामुळं तिला प्राप्त परिस्थितीचा विसर पडेल."

"नाही भाऊ, वरवरचं असतं. लहान वयात आलेलं वैधव्य भोगणं फार फार कठीण असतं."

"मातोश्री, पेशव्यांच्या घरातल्या सगुणाबाई आठ वर्षांच्या असताना जनार्दनपंत स्वर्गस्थ झाले आणि राधाबाई ही नऊ वर्षांची होती, तेव्हा श्रीमंत नानासाहेबांचं निधन झालं. पुराणांचं वाचन, एकभुक्त राहणं आणि महाल सोडून बाहेर न येणं, अशा बंधनात त्या कालक्रमणा करीत असतात. म्हणून मी तसं म्हणालो."

"घरातला धाक ते करवून घेतो."

"मातोश्री, हे सर्व जाणूनच आम्ही शास्त्राधार आणला. परंतु समाजाच्या भयानं तुम्हीच नकार दिला ना?" ते बोलत असता बया केव्हा निघून गेली ते समजलंच नाही. भाऊ उठले. वस्त्रं बदलून ते स्नानगृहात प्रवेशले. गरम पाणी अंगावर पडताच त्यांना खूप बरं वाटलं. ओलेत्याने त्यांनी देवाची पूजा केली. ते महालात आले. तेव्हा राधाबाई वस्त्रं घेऊन उभी होती. तिची खंगलेली प्रकृती पाहून त्यांना कसंतरी झालं. काय बोलावं हेच त्यांना सुचेना. तरी ते म्हणाले,

"राधा, तू बयूची चिंता करू नकोस. तिला पूर्वीसारखंच ठेवावं."

"लोक आपल्यावर बहिष्कार घालतील त्याचं काय?"

"त्या भयामुळंच तर तिचा पुनर्विवाह केला नाही. सध्या तिला बाहेर जाऊ देता, आलवणाची परकर चोळू घालूं देऊन डोक्याला फडकं बांधावं."

"असं म्हणता?"

"होय! दुसरं काही सुचतच नाहीऽऽ"

तिच्या नेत्रांतील अश्रू गालवरून सांडत होते. भाऊ तिला जवळ घेऊन थोपटू लागले. मुलांच्या भांडणाचा आवाज ऐकताच ती लगबगीनं खाली गेली.

✻

नारायणरावास पेशवाईंची वस्त्रं प्रदान करण्याचा समारंभ असल्यामुळं

सर्व सरदार पुण्यात उपस्थित झाले. पटवर्धनबंधू आले. संध्याकाळी दिवेलागण होताच, श्रीमंत नारायणरावांना पेशवा 'पद' प्राप्त झालं. सखारामबापूंना कारभारी पद व नानांना फडणिशी मिळाली. नारायणराव पेशवा असले तरी अधिकार सूत्रं रघुनाथरावाकडंच होती. परंतु सरदारांना प्रभावित करण्याकरता ते बोलले,

"खरं पाहता आम्हास हे जोखमीचं पद घेण्यात खुशी नाही. परंतु माधवाचा शब्द डावलणं आम्हास योग्य वाटत नाही. म्हणून सर्व कारभार हाती घेत आहोत."

त्यानंतर नाना उभे राहिले. श्रीमंत माधवरावांच्या आजारपणामुळं राहून गेलेले प्रस्ताव सर्वांसमोर ठेवले. काहींना अनुमती मिळाल्यावर काम संपल्याचं जाहीर केलं. दरबार बरखास्त झाल्याचं सांगून, दादासाहेब पुतण्यासह चालू लागले. नारायणराव पेशवा असले तरी बापूंच्या मदतीनं, दादासाहेब मनमानी कारभार करीत होते. श्रीमंत नानासाहेब आणि माधवरावांचा, पटवर्धनबंधूवर असलेला विश्वास दादासाहेबांना खटकत होता. त्यांना त्रस्त करण्याचा ते कसोशीनं प्रयत्न करीत होते. परशुरामभाऊंना हे समजत होतं. याबाबतीत नानांशी बोलण्याचा विचार करून त्यांनी आपल्यावर होणारा अन्याय सांगितला. क्षणभरानं नाना उत्तरले,

"भाऊ, मागच्या मिरज प्रकरणाचा दादासाहेब बदला घेऊ इच्छित आहेत. आम्ही या बाबतीत रावसाहेबांशी बोलतो. सध्या तुम्ही पुण्यात राहा."

"ठीक आहे."

भाऊ गेल्यावर नाना तसेच नारायणरावाकडं चालू लागले. खबर पाठवून प्रवेशले, तेव्हा श्रीमंत झोपाळ्यावर बसून झोके घेत होते. पितळेच्या चकचकीत कड्यांवरून त्यांचे हात फिरत होते. त्यांनी झोका थांबवीत विचारलं,

"काय नाना!"

"श्रीमंत, पटवर्धनांनी अद्याप वसुलीचा भरणा केला नाही."

"असल्या घटना आमचेपाशी आणू नका. आम्हास मजेत जगू द्याऽऽ"

"श्रीमंत, असं म्हणून कसं चालेल? रावसाहेबांचा आदर्श समोर ठेवावा."

"बरं सांगाऽऽ"

"पटवर्धनानी अद्याप वसुलीचा भरणा केला नाही."

"मग?"

"पटवर्धन ईमानदार सरदार असल्यामुळं, त्यांना परेशान करू नये."

"आम्ही कुठं करतोय?"

"श्रीमंत, केवळ सूड घेण्याच्या इराद्यानं बापूनं केलेलं हे कारस्थान आहे. दादासाहेबांनी बापूच्या मदतीनं पटवर्धनामागं रकमेबाबत तगादा लावला असून, घरावर गाढवाचा नांगर फिरवण्याची धमकी दिली आहे."

"त्या म्हाताऱ्याला कारभारी पदावरून दूर करण्याशिवाय आम्हास दुसरा मार्ग दिसत नाही."

"कर्तृत्व आणि शत्रुत्व करण्यात पारंगत असलेल्या बापूला दूर करू नये."

"मग काय करावं?"

"उद्या तुमच्यासमोर येणाऱ्या कागदावर सही करू नयेऽऽ"

"ठीक आहे."

नाना त्यांना नमस्कार करून देवदर्शनास निघाले. रात्रीची पावलं पडू लागताच परशुरामभाऊ, नाना वाड्यात प्रवेशले. त्यांनी आपण आल्याची खबर पाठवताच नानांकडून बोलावणं आलं. ते येऊन आसनस्थ झाले. चहूंकडं समया तेवत होत्या. हिन्याचा सुगंध वातावरणात प्रसन्नता ओतीत होता. नाना बैठकीवर-लोडाला टेकून विसावले होते. भाऊंनी गालावर हात फिरवीत विचारलं,

"नाना, आम्ही सांगितलं त्याचं काय झालं?"

"काहीही होणार नाही. निश्चिंत राहा."

त्यांनी सर्व हकीगत सांगताच भाऊ सुखावत म्हणाले,

"नाना, फुरसद आणि मानसिक स्वास्थ्य न लाभल्यामुळं वसूल भरता आला नाही. या पंधरा दिवसांत भरतो."

इतकं बोलल्यावर उठून ते नानांपाशी बसत सांगू लागले,

"नाना, काहीतरी अघटित होणार असल्याची कुजबूज कानी आलीय. सावध राहणं निहायत जरुरी आहे."

"आम्ही काय करावं?"

"श्रीमंताना, आईसाहेबांकडं पाठवावं."

"हें बरं सुचवलंत. त्यांना सांगून बघतो."

ते बोलत असताना एक फकीर आला. 'या अल्लाऽऽ या खुदाऽऽ' हा परवलीचा शब्द ऐकताच नाना त्याला ओळखून म्हणाले,

"सांग आम्ही ऐकतो आहोत."

तो चहूंकडचा कानोसा घेऊन, अगदी हलक्या आवाजात सांगू लागला.

"नानासाब, नारो अप्पाजीनं शहराचा बंदोबस्त केला हाय."

थोरल्या श्रीमंतांच्या बदामी बंगल्याभोवती खडे पहारे उभे केलेले पाहून ते भयंकर चिडून ओरडले, "आम्ही मनात आणलं तर कोण अडवणार."

"म्हणजे पळाले की काय?"

"न्हाईऽ नानासाब, हे फितुरीचे कागद हायत."

"तुझ्याकडं कसे आले?"

"सदाशिव बंडोनं दिलेत."

"ठीक आहे अगदी बारीक लक्ष ठेव."

तो गेल्यावर नानांनी उठून समईच्या वाती सरशा केल्या. लख्ख प्रकाशात ते वाचू लागले. भाऊंनी पगडी काढून संजाबावर हात फिरवीत उत्सुकता प्रगट केली,

"नाना, काही खास?"

"सगळंच खास!"

"आम्ही समजलो नाहीऽऽ"

"भाऊ, ही फितुरीची पत्रं आहेत. दादासाहेबांनी हैदरास धाडलेली!"

"कुणाच्या हस्ते?"

"अप्पाजी रामाच्या."

"कमाल आहे! नाना, त्यांना मनात बहुधा श्रीमंतांना दूर करण्याचं बीज अंकुरलं असावं."

"बरोबर! आमचाही तोच अंदाज आहे. परंतु काय करावं ते सुचत नाही."

"नाना, कडेकोट बंदोबस्त ठेवून काकीसाहेबांस त्यांच्या भोजनावर वस्त्रावर सख्त नजर ठेवण्याची विनंती करावी."

"वस्त्रांवर?"

त्यांच्या शब्दातलं आश्चर्य जाणून भाऊ उत्तरले,

"जोधपूरच्या युवराजाला वस्त्रांचा नजराणा औरंगजेबानं दिला. ती वस्त्रं विषारी होती. त्याच रात्री युवराज तडफडत मृत्यूच्या अधीन झाला. मनुष्य स्वार्थान्ध झाला की काय करील ते सांगता येत नाही."

"तेही खरंच!"

भाऊंनी उदास होऊन नानांचा निरोप घेतला.

*

श्रावणातला पाऊस झिमझिमत जमिनीवर येत होता. ती हसत हसत त्या जलबिंदूंना अंगावर घेत होती. ती नेसलेलं विविधरंगी रानफुलांचं वस्त्र भिजत होतं. पक्षी, पक्षिणीसह वृक्षावरच्या पर्णसंभारात बसून किलबिलाट करीत होते. अशा सुंदर वातावरणात शनवारवाडा मात्र कंपित झाला. तुळाजी पवार, चापाजी टिळेकर, इच्छारामपंत ढेरेच्या आणि श्रीमंत नारायणरावांच्या लालबुंद तरुण रक्ताचे पाट वाहू लागले. आक्रोशानं भिंती थरथरल्या. अशा पार्श्वभूमीवर श्रीमंत दादासाहेबांच्या नावाचा जयघोष सुरू झाला. या घटनेची खबर वायूवेगाने पसरली. घबराहट होऊन शहर थरथरलं. नाना, भाऊ, त्रिंबकमामा, बापू, शास्त्रीबुवा, रास्ते, विंचुरकर इत्यादी सरदार आले. वाड्यात शहाजणं वाजू लागली. श्रीमंत दादासाहेबांच्या नावानं द्वाही फिरली. सशस्त्र गारदी दिमाखानं फिरू लागले. दादासाहेबांनी इशारा करताच जवळ जाऊन, त्यांनी कुर्निसात केला. दादासाहेबांनी आदेश दिला,

"नारोबा नाईक, और हरिपंत फडके को काट डालो, खतरेसे रास्ता साफ हो जाएगा."

हरिपंतास कोणीतरी सांगताच ते फौजेसह आले. सर्वजण कोतवाल चावडीत जमा झाले. नानांनी बापूंच्या सम्मतीनं गोंधळलेल्या मन:स्थितीत स्वार जमा करून शहाराचा बंदोबस्त केला. बापूंच्या नेत्रांसमोर माधवरावांची उग्र मूर्ती उभी राहिली. त्यांच्या कानात शब्द निनादू लागले. दिलेलं वचन चांगलं निभावलं. परमेश्वर, तुम्हास क्षमा करणार नाही. 'काही कारस्थानं करायची असतील तर धावत-पळत जावाऽऽ' शब्द थांबले. बापूंना घाम फुटला. देह कंपित झाला. ते बोलले,

"आमचे शरीरी समाधान नाही. आम्ही घरी जातो."

इतकचं सांगून ते घरी आले. नानांचे चुलत बंधू मोरोबादादा व नानांस दादासाहेबांकडून सांगावा मिळताच ते प्रवेशले. समोरच दादासाहेब विजयी स्मित मुखावर फुलवीत स्थानापन्न झाले होते. ते दोघंही खाली मान घालून त्यांच्यासमोर उभे राहिले. दादासाहेब आर्द्र स्वरात म्हणाले,

"नाना, घटना दुःखद आहे. ईश्वराच्या मनाप्रमाणं सर्व घडतं. दुःख करण्याशिवाय मनुष्याच्या हाती काहीच नाही."

श्रीमंतांचा ओलावलेला स्वर खोटा असल्याचं समजायला त्यांना वेळ लागला नाही. शनवारवाड्यावर दिमाखानं फडफडणारं भगवं निशाण शरमेनं खाली झुकलं होतं. प्रशस्त दिल्ली दरवाजा अतिशय उदास होता. तळपत्या तलवारी घेऊन उग्र चेहऱ्याचे गारदी पहाऱ्याकरता उभे होते. त्यांच्याबद्दल सर्वांच्या मनात भय होतं. स्त्रियांना बाहेर जाण्याची सोयच नव्हती. अशा भयंकर वातावरणामुळं रघुनाथराव आनंदीबाईमुळं शहर पुन्हा धास्तावत होतं. गंगाबाई दुःखानं तडफडत होती. ती सती जाण्याकरता उभी राहिली होती. परंतु तिची अवस्था जाणून, पार्वतीबाईनं आत्यंतिक मायेनं तिला समजावून परावृत्त केलं होतं.

दहाव्या दिवशी त्रिंबकमामा, परशुरामभाऊ, पुरुषोत्तमदाजी, हरिपंत फडके, नाना फडणीस, विंचुरकर, नारोशंकर, बापू, आनंदराव रास्ते वगैरे मंडळी तिलांजली देण्याकरता नदीवर आली होती. टोपीकर, फिरंगीही उपस्थित होते. काहीतरी खायला मिळेल असा विचार करीत कावळ्यांनी झाडावर गर्दी केली होती. भटजींचं मंत्रोच्चारण सुरू झालं. दादासाहेब वडीलकीच्या नात्यानं तिथं होते. नाना, हरिपंत, परशुरामभाऊ हे मागं सरकले. त्यांनी वाळूचे ढीग केले. आसपास मंडळी असल्यामुळं, बोलणं योग्यच नव्हतं. म्हणून त्यावर आपल्या मंडळीला त्यातला अर्थ समजेल अशा रेघा मारून चिन्हं केली. त्यावर हात ठेवून प्रत्येकानं रघुनाथराव किंवा त्यांच्या वंशजास नमस्कार न करण्याचा निश्चय केला. चौदाव्या दिवशी सर्व विधिकर्म होऊन प्रस्ताव मंजूर झाल्यावर बंद असलेले शनवारवाड्याचे सर्व दरवाजे उघडण्याचा दादासाहेबांनी आदेश दिला. शास्त्री, पंडित, ब्राह्मण, गणेशद्वारातून प्रवेशले. सर्वांच्या नजरेत भय होतं. तरीही नाना, भाऊ, हरिपंत, मामा, रास्ते वगैरे दिसत असल्यामुळं त्यांच्या मुखातून मुक्त निःश्वास बाहेर पडला. प्रशस्त दालनात ब्राह्मण, शांतोदक आणि उदककुंभाची तयारी करीत होते. दादासाहेब आल्याचं समजताच त्यांनी यजुर्वेदातील सूत्रं म्हणायला सुरुवात केली. उदबत्त्यांचा मंद सुवासिक धूर खिडक्यातून बाहेर जात होता. दुपारचं भोजन झाल्यावर, त्यांना भरपूर दक्षिणा देऊन श्रीमंतांनी आशीर्वाद घेतला.

*

रात्र टणक होताच वेष बदलून हरिपंत, परशुरामभाऊ, त्रिंबकमामा, नाना वाड्यात प्रवेशले. नानांनी सर्व सेवकास रजा दिली होती. पहारेकऱ्यांस भरपूर

दारू पाजून झोपवलं होतं. त्यामुळं वाडा निश्चिंत होता. फक्त एकच समई ठेवून नानांनी खिडक्याही बंद केल्या. त्यांच्या मुखावरच नेत्र स्थिरावत नाना म्हणाले,

"रावांचा खून पेशवाई प्राप्त करण्याकरता केला, यांत तिळमात्र शंका नाही. गारद्यांना याबद्दल 'बक्षिसी' पाच लक्ष रुपये देण्याचं दादासाहेबांनी कबूल केल्याचं कानी आलंय."

"म्हणूनच गारदी त्यांचा 'जय घोष' करीत आहेत. आता स्वस्थ बसण्यात मतलब नाही. काहीतरी लवकरात लवकर करायला हवं."

"भाऊ, तुमचं म्हणणं अगदी बरोबर आहे. सध्या मातोश्री गंगाबाईंस तख्ती बसवून कारभार आपण पहायचा!"

"मामा, आम्हासही तस्संच वाटतं."

हरिपंतानी क्षणभरानंतर अडचण उभी केली.

"दादासाहेबांनी विरोध केला कर?"

"लढाईकरता उभं राहावं लागतं."

"विठ्ठलभक्तांना पंढरपुरी जाण्याचा ध्यास असतो. तसा भाऊंना रणांगणाचा!"

"अगदी बरोब्बर!"

"बापूला आपल्याकडं आणणं निहायत जरुरीचं आहे."

"नाना, मांजराच्या गळ्यात घंटा कोणी बांधायची?"

"ते काम फक्त मामाच करतील."

"वा! भाऊ वाह! आम्ही तेच सुचवणार होतो."

"नाना, काय करायचं ते सांगा!"

"रावसाहेबांना मृत्युशय्येवर दिलेल्या वचनाची याद देणं आवश्यक आहे."

"नाना, बापू भरोशाचं कूळ नाही. ते सगळं ऐकून दादासाहेबांच्या कानी लागतील."

"भाऊ, सध्या तो धोखा नाही. कारण ते बेचैन आहेत."

"मामा, फिक्र करू नका. आम्ही बापूकडं जातो."

"शाब्बाश. पंत शाब्बाश."

भाऊ विचारमग्न झाले. क्षणभरात मनाशी निश्चित योजना ठरवून ते उत्तरले,

"पंत, बिनीवाले, होळकर, शिंदे, रास्ते वगैरे मंडळीस चाचपून बघितल्या वर आपला पक्ष दृढतेनं उभा करायचा!"

"आणि त्यांच्याशी लढायचा!"

नानाची नजर सर्वांवर स्थिरावली. ते प्रत्येक शब्दांवर जोत देत म्हणाले, "पंत, सबुरीनं घ्या. या एक-दोन दिवसांत दादासाहेबच बापूला बोलावतील, असा आमचा अंदाज आहे."

नौबतीचा आवाज ऐकू येताच त्यांनी नानांचा निरोप घेतला. ते गेल्यावर नानांनी स्वत:च दरवाजा बंद केला.

* * *

१०

नानांच्या सांगण्याप्रमाणे भाऊ पुण्यातच राहिले होते. चहूकडचा कानोसा घेण्याकरता त्यांनी नजरबाजही नियुक्त केले होते. यांच्याकडून काहीतरी कानावर येताच एका रात्री ते नानावाड्यात गेले. आपण आल्याची खबर पाठवताच खलबतखान्यात येण्याची सूचना आली. ते हलक्या पावलांनी आत गेले. तिथं फक्त मामा होते. त्यांना पाहून हसत ते म्हणाले,

"या भाऊ, बसाऽऽ"

ते त्यांच्याजवळच आसनस्थ झाले. क्षणभरानं नाना येताच भाऊंनी सांगितलं,

"नाना, दादासाहेबांनी 'अमृतराव' दत्तक असूनही, पेशवाईची वस्त्रं आणण्यासाठी धाडायचं ठरवलंय.

"त्याच्यासंगे त्यांचेच चिंतो विठ्ठल, सखाराम वगैरे असतीलच."

"होयऽऽ आम्हासही बोलावलंय."

"तुम्ही जाणार का?"

"होय! आत्तापासून वाद घालण्यात मतलब नाही."

"ते ही खरंच! भाऊ, तुम्ही चिंता करू नका. नाना सगळं व्यवस्थित करणार."

"मामा, आम्हास भय वाटतं! नाना, माघार घेणार

नाहीत ना?''

''भाऊ, तुम्ही आम्हांस ओळखलेलं दिसत नाही. आता ऐका. प्रथम आम्ही गारद्यांचा प्रश्न उपस्थित करणार. स्वत:चा स्वार्थ साधण्याकरता ते होकार देणार. त्यानंतर ते पेशवा होणार!''

''नाना, त्यांची चौकशी?''

''भाऊ, घाई करू नका. फक्त आम्हास साथ द्याऽऽ''

''जरूर.''

त्यानंतर मामा काहीतरी आठवल्यासारखं करून सांगू लागले, ''दादासाहेबांनी नाना, बापू, बिनीवाले आणि आम्हास बुलावा धाडलाय.''

''आम्ही जाणारच!''

''बापूचं काय?''

नाना हसून संजाबावर हात फिरवीत सांगू लागले. ''रावास धरावे. इथपर्यंतच्या कारस्थानात बापू होते. परंतु गारद्यांनी भविष्याचा विचार करून त्रागा करण्यास सुरुवात केली. तेव्हा आनंदीबाईनं त्या पत्रात 'ध' चा 'मा' केला. श्रीमंतांना दिलेलं वचन त्यांच्याभोवती फिरत असल्यामुळे, ते आमच्या बाजूस वळले आहेत.''

भाऊंचं समाधान झालं. ते नम्र स्वरात म्हणाले, ''नाना, आम्ही तासगावला जावं म्हणतोय!''

''सप्ताहात परत याऽऽ''

''ठीक आहे. आता आम्ही चलतो.''

*

ते घरी आले. आपल्या पथकातील काहींना बरोबर घेऊन ते दौडू लागले. ते तासगावात प्रवेशले. परिचितांच्या नमस्काराला हात उंचावून, स्वीकृती देत ते वाड्यापाशी आले. बाहेर त्यांची कन्या द्वारका दरवाजाजवळ उभी होती.

मोतद्दाराच्या हाती 'जयदीप' ला सोपवून ते पुढं येताच तिनं घोषित केलं,

''भाऊ आले ऽऽ भाऊ आले ऽऽ''

ते पाय धुवून वाड्यात प्रवेशले. अप्पा भिंतीशी उभा होता. बाकीची मुलं धावत त्यांच्यापाशी आली तेव्हा ते म्हणाले, ''बाळांनो, चटकन स्नान करून येतो. मग तुमच्याशी बोलतो.''

आप्पानं इशारा करताच ती बाजूला सरकली. पुढं सरकून त्यांनी आपण

आल्याची खबर देताच राधाबाई, रांधप घरातून आणि जानकीबाई आपल्या खोलीतून बाहेर आली. ती बरीच म्हातारी दिसत होती. राधाबाई कृश झाली होती. ते म्हणाले, ''मातोश्री, स्नानपूजा आटोपून येतो.''

''सूनबाई, भाऊंच्या आवडीचं काहीतरी बनवा.''

भाऊ स्नान-पूजा आटोपून मातेपाशी आले. तिला नमस्कार करून ते तिथंच बसले. तिनं उत्सुकता प्रगट केली,

''काय म्हणतात श्रीमंत?''

''नारायणरावांचा गारद्यांनी खून केला. त्यांना वाचवण्याकरता आलेले इच्छारामपंतसुद्धा रक्ताच्या थारोळ्यात पडले.''

''चुलत्यानं हा खून करवला असेल.''

तिला न बोलण्याचा इशारा करून ते उत्तरले, ''मातोश्री, माहीत असलं तरी न बोलणं बरं! भिंतीलाही कान असतात!''

''ते ही खरंच! तुम्ही...''

तिच्या शब्दांतला आशय ओळखून ते चटकन उत्तरले, ''सत्याच्या!''

''छानऽऽ परमेश्वर तुम्हास यश देवो. राधाबाई शिरा झाला असेल, तर त्यांच्यासंगे आम्हासही द्याऽऽ''

क्षणभरात तिनं दोन कटोरे आणि तांब्या-भांडं आणून ठेवलं. भाऊंनी उत्सुकतेला सरशी केली.

''मुलं?''

''त्यांच्याकरता कटोरे तैयार व्हायचेत. सासूबाई, तुम्ही सुरुवात करा.''

''ठीक आहे.''

रिकामे कटोरे खाली ठेवून थोडा वेळ मातेपाशी घालवल्यावर ते परसदारच्या विहिरीपाशी गेले.

दुपारी भोजन झाल्यावर ते महाली विश्रांती घेत असताना राधाबाई चोळी शिवत तिथेच स्थिरावली. ती सांगू लागली,

''आमचे दादा बीमार आहेत. स्वारीनं संध्याकाळी जावं.''

''बरंऽऽ''

''त्या वक्ती द्वारकीच्या लग्नाचा विषय काढावा. त्यांच्यापाशी खूप स्थळं असतात.''

''राधा, द्वारका किती वर्षांची झाली?''

"सहावं सुरू आहे."

"आठ-दहा वर्षांची झाल्यावर पाहूऽऽ"

"नकोऽनको! त्या वक्ती प्रथम वर मिळणं नामुमकिन. आत्तापासून पाहिलं तर वर्षभरात जमेल."

"ठीक आहे. आम्ही दादासाहेबांना विचारतो. आता इथं बसा आमचेपाशी. दगा फटका होणार नाही."

"इश्श, काय हे बोलणं?"

ती हातातली चोळी ठेवून त्यांच्यापाशी आसनस्थ झाली. तिच्या अंगावर हात फिरवीत ते निद्रेच्या आधीन झाले. ते स्वस्थ झोपलेले पाहून ती उठून खाली आली. संध्याकाळ होताच भाऊ आप्पासह चालू लागले. ते जोगवाड्यात प्रवेशले, तेव्हा दादासाहेब दर्शनी महालात कारकुनाना सूचना देत होते. पहारेकऱ्यानं खबर देताच ते उठत म्हणाले,

"या ऽया भाऊसाहेब!"

अप्पानं पुढे जाऊन त्यांची चरणधूळ मस्तकी घेतली. त्याला उठवून छातीशी धरीत, ते म्हणाले.

"आईसाहेबांनी मुलांना चांगलं वळण लावलंय."

"होऽऽ! तुमची तबीयत काय म्हणते?"

"ठीक आहे. चार दिवस बुखार होता. आता बरं आहे. परंतु अशक्तपणा फार जाणवतो."

"दगदग न करता विश्राम करा ऽ"

भाऊ त्यांच्याबरोबर बोलत बोलत आत गेले. अप्पा मात्र कारकुनापाशी बसून जमा-खर्च पाहू लागला. दादासाहेबांपाशी बसलेल्या भाऊचे नेत्र चहूकड फिरत होते. ते दालन फार प्रशस्त होतं. खाली फरशीवर लोड-तक्के असलेली बैठक होती. छताला हंड्या-झुंबरं होती. भिंतीवर किनखापी पडदे होते. शिंपडलेल्या मोगऱ्याचा मंद सुगंध भरून राहिला होता. एका कोपऱ्यात विविधरंगी गुलाबपुष्प घेतलेला सुवर्णाचा गुलदस्ता होता. दादासाहेबांनी मस्तकावरची पगडी काढून शेंडीची सुटलेली गाठ बांधीत विचारलं,

"कधी आलात?"

"आजच."

"मध्येच कसे आलात?"

"काम नव्हतं. आलो. बराच काळ बाहेर रहाणं ठीक नाही.''

"नारायणरावांचा खून रघुनाथरावानं केला, असं ऐकतोय ते खरं का?''

"ते सिद्ध व्हायचं आहे.''

"पुराव्यानं ते सत्य ठरवलं तर त्यांना शिक्षा होईल का?''

"दादासाहेब, तुम्ही म्हणता तसं झालं तर निश्चितच सजा होईल. न्यायाधीश रामशास्त्री अतिशय नि:स्पृह आणि परखड आहेत. रावसाहेबांनी मरणासन्न अवस्थेत त्यांच्याकडून वचन घेतलंय.''

"आता पेशवा कोण होणार?''

"काही माहीत नाही.''

त्यांनी अधिक काही विचारू नये, म्हणून भाऊंनी विषय बदलून विचारलं, "दादासाहेब, एखादं चांगलं स्थळ आहे का?''

"कोणाकरता?''

"आमच्या द्वारकासाठी.''

"एवढी घाई का?''

"आम्हीही तेच म्हणतो. परंतु तुमच्या बहिणीचा आग्रह आहे.''

क्षणभर विचार करून ते उत्तरले, "कायगावकर दीक्षितांचा मुलगा द्वारकाला साजेसा आहे.''

"परिस्थिती?''

"उत्तम! पेशव्यांच्या कुलगुरूंचा पुत्र!''

"या सप्ताहात आम्ही पुण्यास जाणार. तेव्हा सर्व जिम्मेदारी तुम्हीच घ्यावी.''

"विवाहाला तरी येणार का?''

"जमलं नाही तर कन्यादानही तुम्हीच कराऽऽ''

दादासाहेब खळाळून हसले. भाऊ जरासे गंभीर होऊन म्हणाले, "दादासाहेब, तुम्हास तकलीफ देतोय हे खरं आहे. परंतु 'तख्ताची' सेवा बाजूला करून घरकार्य करणं योग्य आहे का?''

"बिलकूल नाही. आम्ही गमतीने हसलो.''

लाडू आणि चिरोट्याची थाळी घेऊन दादासाहेबांची पत्नी येताच भाऊ उभे राहिले.

"बसा. भाऊसाहेब ऽऽ! किती दिवस मुक्काम?''

"या सप्ताहात निघावं लागणार!"

आप्पा आत आला. भाऊंनी खुणावताच त्यानं लाडू घेतला. कर्जदार आल्याचं समजताच दादासाहेब बाहेर गेले. तिला काही प्रश्न विचारण्याची संधी न देण्याच्या इराद्यानं त्यांनी निरोप घेतला. आप्पाही मामीला नमस्कार करून पित्यासमवेत चालू लागला.

भाऊ आपल्या वाड्यात प्रवेशले तेव्हा प्रकाशानं अंतिम श्वास सोडला. त्यांचा वाडाही समयांनी प्रकाशित केला. मुलं देवखोलीत बसून 'शुभं करोति' म्हणत होती. त्यांचा तालबद्ध आवाज बाहेर ऐकू येत होता.

नेहमीच्या सवयीनुसार ते मातेपाशी आले. तिनं उत्सुकतेला पुढं सरकावलं.

"दादासाहेब कसे आहेत?"

"तसे बरे आहेत. पण दुर्बल वाटतात."

"द्वारकीबद्दल बोललास का?"

"होऽऽ! त्यांच्या नजरेसमोर एक स्थळ आहे. तिथं ते कोशिश करणार आहेत."

"त्यांचा आम्हास फार आधार आहे."

जवळ उभ्या असलेल्या पत्नीकडं तिरकी नजर फेकीत उत्तरले, "मातोश्री, ते परशुरामभाऊ पटवर्धनकरता ही मदत नसून ती आपल्या बहिणीसाठी असल्याचं विसरू नकाऽऽ"

राधाबाई मानेला झटका देत उत्तरली, "पुरेऽऽ आमच्याकरता करतात, ते स्वारीला पोचत नाही का?"

जानकीबाई अत्यंत कौतुकानं दोघांकडं बघत म्हणाली, "भाऊ, किती चिडवाल तिला?"

"मातोश्री, आम्हास त्यात खूप मजा वाटतो."

"राधाबाई, तू लक्ष देऊ नकोसऽऽ"

"सगळ्याच स्त्रियांना माहेरचा इतका पुळका असतो का?"

"तिथं बालपण फुललेलं असतं. खेळणं आणि खाणं यातच दिवस संपतो. सासरी तसं नसतं."

"पुरुषांना एकच घर असतं. तिथं मनमानी वागता येतं. आम्हा स्त्रियांना माहेर आणि सासर असतं. एकात फक्त प्रेम आणि दुसऱ्यात भरपूर त्रास देणं."

"वाहवाऽऽ फार छान बोलायला लागलात!"

मुलांनी येऊन आजीला आणि माता-पित्याला नमस्कार केला, त्यानंतर आजीला गोष्ट सांगण्याचा आग्रह केला. तेव्हा जानकीबाईनं सूचना केली,

"तुम्ही जेवून या, मग सांगतो."

चटकन भोजनगृहात जाऊन राधाबाईनं आवाज दिला. "ऐकलं का? स्वारीनं मुलांसंगे जेवावं."

"आज्ञाऽऽ"

आता मात्र जानकीबाईला हसू आवरता आलं नाही. राधाबाईंनंही ओठावर पदर ठेवला. मुलांची बोलणी ऐकत भाऊंनी भोजन केलं. राधाबाईनं सासूसमोर दूध आणि दोन केळी ठेवली. स्वत: जेवल्यावर दासी-सेवकाला सूचना देऊन ती महालात प्रवेशली. भाऊ तिच्याच प्रतीक्षेत होते. फक्त एका समईत तेल घालून वाती सरशा केल्यावर ती भाऊंच्या कुशीत शिरली. चंद्रकिरणं आत येऊन त्यांना स्पर्श करीत होती. परंतु बऱ्याच दिवसानंतर एकत्र आलेल्या त्या दोघांना कशाचंही भान नव्हतं. प्रभाती जाग येताच राधाबाई उठली. अंगातल्या चोळीची गाठ बांधून लुगडं व्यवस्थित केल्यावर ती खाली आली. जानकीबाई जप करीत होती. ती तशीच स्नानगृहात प्रवेशली. आंघोळ झाल्यावर लुगडं गुंडाळून ती देवखोलीत प्रवेशली. पूजा करून स्तोत्र म्हणत ती महालात आली. लुगडं व्यवस्थित नेसून ती आरशासमोर उभी राहिली. काळ्या भरघोस केसांची वेणी घालून, खोपा केल्यावर त्यात सोन्याचं गुलाबाचं फुल बसवलं. त्यातली माणकं फार सुरेख दिसत होती. कपाळावर काळ्या महिरपीखाली असलेली चंद्रकोर व्यवस्थित करीत असता, आरशात पडलेल्या तिच्या प्रतिबिंबाकडे ते पहात राहिले. गळ्यात चारपदरी बोरमाळ घालून, नाकात नथ अडकवल्यावर ती म्हणाली,

"उठावंऽ स्नानाची तयारी आहे."

"दाढी केल्याशिवाय?"

"म्हादबाला निरोप गेलाय का?"

"त्यानं काल आम्हास पाहिलंय."

सेवकानं द्वारातूनच म्हादबा आल्याचं सांगताच, ते तिच्यासह खाली उतरले. चूळ भरून ते त्याच्यासमोर बसले. तो त्यांची दाढी करू लागला. तो बोलघेवडा होता. गावातल्या अनेक घटना रंगवून, रंगवून सांगत असताना वस्तारा त्यांच्या गालाला लागताच, मुखातून 'स हाय' उद्‍गार बाहेर पडला.

म्हादबानं छद्मी हसून विचारलं,

"भाऊसाब, इकत्या लढाया मारता, शत्रूंची डोस्की सपासप उडवता आणि वस्तरा जरासा लागताच, चक्क 'हाय' म्हनता, हे कसं?"

ते काहीच न बोलता गालांवरून हात फिरवीत उठले. मागच्या बाजूला असलेल्या गोठ्यापाशी जाताना म्हादबाला येण्याचा इशारा केला. तो आल्यावर ते म्हणाले, "उजवा पाय इथं ठेव."

त्याला काहीच समजलं नाही. त्यानं पाय ठेवल्यावर त्यावर आपला पाय ठेवीत ते म्हणाले,

"ती पहार घेऊन माझ्या पायावर मार!"

त्यांच्या पायाच्या दबावामुळं अशा वेदना झाल्या की त्याच्या डोळ्यांत पाणी आलं. त्याला आपला अगोचरपणा समजला. तो आर्द्र-कंपित स्वरात उत्तरला, "भाऊसाब, पाया पडतोऽ माफ करा जीऽऽ"

"म्हादबा, रणांगणात लढाई करणं आणि वस्तऱ्यानं दाढी करणं, यात जमीन-अस्मानाचा फरक आहे. त्यांनी आपला पाय बाजूला करताच तो आपल्या दोन्ही गालांवर फटाफट मारीत तो उत्तरला,

"लय गलती झाली ऽऽ. माफी करा!"

भाऊंनी हसून त्याच्या हातावर पैसे ठेवले. तो गेल्यावर ते स्नानगृहात प्रवेशले.

पूजा झाल्यावर ते मातेपाशी आले. ती डोळे मिटून जप करण्यात इतकी मग्न होती की, त्यांची चाहूलही समजली नाही. ते म्हणाले,

"मातोश्री, आम्ही आलोत म्हटलं!"

ती हातातली जपमाळ डबीत ठेवीत म्हणाली,

"तुम्ही आल्याचं समजलंच नाही. काय म्हणता?"

"उदईक आम्ही पुण्यास जावं म्हणतो."

"इतकी घाई कशापायी?"

"पुण्यातली गडबड आम्हास इथं स्वास्थ्य लाभू देत नाही. आमच्या अनुपस्थितीत द्वारकीचं लग्न ठरलं, तर दादासाहेबांच्या हस्ते कन्यादान होऊ द्या. कोणत्याही बाबतीत माघार घेऊ नका."

"अशी परिस्थिती निर्माण होईल का?"

"आत्ता सांगता येणार नाही. लढाई असली तर जावं लागेल."

"निश्चिंत असा. आम्ही पहातो."

राधाबाईनं नाश्ता ठेवल्याचं समजताच ते उठून चालू लागले.

श्रीगणेशाचं दर्शन घेऊन भाऊ वाड्यात प्रवेशले तेव्हा सूर्यप्रकाश लुप्त झाला होता. चहूकडं समयांचा प्रकाश पसरला होता. रात्रीचं भोजन केल्यावर ते महाली आले. थोड्या वेळानंतर आलेल्या राधाबाईस आपल्या बेताची पूर्ण कल्पना दिल्यावर, दुसऱ्या दिवशी निघणं आवश्यक असल्याचं सांगून, ते मुक्त झाले. त्यांच्या वस्त्रांची संदूक तयार करून ती म्हणाली,

"त्या घरी काही वस्त्रं ठेवावीत, म्हणजे इथून नेण्याची तकलीफ होणार नाही."

"म्हणजे इथं एक बायको आणि तिथं दुसरी असं करू का?"

त्यांच्या शब्दांनी राधाबाईच्या नेत्रात पाणी उभं केलं. तिचा कसनुसा झालेला चेहरा अंधुक प्रकाशातही त्यांच्या नजरेतून निसटला नाही. तिला जवळ घेत ते बोलले,

"राधा, तुझ्याइतकं आम्हास काहीच प्रिय नाही. आम्ही तुझी थट्टा केली. या वस्त्रांना झालेला तुझा स्पर्श आम्हास फार फार सुखावतो. राधा, तुझ्याशिवाय दुसऱ्या स्त्रीला या हृदयात स्थान नाही."

ती खुदकन हसली. त्यांनाही बरं वाटलं.

नौबतखान्यातून सनईचा आवाज घरंगळत खाली येताच भाऊंना जाग आली. जवळच झोपलेल्या पत्नीच्या मुखावरचं लोभस स्मित पाहून, काहीतरी मधुर स्वप्न तिला खूष करीत असल्याचा अंदाज करून ते हलकेच उठले. सेवक त्यांच्या स्नानासाठी विहिरीवरून पाणी आणीत होता. ते सरळ परसदारी उतरले. अगदी अंधुक प्रकाशातही मोहोरलेले आम्रवृक्ष, पेरूवर असलेली अगदी लहानगी फळं बघून त्यांना खूप आनंद झाला. शंकरनं स्नानाची व्यवस्था केल्याचं सांगताच, ते पुढं सरकले. स्नान-पूजा आटोपल्यावर ते महाली जात असताना आप्पा पुढं आला. बारा वर्षांचा अप्पा चांगला थोराड दिसत होता. त्याच्याकडं कौतुकानं बघत त्यांनी प्रश्न केला,

"काय म्हणतात आमचे आप्पासाहेब?"

"भाऊ, या वक्ती आम्हास लढाईवर घेऊन चलाऽऽ"

"आत्ता आम्ही पुण्यात निघालोय. लढाया चालणारच आहेत. पुढल्या वक्ती तुम्हास सरदारकी देऊन आमच्यासंगे नेतो."

"खरंऽऽ"

"अगदी खरं!"

"बाबाचं शिक्षण चालू आहे का?"

"होऽऽ तोही चांगला तैयार झालाय."

"आणि अभ्यास?"

"भाऊ, आम्ही दोघंही मामाच्या घरी जाऊन, जमा-खर्च, पत्रलेखन, कारकुनापाशी शिकतो."

"शाब्बास."

इतकंच बोलून ते महाली आले. त्यांनी पिवळसर सुरुवार पायात चढवून गडद पिवळा रेशमी अंगरखा घातला. राधाबाई त्यांचा नाश्ता घेऊन आली. त्यांनी पांढरा दुशेला कंबरेत बांधून त्यात तलवार बंदिस्त केली. राधाबाईनं दिलेली कंठी गळ्यात घालून कानाच्या पाळीत खंबायती मोती अडकवला. कपाळी शिवगंध रेखून, तिनं आणलेली थाळी रिकामी केली. राधाबाईनं रुसवा प्रगट केला,

"आम्हांस उठवलं का नाही?"

"संपूर्ण दिवस तू कामात असतेस, झोपली तर थोडा वेळ झोपू द्या, असा विचार करून हलकेच खाली आलो. तिनं दिलेली पगडी मस्तकावर ठेवीत त्यांनी जवळ घेऊन थोपटलं. ते खाली आले. मातोश्रीला नमस्कार केल्यावर ते द्वारात उभे राहिले. पूर्वेला बालसूर्य हळूच वर येत होता. त्याची तांबूस मृदू किरणं वृक्षांच्या पर्णसंभारावर विसावत होती. मोतद्दारानं आणलेल्या 'जयदीप' च्या पुठ्ठ्यावर थोपटीत त्यांनी घट्ट मांड घेतली. नजरेतून सर्वांचा निरोप घेऊन ते आपल्या पथकासह दौडू लागले.

*

पुण्यात आलेल्या भाऊंनी भोजन-विश्रांती घेतल्यावर शनवारवाड्यात प्रवेश केला. तिथं सर्वत्र गडबडच होती. तिथं एका-दोघांना विचारताच दादासाहेबांना पेशवाईचा वस्त्र देण्याचा समारंभ असल्याचं समजलं. त्यांना नानांस भेटायचं होतं. परंतु ते बदामी बंगल्यात गेल्याचं समजलं. ते बाहेर पडत असता, त्रिंबकमामा प्रवेशले. तिथं बोलणं शक्य नसल्याचं जाणून मामा म्हणाले,

"भाऊ, आज एकादशी. चला विठ्ठलाच्या दर्शनास!"

दोघंही दौडू लागले. थोड्या वेळानंतर ते विठ्ठल मंदिरापाशी आले. एका

झाडाखाली घोडे उभे करून घास टाकल्यावर त्यांनी विठ्ठलाला आत्यंतिक भक्तीनं नमस्कार केला. मुठा मान मुरडीत अत्यंत नखरेलपणानं पुढं सरकत होती. त्याकडं बघत ते घोड्यापाशी आले.

मामा अगदी हलक्या आवाजात सांगू लागले, "सध्याच्या ह्या परिस्थितीत निजाम आणि हैदर बळजोर झालेत. पेशवा झाल्यावर आपलं महत्त्व प्रस्थापित करण्याकरता ते मोहीम काढणार. त्यांच्याबरोबर नाना, बापू, आम्ही, तुम्ही सगळे असणारच!"

"मग आपलं इप्सित कसं साध्य होणार?"

"भाऊ, त्यातली महत्त्वाची माणसं काहीतरी निमित्त करून परतणार आणि पुढचं सर्व ठरवणार."

मामांनी भाऊंच्या कानात काहीतरी सांगताच, त्यांचा चेहरा खुषीनं उजळला. ते म्हणाले,

"त्यांना इथं ठेवणं धोकादायक आहे."

"बरोब्बर! त्याकरताच नाना-बापू योजना तैयार करणारैत"

"मामा, आम्हास बापूचा भरोसा..."

"त्यांना रावसाहेब स्वप्नात येऊन विचारतात म्हणून ते नानाच्या बाजूला आहेत."

"हे एका परी बरंच झालं."

"भाऊ, 'काका, आम्हाला वाचवा,' हे शब्द त्यांच्या पाठलाग केल्याशिवाय राहणार नाहीत."

"आमचे रावसाहेब अतिशय बुद्धिमान, कणखर आणि पराक्रमी होते. ते काही वर्षे जगायला हवे होते."

"यांच्यामुळंच त्यांचं मन:स्वास्थ्य बिघडलं आणि काळ्या बाहुल्या, लिंबानी महालात पलंगाखाली येऊन त्यांचा घात केला."

मामांचा स्वर आर्द्र झाला. त्यांनी आवंढा गिळून स्वत:ला सावरलं. संध्याकाळ गडद होऊ लागताच बाहेर गेलेल्या कावळ्यांनी पिंपळवृक्षावर येऊन गर्दी केली. तिथंच थांबून त्यांनी समोर दिसणाऱ्या विठ्ठलास नमस्कार केला. दौडत असताना मामांनी रात्री नानाकडं यायची आठवण करून घोडा वळवला.

भाऊ घरी आले. त्यांनी पाय धुवून वस्त्रं बदलली. देवाला नमस्कार करून ते विचारमग्न अवस्थेत बसले असता, त्यांचे धाकटे मामा दाजीसाहेब

खाजगीवाले प्रवेशले. भाऊंनी त्यांचं उत्तम स्वागत केलं,

"या मामा, बसा."

त्यांच्यापाशी बैठकीवर स्थिरावत त्यांनी चौकशी केली.

"आमच्या अक्का कशा आहेत?"

"उत्तम! नातवंडात मशगूल असतात."

यानंतर इतर बरंच बोलून झाल्यावर चहूकडचा कानोसा घेत त्यांनी उत्सुकता प्रगट केली.

"भाऊ, रघुनाथराव पेशवा होणार असल्याचं ऐकलं ते खरं का?"

"होय."

"असं करण्यानं हे प्रकार वाढत जाणार म्हणून योग्य वक्ती त्याला अंधार कोठडी दाखवणं आवश्यक आहे."

"मामा अगदी योग्य! परंतु आम्हां सरदारांना रणांगणाशिवाय अंत:स्थ राजकारण काहीच माहीत नसतं."

"त्याला मूलबाळ नाही. हा पुढं काय करणार?"

"अद्याप वय आहे. होईलसुद्धा."

"भाऊ, आतापर्यंत आम्ही निश्चिंत होतो. परंतु पुणं गारद्यांच्या ताब्यात गेल्यापासून आमच्या सावकारीला भय निर्माण झालंय. आमची झोप उडालीय."

"घाबरू नका. परमेश्वराच्या कृपेनं सगळं व्यवस्थित होईल."

"भाऊ, हे आश्वासन ठीक आहे. परंतु वाड्यात गणेश आहे. त्यानं परावृत्त का केलं नाही?"

"ते सांगणं कठीण आहे. राज्याला लागलेलं ग्रहण म्हणायचं! दुसरं काय?"

"तेही खरंच!"

भाऊंकडून काही समजत नसल्याचं पाहून दाजीसाहेबांनी त्यांचा निरोप घेतला. ते गेल्याचं पाहून भाऊंनी मुक्त नि:श्वास टाकला. रात्र झाली. निलांबरात चांदण्या लुकलुकू लागल्या. भाऊंनी भोजन केल्यावर सेवकाला सूचना दिल्या. घरच्याच पोषाखात ते निघाले. ते नानावाड्यात प्रवेशले. आज सेवक पहारेकरी कोणीही नसल्यामुळं ते वर आले. नानांनी घरातल्या सर्व समया शांत करून खलबतखान्यात फक्त एक ठेवली होती. भाऊ नानासह प्रवेशले. खिडकी बंद करून मस्तकावर पगडी ठेवीत ते बोलू लागले,

"दादासाहेबांचा हा समारंभ होऊ द्या. तोपर्यंत उत्साहानं काम करायचं. त्यानंतर ते मोहिमेबद्दल बोलतील, तेव्हा मातोश्रींची तबीयत ठीक नाही, देवदर्शन केल्यानं बरं वाटेल, असं सांगून, त्यांच्या उपस्थितीतच मातोश्रींना वाड्याबाहेर काढायचं. त्यांच्यासमवेत पार्वतीबाई, सगुणाबाई आणि विश्वासू सेवक-दासी असतील. त्यांना पुरंदरी ठेवायचं. तिथंच त्या बाळाला जन्म देतील. तोपर्यंत त्यांच्या नावे द्वाही फिरवून आपण कारभार चालवायचा. नंतर शास्त्रीबुवा त्यांना सजा देतील.''

"नाना, तुमच्या चातुर्याची तारीफ करावी तेवढी थोडीच! आम्हांस हे सुचलंच नसतं.''

"भाऊ, तुमच्यापाशी 'तलवार' आहे. ते काम आमच्या आवाक्यातलं नाही.''

"नाना, बापूला सगळं सांगितलंत का?''

"मातोश्रींच्या नावानं कारभार चालवायचा, इथपर्यंत बोलून इजाजत घेतली आहे''

"नाना, पुरंदरावर मातोश्रींच्या संरक्षणाकरता हुशार आणि आमच्या विश्वासातला एक मनुष्य आहे. आम्ही सांगू का?''

"मामा, इजाजत कशासाठी? शौकसे सांगाऽ''

"पुरुषोत्तम दाजी पटवर्धन!''

"मामा, अगदी तेच नाव आमच्यासमोर आहे.''

दाजीचं नाव घेताच भाऊंना खूप आनंद झाला. ते म्हणाले,

"नाना, मामा, तुमची निवड अगदी योग्य आहे. आमच्या वहिनीही फार हुशार आणि लाघवी आहेत. मातोश्री-काकीसाहेबापाशी त्या जात-येत रहातील.''

"उत्तम! या चार दिवसांत पुरुषोत्तम दाजींना बुलावा धाडतो. मंडळी, आपापलं पथक तैयार ठेवा.''

बरीच रात्र झाल्याचं पाहून एकेकजण बाहेर पडला. कोणालाही संशय येणार नाही, अशाप्रकारे चालत-चालत ते आपापल्या घरी आले.

श्रीमंत दादासाहेबांना पेशवाईची वस्त्रं सुपूर्द करण्याच्या सोहळ्याकरता शिंदे, होळकर, पवार, भोसले, गायकवाड वगैरे सरदार आपापल्या फौजेसह पुण्यात प्रवेशले. नाना-बापूंबरोबर चिंतो विठ्ठल आणि सखाराम हरी यांचीही दादासाहेबांनी निवड केली होती. त्याचप्रमाणं दररोज रात्री बातम्या पुरवण्याची

जबाबदारीही त्यांच्यावर सोपवली होती. त्यांना काही खास सूचना द्यायलाही ते विसरले नाहीत. सुमुहूर्ताच्या प्रभातीच सुगंधित पाण्यानं स्नान करून रघुनाथरावांनी दरबारी पोषाख केल्यावर अलंकार घातले. शास्त्री-पंडित उपस्थित झाले. सर्व तयारी करून होमहवनाला सुरुवात केली. त्यात पडणाऱ्या चंदनी लाकडांच्या सुगंधानं वाडा कोंदटला होता. शिवप्रभूच्या मराठी राज्याचं भगवं निशाण भविष्याच्या चिंतेनं, थोडंसं खंतावत वायू लहरी बरोबर डोलत होतं. सुमुहूर्ताच्या घटिका मोजण्यात दंग असलेल्या उपाध्यायांनी इशारा करताच, रघुनाथराव तालबद्ध पावलं टाकीत गणेश महालाच्या द्वाराशी आले. भालदार-चोपदारांच्या ललकाऱ्यांनी महाल दुमदुमला. श्रीमंत प्रवेशताच दरबाऱ्यांनी उत्थापन देऊन नमस्कार केला. "काका मला वाचवा होऽऽ, ही मसनद तुम्ही घ्या होऽऽ, पण काका, आम्हास वाचवाऽऽ" हे शब्द ऐकू येताच त्यांना घाम फुटला. मुहूर्त घटिका सरकेल म्हणून उपाध्याय घाई करू लागले. बापूंनी विनंती केली,

"श्रीमंत, आरोहण करावं. मुहूर्त टळेल ऽऽ"

ते ऐकताच श्रीगणेशाला नमस्कार केल्यावर मसनदीला त्रिवार मुजरा करून ते स्थानापन्न झाले. तेव्हा त्यांच्या कपाळावर धर्मबिंदू चमकत होते.

* * *

११

त्या रात्री परंपरेनुसार शनिवारवाड्यात भोजनाचा कार्यक्रम झाला. श्रीमंत दादासाहेब वाढप्यांना आग्रह करून वाढायला लावीत होते. परंतु त्या मंडळींना जेवावंसं वाटत नव्हतं. त्यांच्या समोर रक्ताच्या थारोळ्यात पडलेलं नारायणरावांचं मस्तक दिसत होतं. भोजनानंतर विडे घेऊन मंडळी मार्गस्थ झाली. श्रीमंतांनी नाना-बापू, चिंतो विठ्ठल आणि सखाराम हरी यांना बोलावणं धाडलं. ते चौघेही प्रवेशले, तेव्हा ते झोपाळ्यावर बसले होते. त्यांना पाहून श्रीमंतांनी आनंद व्यक्त केला.

"या मंडळी याऽऽ, आम्ही तुमच्याच इंतजारीत होतो."

त्यांनी इशारा केल्यावर मंडळी आसनस्थ झाली. समोरच्या भिंतीवर एक तसबीर होती. त्यांत वाघ हरिणाला पकडून चावे घेत होता. नानांचे नेत्र या चित्रावर स्थिर झाले. परंतु ते काहीच न बोलता दादासाहेबांकडं उत्सुकतेनं पाहू लागले. दादासाहेब म्हणाले,

"मंडळी, तुम्ही आमचे सदैव साहाय्यक आहात, म्हणून पुढचे बेत निश्चित करण्याकरता बुलावा धाडला."

"श्रीमंतानी सांगावं."

"ठीक आहे."

‘‘नेहमीच्या शिरस्त्याप्रमाणं निजाम आणि हैदर सध्या फार चेकाळलेत आणि दोघंही आमचेवर चालून येत आहेत.’’

‘‘श्रीमंत, फिक्र कशाची? आमचे सरदार त्यांचा धुव्वा उडवायला मागं येणार नाहीत. त्या करता सर्व सरदारांना खलिते पाठवणं निहायत जरुरी आहे बापू.’’

‘‘अगदी बरोबर! मजकूर लिहून सहीस धाडतो.’’

त्यानंतर इतर प्रश्न समोर आले. त्यावर चर्चा झाल्यावर त्यांनी सर्वांस निरोप दिला.

*

परशुरामभाऊ तासगावला आले. वस्त्रं बदलून ते येऊन मातेसमोर आसनस्थ झाले. ती अतिशय आनंदानं सांगू लागली,

‘‘भाऊ, द्वारकी आणि बाबाचं लगीन ठरलं.’’

‘‘बाबाचा सासरा कोण?’’

‘‘तालीकोटकर आनंदराव रास्ते. मुलगी सुंदर असून, थोडं लेखन-वाचनही येतंय.’’

‘‘बाकी व्यवहार?’’

‘‘सगळं आम्हास परवडेल अस्संच आहे.’’

राधाबाई, त्यांच्यासमोर प्रसादाची वाटी ठेवून म्हणाली,

‘‘आमच्या दादासाहेबांनी दोन्ही स्थळाशी अगदी योग्य बोलणी करून लग्नं ठरवलीत.’’

‘‘ही बोलणी आम्हास समजतात म्हटलं!’’

पुत्राकडं कौतुकानं बघत जानकीबाई हसू लागताच, राधाबाई चालू लागली.

भाऊंच्या हाती खलिता देऊन सेवक निघाला. ते महालात गेले. सरक फांसा ढीला करून त्यांनी उत्सुकतेनं कागद बाहेर काढला. त्यावर त्यांचे नेत्र एकाग्र झाले. ‘फौज जमा करण्याची तजवीज ठेवावी आणि हुजुरस्वारी निघताच लष्करास मिळावे.’ तो कागद पुन्हा थैलीत ठेवून ते विचारमग्न झाले. त्याच संध्याकाळी आप्पा दुसरा खलिता घेऊन आला. भाऊंनी त्या सेवकास जेवण द्यायची पुत्रास सूचना दिली. आप्पा त्याला स्वत:च मुदपाकखान्यात घेऊन गेला. त्यांनी दुसरा कागद काढून वाचला. त्यांत मजकूर होता,

‘‘गडबड न करता परशुरामभाऊस पाचशे स्वारासह रवाना करावे.’’

वास्तविक, परिस्थितीची पूर्ण कल्पना असल्यामुळं त्यांनी पुण्यास जाण्याची तयारी करायला सुरुवात केली. मातेपाशी बसून पत्नीस बोलावणं धाडलं. ती येऊन सासूपाशी बसताच ते सांगू लागले,

"आम्ही या दोन-तीन दिवसांत पुण्यास जाणार आहोत. परत कधी येऊ ते आता सांगता येणार नाही. ठरलेलं लगीन पुढं ढकलणं योग्य नाही. दादासाहेब सगळं निभावून नेतील. आम्ही उद्याच त्यांना भेटतो."

"खर्चाचं काय?"

"उद्या त्यांना विचारून, तेवढी रक्कम तुम्हांकडं देऊन ठेवतो."

"हे स्वारीनं चांगलं केलं! उगीच लोकांचा पैसा घेणं आम्हास आवडत नाही."

"दादासाहेब लोक आहेत का?"

"नाहीऽ तरीही नकोच!"

"बरंऽऽ देण्याची लुगडी चांगली घ्याऽऽ मातोश्री, याद करून निमंत्रण पत्रिका धाडा. कुणालाही विसरू नका. दाजी आमच्या संगे येणार आहेत. वहिनींना आत्ताच बोलावून घ्यावंऽऽ"

"स्वारीनंच त्यांना धाडण्याचा इंतजाम करावा."

"दोन्हीं विवाह तासगावातच होतील असं पाहावं."

"भाऊ, दादासाहेबांवर सोपवलंत, आता ते सांगतील तसं करायचं!"

"अगदी बरोबर!"

इतकंच बोलून राधाबाई आत गेली. थोड्याच वेळात भाऊ मुलांच्या पंगतीत बसून जेवू लागले. दोन दिवसांनंतर ते पथकासह पुण्याकडं दौडू लागले.

*

पार्वतीबाई, दादासाहेब आनंदीबाईचा निरोप घेऊन आली. त्यानंतर देवदर्शनाकरता जाताना मार्गातले थांबे निश्चित केलेला कागद, नानांनी पार्वतीबाईच्या हाती दिला. शुभ मुहूर्तावर मेणे मार्गस्थ झालेले पाहून नानांच्या मुखातून मुक्त श्वास बाहेर पडला. थोड्या वेळानंतर पुरुषोत्तमदाजी आणि महिपतराव बिनीवाले दौडू लागले. सर्व तयारी झाल्यावर रघुनाथराव प्रस्थानाकरता सिद्ध जाहले. शुभ दिनी वाड्यावर खूपच गडबड होती. सरदार आपल्या पथकासह उपस्थित झाले. ढोल-तुताऱ्यांनी परिसर आवाजित केला. 'हर हर महादेव' अशा उत्तुगं घोषणांनी सर्वांना उत्साहित केलं. श्रीमंत रघुनाथराव बाहेर येऊन पायरी उतरताच, आनंदीबाईनं

हातावर दिलेलं दही प्राशन करून ते पुढं गेले. त्यांनी इशारा करताच फौजा निघाल्या. विसाजी कृष्ण बिनीवाले, विठ्ठल शिवदेव, आनंदराव रास्ते, हरिपंत फडके, मामा पेठे, परशुरामभाऊ, पुरंदरे, मोरोबा नाईक, सखाराम बापू हे सर्व श्रीमंतांच्या इंतजारीत उभे होते. चिंतो विठ्ठल, सखाराम हरी अननुभवी असल्यामुळं नानास पुण्यात ठेवावं लागलं होतं. आता त्यांच्यावर नजर ठेवण्याची सूचना हलक्या आवाजात त्या दोघांस देऊन, श्रीमंत दादासाहेब आनंदीबाईसह डेरेदाखल झाले. सरदारांना त्याच्याबद्दल प्रेम नव्हतं. परंतु मसनदीविषयी अत्यादर-भक्ती असल्यामुळं, ते उत्साहानं निजामावर आक्रमण करण्याकरता निघाले होते. श्रीमंतांनी फौजेचे तीन भाग करून निजामावर आक्रमण केले. मामा पेठे आणि भाऊनींही तसंच केलं. औरंगाबाद आणि दौलताबाद हाती येताच सर्वांना खूप आनंद झाला. यावेळी निजामाचा पूर्ण पराभव झाला. त्याच्याशी तह करून हैदरला जमीनदोस्त करण्याचा त्यांनी विचार केला. साबाजी भोसल्यानं केलेली गडबड कानी येताच श्रीमंतांनी मामा, आनंदराव रास्ते आणि परशुरामभाऊस रवाना केलं. यावेळी तबीयत ठीक नसल्याचा बहाणा करून बापूही निघाले. त्यांच्याबरोबर लूट आणि बरीच रक्कम द्यायला श्रीमंत विसरले नाहीत.

बापू पुण्यात आल्याचं समजल्यानंतर, नाना त्यांच्या घरी गेले. प्रवेश - द्वारातूनच त्यांनी आपण आल्याची खबर धाडली. बापूनी पुढं येऊन नानास आत नेलं. त्यांना आपल्यापाशी बसवून विचारलं,

"नाना, काही खास?"

"तेच सांगायला आलोय."

"बोलाऽ. आम्ही फार उत्सुक आहोत."

"त्रिंबकमामा, भाऊ आणि हरिपंतास दादासाहेबावर हमला करण्याची सूचना देऊन तुम्ही आलात. पंढरपुराजवळ कासेगावात लढाई झाली. त्यांचा पूर्ण पराभव झाला. ते तह करण्याकरता येत असल्याची खबर मुधोजीनं देताच, मामा गाफील राहिले. त्यांना गिरफ्तार केल्यावर आनंदीबाईनं बटकीकडून शेणाच्या दिव्यांनी ओवाळायला लावलं. स्वाभिमानी मामांनी मृत्यूला जवळ ओढलं."

नानांच्या नेत्रातलं पाणी पाहून बापू म्हणाले,

"नाना, नाउमेद होऊन चालत नसतं. अशा घटना होतच राहणार."

"सध्या दादासाहेब कुठं आहेत?"

"कर्नाटकात! चिंतो विठ्ठल आणि विसाजी केशव त्यांची चिठ्ठी घेऊन

आले होते.''

"काय म्हणतात?"

नानांच्या मनातला संशय त्या शब्दातून जाणवताच बैठकीपाशी असलेल्या खोरणातली चिठ्ठी काढून त्यांच्यापाशी दिली. नानांची नजर त्या मजकुरावरून फिरू लागली.

"सांप्रत बहोत दिन घरी आहात. औषधोपाय करोन आरोग्य जाहला असाल. यास्तव चांगला मुहूर्त पाहून येणेचे करावे. तुम्ही मातबर शहाणे नजदीक असावे. हा मानस तरी लौकर यावे.''

खलिता वाचून होताच त्यांच्या हाती देत, नाना आश्चर्यानं बोलले.

"बापू, पत्रावरून त्यांना काहीच समजलेलं नाही. असं दिसतं!''

"बरोबर, परंतु आता त्याना कळवणं भाग आहे."

"काय?"

"मातोश्री गंगाबाईस पुत्र जाहल्यास तोच कायदेशीर वारस होईल. तंवर मातोश्रीच्या नावे कारभार चालवणार असल्याचं लिहून कळवा.''

त्यांनी तिथंच बसून पत्राचा मसुदा तयार केल्यावर बापूंनी स्वहस्ते लिहून श्रीमंत रघुनाथरावास व सातारच्या महाराजास खलिते धाडले. ते पत्र वाचताच दादासाहेब चक्रावले. आनंदीबाई रागानं बेभान होऊन गंगाबाईस ठार मारण्याची योजना तयार करू लागली. श्रीमंतांस काहीच सुचेना. अखेर त्यांनी बापूस खलिता पाठवला. त्यांनी नानास बोलावणं धाडलं. हातातलं काम पूर्ण करून ते सरळ बोकिलांच्या वाड्यात आले. बापू बैठकीतच बसले होते. त्याना बघून ते म्हणाले,

"या नानाऽ, आम्ही धाडलेल्या पत्राचा योग्य परिणाम जाहला.''

"तो कसा?"

"वाचाऽ हे दादासाहेबांचं पत्र!''

नाना प्रभावी आवाजात वाचू लागले.

"चिंतो विठ्ठल आणि विसाजी केशव, तुम्हाकडे धाडले. त्यांच्या जबानी -वरून कळले असेलच. दौलत बहोत दिवसे वडिलांनी मेळविली. ती तुमचे कजियात बुडवावी हें उचित नव्हे. चिं. गंगाबाईस पुत्र व्हावा, पुढे थोर झाल्यावर दौलतही करील. येविसी आमचेच मानस अनुकूल आहे. तुम्ही बारभाई तर्क-कुतर्क घेऊन कजिया वाढवून दौलत मोगलाचे घरात घालिता, हें अयोग्यच.

नारायणाचा काळ जाहला, तेव्हा घेतलेली शपथ विस्मरणात गेली की काय? असो.''

ते दोघंही खलित्याबद्दल बोलत असता परशुरामभाऊ, मोरोबा फडणीस, वामनराव पटवर्धन प्रवेशले. वामनरावांनी उत्सुकतेला पुढं केलं,

"बापू, तबीयत कशी आहे?''

"बरी आहे म्हणायचं. आम्ही आता म्हातारे झालोत.''

"असं म्हणू नका. बापू, आम्ही तुम्हास कारभारी नेमणार.''

मोरोबादादा फार-फार बेचैन झाले. क्षणभर विचार करून त्यांनी विचारलं, "बापू कारभारी, मग आमचं काय करणार?''

"दादा, सबुरीनं घ्या, तुम्ही कारभारी मंडळात राहा. सध्याच्या बिकट परिस्थितीत बापूंसारखे अनुभवी कारभारी हवेत. सध्या या बाबतीत तुम्ही जिद्द करू नये.''

"भाऊ, तुम्ही म्हणता ते खरं असलं तरी आमच्या हाती काहीच ठेवलं नाही. मग आम्ही काय करायचंय?''

"दादा, रागवू नये. सध्या तुम्ही त्यांना मदत करावी.''

मोरोबादादाला भाऊंचं सांगणं अजिबात पटलं नाही. ते उठून चालू लागले.

"दादा बहुधा श्रीमंताकडं जाणार. तुम्ही त्वरित मातोश्रीच्या नावे द्वाही फिरवावी.''

"वामनराव, या सप्ताहात ते काम पूर्ण होईल. सध्या कोणीही पुणं सोडू नका.''

बापूंच्या सूचनेला मान्यता दिल्यावर सर्वजण निघाले.

पुरुषोत्तम दाजीनी आपल्या दोन्ही बंधूंना घरी येण्याचा आग्रह केल्यामुळं दोघंही त्यांच्यासंगे पुरंदरावर गेले. तिथं केलेला कडेकोट बंदोबस्त पाहून ते थक्क झाले.

घोड्यावरून पायउतार होत दाजी सांगू लागले,

"मातोश्रीला भिवविण्याकरता, मध्यरात्रीनंतर खिडक्यावर दगड मारणं, दूरवर उभं राहून किंकाळणं असे प्रकार होऊ लागले. भाऊ, आम्ही रात्रभर कानोसा घेत जागेच असतो.''

बोलण्याचा आवाज ऐकून, कृष्णाबाई बाहेर आली. त्यांना पाहून तिनं

आश्चर्य प्रगट केलं,

"अगंबाई, भावजी!"

दोघांनी पुढं होऊन तिला नमस्कार केला. त्यांच्याकरता लाडू आणून ठेवीत ती म्हणाली,

"भावजी, स्नान करून स्वारीशी बोलत बसा. थोड्याच वेळात भोजनास बोलावतो."

इतकंच बोलून ती आत गेल्यावर दाजी सांगू लागले,

"पुण्यातून येसूबाई सुईण आलेली आहे आणि नाइकांकडं दिलेल्या दादासाहेबांच्या कन्येला आणण्याकरता सेवक, दासी रवाना केलेत."

"दाजी, गंगा उलटी प्रवाहित झाल्यासारखं वाटू लागलंय."

"भाऊ, हीच तर गम्मत आहे. दुर्गाबाई या भावंडातच असल्यामुळं गोपिकाबाईही तिचे लाड करीत असत. पार्वतीकाकींच्या वपनावरून तेढ निर्माण झाली असताना नारायणरावांनी तिचं लगीन केलं. आता त्यांचा खून झाल्यापासून नाईक मंडळीनी त्यांच्याशी पूर्णत: संबंध तोडले. काकीसाहेबांच्या सूचनेनुसारच तिला निमंत्रित केलंय."

"श्रीमंत माधवरावांच्या कारकिर्दीत कसं छान चाललं होतं. कुणा दुष्टाची नजर लागली नकळेऽऽ"

"दैवाची! दुसऱ्या कुणाची? वामनराव पेशव्यांच्या अंकुराच्या वतीनंच राज्यकारभार सुरू करायचा, अशा विचारानंच नानास प्रचंड उत्साह प्रदान केलाय."

"परंतु दादासाहेबांनी गडबड केली तर?"

"भाऊ, नारायणरावांचा खून करण्यात सहभागी असल्याच्या आरोपाखाली शास्त्रीबुवानी देहान्त प्रायश्चित्त दिल्याची याद त्यांना परेशान केल्याशिवाय राहणार नाही."

"सध्या शास्त्रीबुवा कुठं आहेत दाजी?"

"वामनराव, या रक्तलांछित, पापानं बरबटलेल्या पुण्यात राहणार नसल्याचं सांगून ते माहुलीस गेले. नानांनी खूप खूप विनवण्या केल्या, परंतु त्याचा उपयोग झाला नाही."

"दाजी, पेशव्यांचा खरा वारस जन्माला आल्यावर कदाचित येतीलही!"

"तस्संच होवोऽऽ"

कृष्णाबाईनं आवाज देताच दोघंही उठून न्हाणीघरात प्रवेशले. स्नान झाल्यावर ते स्तोत्र म्हणत असता, सेवकानं भोजन तयार झाल्याची खबर दिली. तिघंही आत जाऊन पाटावर बसले. कृष्णाबाई स्वत: आग्रह करून वाढीत होती. ते बोलत-बोलत मजेत जेवत होते. कृष्णाबाईनं विचारलं,

"भावजी, राहणार ना दोन दिवस?"

"वहिनी, आम्ही दोघंही उद्या निघणार!"

"दोन दिवस राहाऽऽ! खूष खबर कानी पडेल."

"मग राहतो."

दोघांचंही एकदम उत्तर आल्यामुळं तिला खूप गम्मत वाटली.

गंगाबाईच्या माहेरची मंडळी, बापू, नाना पुरंदरी उपस्थित झाले.

चैत्र सुरू झाल्यामुळं निसर्गात उत्साहाची कारंजी उडू लागली. त्यातील फवारे पुण्यालाही सुखवू लागले. उन्हाचा रंग बदलला. पिवळसर मोहोरानं सजलेल्या आमवृक्षांवर बसून कोकीळ कुहूऽकुहूऽऽ च्या मधुर आवाजाने वातावरणात चैतन्य ओतू लागले. अशा सुंदर पार्श्वभूमीवर सोमवार चैत्र शुद्ध सप्तमीचा सूर्य माध्यान्ही येताच गंगाबाई प्रसूत झाली. तिला पुत्ररत्न प्राप्त झाल्याची खबर दुर्गाबाईनं स्वत: येऊन सांगितली. सर्वांच्या मुखावर आनंदाची फुलं उमलली. त्यांनी आकाशाकडं पाहून हात जोडले.

छत्रपती शिवाजीमहाराजांचा आवडता पुरंदर आनंदानं बहरला. कृतकृत्य झाल्याचं समाधान त्याच्या मुखावर फुललं. बापूंनी हत्तीवरून साखर वाटण्याचा किल्लेदारास आदेश दिला. सर्व सरदार आले. आनंदोत्सव सुरूच होता. बाराव्या दिवशी मोठा समारंभ झाल्यावर, दुर्गाबाईनं बाळाचं 'सवाई माधवराव' असं नामकरण केलं. रात्र उतरताच विसाजीपंत, विठ्ठल शिवदेव, पुरुषोत्तमदाजी, परशुरामभाऊ, वामनराव प्रशस्त दालनात आले. समया तेवत होत्या. मोगरा शिंपडल्यामुळं प्रसन्नता भरून राहिली होती. श्वेत अवगुंठनातल्या बैठकीवर मंडळी आसनस्थ झाल्यावर बाहेर विश्वासू सेवकाना उभे करून नाना, बापू प्रवेशले.

"महाराजाकडून पेशवाईची वस्त्रं आणण्याचा निर्णय पक्का झाला. भाऊंनी सुचवताच विठ्ठल शिवदेव तयार झाले. त्यानंतर पेशवाईची वस्त्रं अर्पण करण्याच्या समारंभाची रूपरेखा तयार करण्यात मंडळी इतकी गुंग झाली की, मध्यरात्र उलटल्याचं ध्यानातच आलं नाही.

महाराजांकडून पेशवाई वस्त्रं, सनद, शिक्के, कट्यार आणि बालपेशव्याकरता आत्यंतिक कौतुकानं महाराजांनी दिलेले अलंकार घेऊन, आल्यावर दरबार भरवण्याची तयारी सुरू झाली. दाजीशी नेत्रसंकेत झाल्यावर पगडीला स्पर्श करीत भाऊंनी प्रस्ताव ठेवला,

''दरबारातल्या समारंभापूर्वी कामाची वाटणी होणं निहायत जरुरी आहे.''

''भाऊ, तुमचं म्हणणं अगदी बरोबर आहे. ते काम नानांनीच करावं.''

बापूची अस्थिर वृत्ती, सत्तेची अनिवार लालसा आणि समोरच्या माणसास गाफील ठेवून कारस्थान उभं करण्यातलं प्रावीण्य जाणून असल्यामुळं, नानांनी सर्वांकडं पाहून प्रस्ताव ठेवला.

''बापू, आताही तुमचेकडं कारभारीपद असेल. सर्वांच्या इच्छेनुसार तुम्ही ते स्वीकारावं.''

त्यांचे शब्द ऐकून बापू मनोमन सुखावले. परंतु ते मुत्सद्दी असल्यामुळं चेहरा निर्विकार ठेवून उत्तरले,

''तुम्हां मंडळीचा आग्रह असला तरीही प्रकृतीची साथ नसल्यामुळं ते पद स्वीकारता येत नाही.''

त्याचं ते वरवरचं सांगणं असल्याचं ओळखून भाऊ आणि विंचुरकर यांनी पुन्हा विनंती करताच त्यांनी आश्वासन दिलं. तुम्हा मंडळीच्या आग्रहामुळं आम्हास स्वीकृती द्यावी लागते. त्यांच्यावर नजर राहावी या उद्देशानं आनंदराव रास्ते, पुरुषोत्तमदाजी, हरिपंत फडके यांनी नानास दुय्यम कारभारीपद देण्याची सूचना केली. अशा तऱ्हेनं कामाची वाटणी करीत असता परशुरामभाऊंनी उत्सुकता प्रगट केली,

''आता न्यायदानाकरता कोणाची नियुक्ती करणार?''

''अर्थात रामशास्त्री!''

सर्वांचे उत्सुक नेत्र नानांच्या मुखावर स्थिरावताच, ते कानाच्या पाळीत अडकवलेल्या सोन्याच्या कडीला स्पर्शून म्हणाले,

''वामनरावांच्या सूचनेनुसार त्यांना आम्ही आणवतो. विसजीपंत माहुलीस जाऊन, तुम्ही शास्त्रीबुवास आणा.''

''जरूर.''

सर्व कामांची जबाबदारी सोपवल्यावर नाना मुक्त श्वास सोडून उठले.

पेशवाईची वस्त्रं सुपूर्द करण्यास विलंब असल्यामुळं सरदार निघाले.

वामनराव-भाऊ, दाजी आणि वहिनींचा निरोप घेऊन दौडू लागले. वामनरावाना पुण्यात सोडून भाऊ तासगावकडं निघाले. वैशाखातली उन्हं त्रस्त करीत होती. मस्तकावर पगडी असली, तरीही घामाच्या धारा गालांवरून ओघळत होत्या. ते वाड्यात प्रवेशले, तेव्हा दिवेलागण झाली होती. समयांनी वाड्याला प्रकाशित केलं होतं. घोड्याच्या टापांचा आवाज दिंडी दरवाज्यापाशी थांबताच लहानगा गणपत, मनकर्णिका, ठमा पुढच्या सोप्यात आली. त्याचं नजरेनं स्वागत करून राधाबाई आत गेली. बया उंबरठ्याच्या आत उभी होती. यौवनाचा स्पर्श झाल्यामुळं ती थोराड दिसत होती. ते जरासे खंतावत मागील दारी गेले. त्यांनी पाय धुऊन देवाला नमस्कार केल्यावर समोरून येत असलेल्या मातेचा चरणस्पर्श मस्तकी घेतला. तिनं पुत्राला स्पर्श करून आशीर्वाद दिला.

"आयुष्यमान भव."

ते तिच्यापाशी स्थिरावल्यावर मुलं देवघरात प्रवेशली. मस्तकावरचा पदर पुढं ओढीत तिनं विचारलं,

"पुणं काय म्हणतंय?"

"मातोश्री. आम्ही पुण्यात नव्हतो. दाजीकडं राहिलो होतो पुरंदरावर!"

"कृष्णा कशी आहे?"

"छानऽऽ"

"पुरंदरी बालपेशव्याला काही धोखा नाही ना?"

"दाजी-वहिनीचा सख्त पहारा असताना कोण येणार?"

"मग ठीक आहे. श्रीगजाननानं बाल पेशव्यास उदंड आयुष्य द्यावंऽऽ"

कोणीतरी थाडकन शिंकलं. माता-पुत्र दोघंही दचकले आणि डोळे मिटून हात जोडले. मामाकडून आलेल्या पुत्रांनी पुढं सरकून पित्याला नमस्कार केला. तिन्ही पुत्र चांगले सुदृढ आणि सुंदर दिसत होते. ते तिघंही एका स्वरात म्हणाले,

"भाऊ, आम्हास रणांगणी न्यावं."

"जरूर! या वक्ती तिघासही नेतो."

"आणि आम्हास?"

"गणपतराव, तुम्ही लहान आहात, अभ्यास करा. घुडस्वारी, तलवारबाजी वगैरे शिकून घ्या."

मुलं उठून गेल्यावर थोडा वेळ मातेपाशी बसून ते आपल्या महाली गेले. रात्रीचं भोजन झाल्यावर महाली येऊन ते चोपड्या पाहू लागले. घरातले काही

कोयंडे व्यवस्थित लावले असल्याचं पाहून राधाबाई प्रवेशली. ती आल्यावर पिवळं आणि महेश्वरी जरी किनारीची लुगडी त्यांनी समोर ठेवली. त्याकडं पाहून ती सुखावत म्हणाली,

"फारच सुरेख आहेत."

"हे दोन्ही रंग तुला खूपच शोभतील! उद्याच घडी मोड. म्हणजे आम्हास पाहता येईल."

"इश्शऽऽ"

"राधाऽऽ. आम्हास बक्षीस?"

"जावाऽऽतिकडं!"

तिच्या विलोभनीय अभिनयाकडं बघत त्यांनी तिला जवळ ओढलं.

* * *

१२

आपले तिन्ही नातू रणांगणात उतरण्याकरता जात असलेले पाहून जानकीबाईचं हृदय धडधडू लागलं. तिच्या म्हाताऱ्या डोळ्यांत अश्रू उभे राहिले. परंतु शुभकार्याकरता जाताना, मनाचा कमकुवतपणा ठीक नसल्याचं जाणून, ती देवघरात प्रवेशली. थरथरते हात जोडून काहीतरी पुटपुटत ती उभी राहिली. थोड्या वेळानंतर तिचं मन शांत झालं. ती बाहेर आली. राधाबाईची अवस्था तशीच होती. परंतु पटवर्धनांच्या मुलांचं रणांगणाशी अतुट नातं असल्याचं जाणून तिनं स्वतःला खंबीर बनवलं. शुभमुहूर्तावर देवाला, मातेला नमस्कार करून पुत्रासमवेत भाऊंनी घराचा निरोप घेतला. राधाबाईनं उत्तम व्यवस्था करून दिल्यामुळं कसलीच चिंता नव्हती. मुलं काहीशी दमल्याचं ध्यानी येताच, त्यांनी विश्रांती घेऊन रांधप्याना पुढं धाडलं. मार्गात आम्रवृक्ष आंब्यानी लगडलेले होते. सैनिक आंबे काढीत 'हर हर महादेव, हरहर महादेवऽऽ' अशा घोषणा देत पुढं सरकत होते. थोड्या वेळानंतर ते थांब्यापाशी आले, तेव्हा स्वयंपाक तयार होता. प्रसन्न मनानं भाऊंनी पुत्रांसमवेत भोजन केलं. हा अनुभव नवीन असल्यामुळं मुलांना खूप मजा वाटली. ते मध्यरात्रीच्या सुमारास पुण्यातल्या घरी प्रवेशले. पूर्वीच खबर मिळाल्यामुळं

स्वयंपाक तयार होता. स्नान आटोपून देवाला नमस्कार केल्यावर भोजन करून, ते पुत्रांसमवेत निद्राधीन झाले. प्रभातीच प्रात:र्विधी आटोपून नाना कुठं आहेत हे जाणण्याकरता त्यांनी सेवकाला धाडलं. थोड्याच वेळात परत येऊन त्यांना नाना पुण्यात असल्याची, खबर दिली. भाऊंना खूप आनंद झाला. पुत्रांसमवेत ते शनवारवाड्यात प्रवेशले. तेव्हा नाना सेवकांना सूचना देत होते. ते मुजरे करून गेल्यावर त्यांनी चौकशी केली.

"केव्हा आलात?"

"रात्री."

त्यांच्या मागं उभी असलेली मुलं त्यांनी पाहिली. परंतु त्याबद्दल त्यांनी विचारलं मात्र नाही. भाऊंचा अंदाज चुकला. ते जरासे नाराजही झाले. तरीही स्वत:ला सावरून सांगू लागले,

"हे आमचे पुत्र, पत्रव्यवहार, जमा-खर्च आणि लढाईचे डावपेंच उत्तम प्रकारे जाणतात. त्यांना सरदारकी द्यावी अशा अपेक्षेनं घेऊन आलोय."

"भाऊ, तुम्ही त्यांना रणांगणी न्या, त्यानंतर पाहू. मात्र, त्यांना आता पुरंदरी पाठवा."

"ठीक आहे."

"तुम्हीही पुण्यात न राहता पुरंदरी असणं निहायत जरुरी आहे."

"नाना, तुम्ही कधी येणार?"

"इथली कामं आवरून उद्या पहाटेच निघावं म्हणतोय!"

त्यांना नमस्कार करून भाऊ पुत्रांसह पुरंदरकडं दौडू लागले.

*

पुरंदरावर आलिशान शामियाना उभा राहिला. त्यावर सोडलेल्या रेशमी पडद्यावर मोत्यांच्या माळा सोडल्या होत्या. पुरुषोत्तम दाजी आणि भाऊनी सूचना दिल्याप्रमाणं सेवकांनी पिवळ्या साटिनच्या अवगुंठनातली बैठक तयार केली. मध्यभागी भरजरी उच्चासन ठेवून, उजव्या बाजूला श्रीगणेशाची अलंकारांनी सजलेली मूर्ती होती. त्या दोघांनी सर्वत्र नजर फिरवून सेवकांना शाबाशी दिली. त्यानंतर त्यांनी नाना, बापूना सर्व व्यवस्था पूर्ण असल्याची कल्पना दिली. सरत्या वैशाखातला शुभमुहूर्त निश्चित करून सर्वांना निमंत्रणं पाठवली. योग्य समयी निजाम-हैदर-टोपीकर फिरंगी यांचे प्रतिनिधी पुरंदरावर आले. त्याचप्रमाणं पेशव्यांचे नातेवाईक, पुण्यातली प्रतिष्ठित मंडळी उपस्थित झाली. त्या सर्वांची

व्यवस्था राखण्यात विंचुरकर, बिनीवाले आणि सरदार पटवर्धन मग्न झाले. सनई चौघड्यानं परिसराला निनादित केलं. प्रभाती महाभिषेक, होमहवन आणि भोजन होईपर्यंत संध्याकाळ झाली. वैशाख असूनही हवेत शीतलता होती. शामियान्यात चंदन पसरल्यामुळं वातावरण सुगंधित झालं होतं. चहूकडं समया तेवत होत्या. सर्व मंडळी येऊन स्थानापन्न झाली. बरोब्बर मुहूर्त साधून गुर्झबदारांच्या ललकाऱ्या सुरू झाल्या. सावधानऽ बा अदब-मुलाऽहिजाऽ होश्शीयारऽऽ श्रीमंत सवाई माधवराव नारायण पेशवा तशरीफ ला रहे हैंऽ सावधान, असा लयबद्ध आवाज निनादू लागताच, दरबार एकदम स्तब्ध झाला. पंचेचाळीस दिवसांच्या श्रीमंतास दोन हातावर ठेवून दाजी अतिशय सावध पावलं टाकीत होते. त्यांच्या आजूबाजूला असलेले नाना, बापू, विंचुरकर, होळकर, शिंदे वगैरे सरदार शामियानात प्रवेशले. ते स्थानापन्न झाल्यावर भालदार-चोपदारांचा प्रवेश झाला. त्या मागून बाल पेशव्याला घेऊन दाजी आले. उपस्थितांनी उत्थापन देऊन नमस्कार केला. गुर्झबदार त्यांना मसनदीपाशी सोडून उलटी पावलं टाकीत चालू लागले. बाहेर वाजंत्री वाजू लागली.

बापूनी पेशवाईची वस्त्रं अर्पण केल्यावर, सवाई माधवराव मराठी राज्याचे 'पेशवा' असल्याची घोषणा केली. सर्वांनी टाळ्या वाजवून आनंद प्रगट केला. त्यानंतर हैदर, निजाम, टोपीकर, फिरंगी यांचे प्रतिनिधी 'सतका' घेऊन पुढं आले. दाजीनी त्यांच्या तबकांना श्रीमंताच्या चिमुकल्या हाताचा स्पर्श करविला. त्यानंतर अत्तर-गुलाब झाल्यावर निमंत्रितांना निरोपाचे विडे दिले. श्रीमंताचा चेहरा कसनुसा झाल्याचं पाहून दाजी उठले. गुर्झबदारांच्या ललकाऱ्यात राजगृहात प्रवेशून, श्रीमंतांना पार्वतीकाकींच्या हाती दिल्यावर त्यांनी मुक्त श्वास सोडला.

भोजन करून नाना विश्राम करीत असता दाजी भाऊंसह येत असल्याची खबर आली. मस्तकावर पगडी ठेवून ते बैठकीत आले. तेव्हाच ते प्रवेशले. नानांनी त्यांच्याकडं सस्मित नजर फेकीत प्रश्न केला,

"याऽऽ दुपारी कसे आलात? काही खास?"

"होय, म्हणूनच यावं लागलं!"

इतकंच बोलून पत्र त्यांच्यासमोर ठेवलं. त्यावर नजर फिरवून ते उत्तरले,

"मुख्य कारभारी बनण्याकरता दादासाहेबांना मसनद देण्याचा मोरोबाचा इरादा आता पूर्ण होणारच नाही. आमच्यावर सूड उगवण्याची त्याची ही धडपड आहे."

ते बोलत असता दरवाज्यापाशी उभा असलेला सेवक एका रामदासीस घेऊन आला. त्यांनं जयजय रघुवीर समर्थ हा परवलीचा शब्द उच्चारताच ते म्हणाले,

"आम्ही तुला पहचानलं आहे बोल लवकर."

"नानासाहेब, श्रीमंतानी टोपीकराशी बोलणी सुरू केली."

"कशाबद्दल?"

"मसनद मिळवून देण्याकरता."

"पुढं?"

"त्यांनी पंचवीसशे स्वारांची मदत देऊन 'पेशवा' करण्याचं कबूल केलं."

"बाप रेऽऽ"

"भाऊ, घाबरू नये. टोपीकर त्याकरता भरगच्च मागणी करणार!"

"नानासाहेब, अगदी बरोबर! त्यांनी त्या बदल्यात साष्टी, वसई, भडोच, सुरत हे प्रांत, एकोणीस लक्षाचा मुल्क आणि फौजेच्या खर्चाच्या शर्ती घालून श्रीमंताना बंदिस्त केलंय."

त्याच्या हातावर पाच मोहरा ठेवून जाण्याचा इशारा केला. दाजींनी उत्सुकतेला पुढं ढकललं,

"आता काय होणार?"

"फिक्र करू नकाऽ"

"बापूशी विचारविनिमय करून आम्ही कलकत्त्यास खलिता धाडतो. त्याचा योग्य परिणाम होऊन मुंबईकर गप्प बसणार!"

"वा: नाना वा:"

नाना काहीतरी सांगण्याच्या विचारात असता हरिपंताचा खलिता घेऊन आलेल्या जासुसासह सेवक प्रवेशले. तिघंही त्याच्याकडं उत्सुकतेनं पाहू लागताच सेवक उत्तरला,

"खलिता हायऽऽ"

इतकंच बोलून त्यानं थैली पुढं केली. नानांनी थैलीचा सरकफांसा ढीला करून कागद बाहेर काढला. त्यावर नजर फिरवून ते वाचू लागले.

'अखंड सौभाग्यवती आनंदीबाई रघुनाथराव यांस पुत्र जाहला. बाराव्या दिनी समारंभ करून 'बाजीराव' हे नामकरण केलं.'

दाजी त्यांच्याकडे 'आ' वासून पाहतच राहिले. भाऊंच्या मुखातून शब्द

बाहेर पडले,

"नाना, आता काय होणार?"

"त्या संबंधी दरबारी बोलू."

"ठीक आहे."

इतकंच बोलून दोघंही उठले. नानांचा निरोप घेऊन निघाले.

दोन दिवसांनंतर पुण्यातले सरदार पुरंदरी आले. थोड्या वेळानंतर ते खलबतखान्यात प्रवेशले. बापूनी श्रीमंत दादासाहेबास पुत्र प्राप्त झाल्याचं सांगताच मंडळी नाराज झाली. दाजी धास्तावत उत्तरले,

"आता ते निश्चितच आक्रमण करतील."

नानांची सहेतुक नजर बापूंच्या मुखावर स्थिरावली. त्यातला अर्थ जाणून डोळे बारीक करीत त्यांनी प्रस्ताव ठेवला.

"हरिपंतांना त्याच्या पाठलागावर पाठवणं आणि श्रीमंत दादासाहेबांस मदत न करण्याबद्दल शिंदे-होळकरांस खलिते धाडणं हाच उपाय आहे."

बापूंचं म्हणणं सर्वांना मान्य असल्याचं पाहून नाना समाधानानं उत्तरले,

"मंडळी, उद्याच खलिते रवाना करतो."

बापू गेल्यावर भाऊ दाजीसह थोडा वेळ थांबून चालू लागले.

आषाढातल्या पावसाला श्रावणानं मर्यादा घालून ऊन-पावसाचा विलोभनीय खेळ सुरू केला. हैदर पेशव्यांच्या मुल्काची नासधूस करीत असल्याची खबर येताच नाना-बापू धास्तावले. त्यांनी पुरुषोत्तमदाजीसह भाऊसही बोलावणं धाडलं. स्नान करून आलेल्या, भाऊनी देवाला नमस्कार केल्यावर सेवकानं दिलेला गुलसर चोळणा पायात कसून पिवळा अंगरखा घातला. श्वेत दुशेला कंबरेत बांधून त्यात तलवार खोवली. कानातल्या भिगबाळीस स्पर्श करीत मोत्यांचा पाचपदरी हार गळ्यात घातला. संजाबावर हात फिरवीत त्यांनी मस्तकावर लालबुंद पगडी ठेवली. आपण गंध रेखायला विसरल्याचं ध्यानी येताच ते मागे वळले. कपाळी शिवगंध रेखीत असता त्यांना राधाबाईची तीव्रतेनं याद आली. जोड्यात पाय सरकावून ते बाहेर आले. तेव्हा दाजी उभे होते. भाऊंनी त्यांस नमस्कार केला. दोघंही नानांच्या बोलावण्याचं कारण शोधत चालू लागले. थोड्याच वेळात ते बैठकीत प्रवेशले. नानांनी इशारा करताच ते स्थानापन्न झाले. क्षणभरात बापूही प्रवेशले. आसनस्थ होऊन एक कागद नानांच्या हाती देत म्हणाले,

"तुम्ही हेस्तिंगला धाडलेल्या खलित्याचा उत्तम उपयोग झाला."

नानास समाधान झालं. बापूनी दिलेल्या कागदावर नेत्र फिरवीत ते बोलले,

"आपल्याशी सलूख करण्याकरता कर्नल आपटन येत आहे म्हणायचं!"

"अगदी बरोबर."

भाऊंच्या मनात महत्त्वाचा प्रश्न उभा राहिला. त्यांनी विचारलं,

"त्याची भेट कुठं घेणार?"

"पुरंदरच्या पायथ्याशी!"

"त्यांना बसण्यासाठी खुर्च्या आणाव्या लागतील!"

"बापू, ते बिलकूल आसान आहे. परंतु आमच्यासमोर दुसरीच समस्या आहे."

"कोणती?"

"साहेबी पोषाखातली गोरी-गोरी माणसं बघण्याची आदत नसल्यामुळं त्यांना पाहून श्रीमंत बुजण्याची शक्यता आहे."

"बरोबर! त्यांनी रडून गोंधळ केला तर काय करणार?"

"तुम्हां दोघांचंही म्हणणं अगदी बरोबर आहे. नाना, त्यातून मार्ग कसा काढायचा?"

"बापू, आम्ही सांगतो ते योग्य आहे का पाहाऽऽ"

"बोला भाऊऽऽ"

"आपल्याकडं चितपावन खूप आहेत. गोरे-घाऱ्या डोळ्यांचे तरुण आणि प्रौढ आणायचे. त्यांना टोपीकराचा पोषाख घालायला लावून श्रीमंताना नमस्कार करण्याची तालीम द्यायची."

नाना-बापूना खूपच आनंद झाला. ते दोघंही एकदम म्हणाले,

"बहोत खूबऽऽ! भाऊ, तुमच्या तळपत्या तलवारी इतकीच ही युक्ती स्पृहणीय आहे. त्या दोन्ही मुत्सद्यांनी केलेली तारीफ ऐकून भाऊ फार फार सुखावले. त्यांनी दाजीकडं पाहिलं. त्याच्या नजरेतून ओसंडणारं कौतुक बघून, त्यांना मातेची तीव्रतेनं आठवण झाली. क्षणभर विचार करून बापू म्हणाले,

"नाना, नजराण्यांचाही विचार करायला हवाऽऽ"

"बापू, भाऊ-दाजींची मदत घेऊन एकेका अडचणीतून मुक्त झाल्यावर तुमच्यापाशी येतोऽऽ"

"ठीक आहे. आम्ही चलतो."

बापूंचं आणि पटवर्धनांचं फारसं चांगलं नसल्यामुळं ते उठून गेल्यावर भाऊंनी विचारलं,

"नाना, आम्हास कशापायी बोलावलंत?"

"आपल्या प्रदेशात हैदर धुमाकूळ घालतोय. त्यांच्यावर हमला करण्याकरता तुम्हास धाडायचं आमच्या मनात होतं. परंतु सध्या तुम्ही असणंही निहायत जरुरी आहे. म्हणून दुसऱ्या कुणाची तरी नियुक्ती करतो. हा सोहळा आटोपल्यावर तुम्ही त्याला आपल्या तलवारीचं पाणी दाखवावं."

"ठीक आहे."

"दाजी आणि तुम्ही पुरंदरावर पायथ्याशी असलेली गोरी आणि उंच, दणकट माणसं इथं आणा. त्यांच्या मापाच्या पाटलोणी, डगले आणि चेंपी पुण्यातून आणवा आणि त्यांना तैयार करून श्रीमंतासमोर उभे करा."

"आम्ही उद्याच निघतो."

भाऊवर सोपवलेलं काम निश्चित पूर्ण होण्याची खात्री असल्यामुळं नाना समाधानानं हसले.

*

संध्याकाळ उतरली होती. पावसाचा हा मोसम संपत आला होता. दाणे टिपण्याकरता विविध रंगी पक्ष्यांचे थवे खाली उतरत होते. हिरवीगार शेतं पिवळसर दिसत होती. शीतल हवा वातावरणात प्रसन्नता ओतीत होती. भाऊ, दाजी पुण्यातून संगमावरच्या खुर्च्या, साहेबी पाटलोणी, डगली आणि चेंपी घेऊन आले. भाऊंनी आपल्या मुलांनाही आणलं. दुसऱ्या दिवशी दोन्ही बंधूनी गोरी-गोरी माणसं उभी केली. त्यात भाऊंचे तिन्ही पुत्रही होते त्या सर्वांना आणलेले साहेबी कपडे घालण्याचा दाजींनी सेवकाला आदेश दिला. त्यानंतर भाऊ सर्वांसह श्रीमंतासमोर उभे राहिले. त्यांनी नमस्कार करताच इतरांनीही त्यांचं अनुकरण केलं. आठ दिवस हा कार्यक्रम सुरू असल्यामुळं श्रीमंतही हात उंचावून स्वीकार करू लागले. नाना-बापूंच्या आदेशानुसार पुरंदरच्या पायथ्याशी सुंदर शामियाना उभा राहिला. महाद्वारापासून मसनदीपर्यंत मखमली पायघड्या घातल्या होत्या. सर्वत्र गुडघाभर उंचीचा गालिचा असून, त्यावर श्वेत साटिनच्या अवगुंठनातली बैठक होती. खुर्च्यांवरही लहानशा गाद्या होत्या. कोपऱ्यात लाल-पिवळ्या गुलाबपुष्पांनी भरलेली फुलदाणी होती. जवळच उदबत्त्या घेतलेली

चांदीची झाडं उभी होती. मध्यभागी भरजरी अवगुंठनातली मसनद होती. त्या मागं तलम पडदा टाकून स्त्रियांच्या बसण्याची व्यवस्था केली होती. गुलाब पाण्याचं सिंचन केल्यामुळं मंद सुगंध भरून राहिला होता. तयार झालेल्या समया चहूकडं उभ्या होत्या. ही सर्व व्यवस्था दाजी आणि भाऊंनी केली होती. नानांनी स्वत: जातीनं येऊन पाहिल्यावर समाधान व्यक्त केलं. त्यांचे शब्द ऐकून दोघंही सुखावले.

किरण पसारा गोळा करून दिनकर अस्तांत उतरताच सरदार उपस्थित झाले. सेवकानं समया उजळल्यामुळं प्रकाश पसरला. शामियानाच्या पडद्यावर सोडलेल्या फालसांच्या माळा झगमगू लागल्या. काही सरदार, अ‍ॅप्टन, बेंजामिन, जेम्स पॅटरसन प्रवेशले. सर्व मंडळी उपस्थित असल्याची खबर आल्यावर भालदार-चोपदारांच्या ललकाऱ्या घुमू लागल्या. "सावधानऽ निग्गा रखखोऽ बा अदबऽ बा मुलाहिजा वफाए मुल्क, दिनायते दख्खन शरीएत पनाह श्रीमंत सवाई माधवराव नारायण पेशवा तशरीफ ला रहे हैंऽऽ सावधान" अशा घोषणा देत, सुवर्णाचे गुर्झब खाद्यावर घेतलेले गुर्झबदार जवळ येऊ लागताच दरबारी एकदम स्तब्ध झाले. कलाबतूच्या आवरणातलं आम्रपर्णांचं तोरण असलेल्या प्रवेशद्वारातून गुर्झबदार ललकाऱ्या देत पुढं सरकले. त्यांच्यामागून श्रीमंतास घेतलेले दाजी, नाना-बापूसह प्रवेशले. दरबार खाडकन उभा राहिला. श्रीमंतास मसनदीपर्यंत नेऊन गुर्झबदार तसेच पाठ न दाखवता मागे आले. श्रीमंतास मसनदीवर ठेवून दाजी उभे राहिले. सर्वांचे नमस्कार स्वीकारून श्रीमंतांनी आपला गोंडस उजवा हात उचलला. टोपीकरांनी माना झुकवल्या. त्यांनीही मान जराशी कलती केली. त्यांच्या निरीक्षणवृत्तीचं सर्वांनी कौतुक केलं. कर्नल अ‍ॅप्टन उभा राहिला. त्याच्याकडं पाहून श्रीमंत हसले. त्यांच्या बाळसेदार लोभस मूर्तीकडं पाहून इंग्रजांना आपल्या मुलांची तीव्रतेनं आठवण झाली. त्यांची कौतुक भरली नजर श्रीमंतावर स्थिरावली. त्यांच्या पायात गुलाबी चोळणा असून, अंगात पिवळा अंगरखा होता. कंबरेला भगव्या शेल्यात हिरेजडित मुठीची लहानशी तलवार बंदिस्त होती. छातीवर मोत्यांचा हार असून, त्यातलं पाचूचं बिल्वपत्र अतिशय सुंदर दिसत होतं. कानाच्या गुलसर पाळीत बहुमूल्य माणिक होतं. मस्तकावर लहानशी लालबुंद पगडी असून, त्यातला शिरपेच झगमगत होता. त्यांच्या गोऱ्या कपाळी शिवगंध असून, नाजुकशा हनुवटीवर काळा ठिपका होता. ते सुंदर बाळ कर्नल अ‍ॅप्टनला खूप खूप आवडलं. सेवकानं पुढं केलेलं

तबक घेऊन त्यानं स्वत:च श्रीमंताना दिलं. अतीव उत्सुकतेनं त्यांनी त्यावरचा सरपोस बाजूला केला. त्यातल्या झगमगणाऱ्या वस्तू पाहून त्यांना खूप आनंद झाला. त्यातलं काहीतरी खेळण्याकरता घेण्याच्या इच्छेनं त्यांनी हात पुढं करताच नाना म्हणाले,

"श्रीमंत, उचित नाही."

अबोध असूनही नानांच्या सांगण्याचा त्यांना राग आला. पडद्यामागं बसलेल्या काकू-आजीच्या मांडीवर बसून नानास मारण्याचा विचार करीत ते उठू लागताच दाजी नम्रतेनं म्हणाले,

"श्रीमंत, थोडा वेळ इथंच थांबून पुढं येणाऱ्या नजराण्याना स्पर्श करावा."

सरदार बहुमूल्य नजराणे देऊन सत्कार करू लागताच, श्रीमंत खुदकन हसले. क्षणभरानंतर ते कंटाळल्याचं ध्यानी येताच दाजी त्यांच्यासह गुर्झबदारांच्या ललकाऱ्यात पावलं टाकू लागले. कर्नल ॲप्टननं त्या वक्ती भेटीदाखल बापूला दिलेलं जवाहर आणि काही महिन्यांपूर्वी पाठवलेले चहाचे पुडे ध्यानात येताच, नानांच्या मनात संशय निर्माण झाला. परशुराम भाऊ, विंचुरकर, दाजी इत्यादी सरदारांनी मिस्किल नजरेनं आपापसांत इशारे केले. सर्वांवर नजर फिरवून ॲप्टन बोलू लागला,

"आमची अडचण ओळखून चेअर्सचा इंतजाम केल्याबद्दल वुई आर थँकिंग यूऽऽ"

कर्नल ॲप्टन नाना-बापूंवर नेत्र एकाग्र करीत पुढं प्रत्येक शब्दावर जोर देत म्हणाला,

"रघुनाथराव खरा पेशवा असताना करभाऱ्यांनी त्यांना ॲक्सेप्ट का केलं नाही? हा प्रश्न कोलकत्त्याच्या वॉरन हेस्टिंगला सुटत नसल्यामुळं, आम्हास यावं लागलं."

दुभाषीनं भाषांतर केल्यावर क्षणभरानं नानांनी विचारलं,

"साहेब, बाहेरच्या एखाद्या मुलाला आणून पेशवा बनवला, असं तुम्हास वाटलं का?"

"होयऽ आमची तशीच समजूत झाली. म्हणूनच आम्हास खरी परिस्थिती पाहण्याकरता यावं लागलं."

"साहेब, आता तुम्ही काय सांगू शकता?"

"सवाई माधवराव हेच खरे 'पेशवा' असल्याबद्दल आमची खात्री झाली."

“आता रघुनाथरावास आमच्या हाती सोपवण्यास काही हरकत आहे का?”

“बापूसाहेब, व्हेरी सॉरी! त्या बाबत आम्ही काहीच बोलू शकत नाही. तुमचं म्हणणं आम्ही वॉरन हेस्टिंगला कळवतो.”

“ठीक आहे. त्याचप्रमाणं साष्टी, वसई हे आमचे प्रांत द्यायलाही सांगावं.”

““नानासाब, ते द्यायला आम्ही बांधील नाही.”

“कारण?”

“रघुनाथरावांनी स्वत:ची हिफाजत करण्याकरता आमची हेल्प मागितली. आम्ही दिलेल्या मदतीच्या मोबदल्यात त्यांनी साष्टी, वसई दिली. त्यावक्ती बालपेशवा कायदेशीर वारस नव्हता. नानासाहेब, आम्ही इंग्रज व्यापारी आहोत. हरेक बाबतीत आम्ही नफा पाहणारच! रघुनाथरावापासून फायदा होत असल्याचं पाहून, आम्ही तिकडं वळलो.”

“आता तुम्हास सर्व परिस्थितीचं आकलन झालंय म्हणून तुम्ही रघुनाथराव आणि आमचे प्रदेश सुपूर्द करावेत आपटनसाहेब.”

क्षणभर तो चक्रावला. त्यानं पॅटरसनकडं पाहिलं. त्यानं नजरेतून दिलेला आशय जाणून, तो गलमिशाना स्पर्श करीत उत्तरला,

“तुमची शर्त आम्हास मंजूर नाहीऽऽ”

त्यानं ठेवलेला प्रस्ताव कोणालाच मान्य नव्हता. सर्वांवर नजर स्थिरावत बापू उत्तरले,

“आपटनसायेब, आम्ही जिवंत असेपर्यंत आमच्यात निर्माण झालेल्या दुहीचा फायदा तुम्हास मिळणार नाही. तुम्ही जाण्यास मुक्त आहात.”

अत्तर-गुलाब झाल्यावर निरोपाचे विडे घेऊन कर्नल ॲप्टन आपल्या सहकाऱ्यासह चालू लागला. नाना-बापू आणि उपस्थित सरदार विचारविनिमय करण्याकरता तिथंच थांबले.

*

नाना-बापू पुण्यात होते. भाऊ तासगावला गेले होते. हरिपंत फडके रघुनाथरावांचा पाठलाग करीत होते. परंतु त्यांनी आमिष दाखवून फौजेत फूट पाडल्यामुळं, पंताचा नाइलाज झाला. त्यांनी परशुरामभाऊंना पाठवण्याबद्दल नानांस खलिता धाडला. त्यांनी वाचून ताबडतोब चिठ्ठीसह सेवक तासगावला रवाना केला. पुण्यातली कामं आवरून ते पुरंदरावर आले. बापूही त्याच दिवशी

उपस्थित झाले. नाना आल्याचं समजताच दाजी थैली घेऊन त्यांच्यापाशी गेले. नानांनी उत्सुकता प्रगट करताच त्यानी थैली दिली. खलिता वाचून नाना चक्रावले. त्यांच्या चेहऱ्याकडं पाहून दाजीनी उत्सुकता प्रगट गेली,

"नाना, काय आहे?"

"टोपीकर पन्नास लक्ष मागताहेत."

"मतलब?"

"श्रीमंतानी घेतलेल्या कर्जाची फेड आम्ही करावी असं त्यांचं मत आहे."

"नाना, बापू काहीतरी मार्ग सुचवतील!"

"चलाऽ आमच्यासंगे बापूकडं."

मस्तकावरची पगडी व्यवस्थित करीत ते नानासमवेत चालू लागले. ते बापूच्या घरी प्रवेशले. नानांना पहाताच हातातला कागद लपवीत त्यांनी विचारलं,

"नाना, काही विशेष?"

"होयऽ म्हणूनच यावं लागलं. हा पहा टोपीकरांचा खलिता!"

त्यांनी दिलेल्या कागदावर नजर फिरवीत बापू उत्तरले,

"त्या रकमेशी आमचा संबंध नसल्याचं लिहा."

"ठीक आहे."

त्यानंतर प्राप्त परिस्थितीवर चर्चा करून नानांनी प्रस्ताव ठेवला,

"बापू, आपटन साहेबाशी तह करण्याशिवाय दुसरा मार्ग दिसत नाही."

"तहाचा मसुदा तैयार करून आणा."

बापूनी अंग काढून घेतल्याचं ध्यानी येताच ते उठले. बापूचा निरोप घेऊन ते दाजीसह निघाले.

समोरून आलेले भाऊ पायउतार झाले. नानांना नमस्कार करून ते म्हणाले,

"नाना, खलिता हाती येताच आलो."

"उत्तम! तुम्ही पुत्रांसमवेत हरिपंताच्या मदतीस जाणं आवश्यक आहे. परंतु कर्नल आपटन सहकाऱ्यासमवेत येत आहेत. या वक्ती गडाच्या पायथ्याशी असलेल्या सुमेरसिंग गारद्याच्या वाड्यात इंतजाम करा. त्यांना बसण्यासाठी फळ्यांना पाय लावून घ्याऽऽ"

"ठीक आहे."

"आम्ही पुण्यास जात आहोत, येईपर्यंत सर्व व्यवस्था झालेली असेलच!"

“निश्चित!”

नाना गेल्यावर भाऊ, दाजींच्या घरी प्रवेशले. त्यांनी स्वागत करून पत्नीला खबर दिली. ती चटकन बाहेर आली. भाऊनी त्या दोघांसही नमस्कार केला. कृष्णाबाईनं प्रश्न केला,

“भावजी, आमच्या सासूबाई कशा आहेत?”

“मातोश्री थकल्यात.”

“जाऊबाई?”

“ठीक आहे. मुदपाकखान्याचा सर्व व्यवहार तीच पहात्येऽऽ”

“आता कुठं धाड?”

“बहुधा गुजरात.”

पतीशी बोलत बसण्याची विनंती करून ती लगबगीनं निघाली. दाजींनी उत्सुकतेला सरशी केली.

“प्रस्थान कधी करणार?”

“कर्नल आपटन गेल्यावर! नाना सूचना देऊन पुण्यास गेले.”

“काय सांगितलं?”

“सुमेरसिंग गारद्याच्या वाड्यात दरबार भरवायचा! बाकी तैयारी मागच्या सारखीच!”

“म्हंजे आजपासून कामास लागणं आवश्यक आहे.”

“भोजन झाल्यावर जाऊ याऽऽ”

थोड्या वेळानंतर भोजन, विश्रांती घेऊन दोघंही सेवकांसह चालू लागले. ते पायथ्याशी असलेल्या वाड्यासमोर आले. सेवक पुढं सरकले. कुसुवात कुरकुरत भव्य दरवाजा उघडला. कचरा आणि कोळीष्टकानी भरलेला वाडा, सेवकानी साफ करून भिंतीना चुना लावला. फरशीवर गालिचा घालून त्यावर बैठक सजवली. बाकी सर्व तयारी मागीलप्रमाणं करवून घेतली. केवडाही शिंपडला. एकवार नजर टाकून ते घरी आले. रात्री मजेत भोजन-गप्पा झाल्यावर ते स्वस्थ झोपले. पुण्याहून आलेल्या नानांनी ते दरबार दालन पाहून समाधान व्यक्त करताच ते दोघंही सुखावले.

* * *

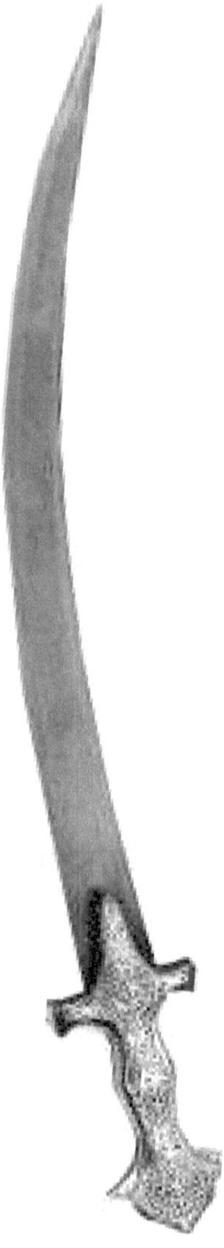

१३

परशुरामभाऊचे रामचंद्र आप्पा आणि हरिपंत बाबा हे दोन्ही पुत्र पुण्यास असताना लक्ष्मी आणि रमा जाणत्या झाल्याची पत्रं पाठवून रास्ते मंडळी मुलीसह पुण्यात आली. हा विधी १६ दिवसांत होणं आवश्यक असल्याचं जाणून राधाबाईनं पुत्राना बोलावून घेतलं. यावेळी तिला पतीची तीव्रतेनं आठवण झाली. अकाली वैधव्य आलेल्या तरुण बयाबाईसमोर हा सोहळा करणं तिला त्रस्त करीत होतं. परंतु रूढींना मोडीत काढण्याचं सामर्थ्य समाजापाशी नाही, असा विचार करून तिनं आवंढा गिळला. तो विधी आटोपल्यावर अप्पा आणि बाबा आठ दिवस पत्नींच्या सहवासात घालवून पुण्यात आले. यावेळी रत्नागिरीला कैदेत असलेला सदाशिवराभाऊचा तोतया, अनेक माणसं जमवीत पुण्याकडं येत असल्याचं समजताच नाना चक्रावले. क्षणभर विचारात घालवून त्यानी हरिपंताच्या मदतीस दुसऱ्या सरदारास धाडून, भाऊंना तोतयावर जाण्याचा आदेश दिला. एका प्रभाती भाऊ, दोन्ही पुत्र आणि काही सरदारांसह शनिवारवाड्याच्या प्रांगणात आले. 'हरहर महादेवऽऽ हरहर महादेव' अशा उत्तुंग घोषणांनी बऱ्याच काळानंतर परिसर आवाजित झाला. नानांनी इशारा करताच फौजा चालू लागल्या. काहीतरी विचारण्याकरता

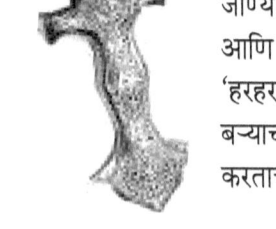

आलेल्या भाऊना ते म्हणाले,

"भाऊ, त्याला पुरता नष्ट करा. नाहीतर अशी बांडगुळं वारंवार उभी राहणार!"

"नाना, हे दादासाहेबाचं कारस्थान असेल का?"

"शक्यता आहे. कदाचित अशा तऱ्हेनं शह देण्याचा विचार असावा."

पेशव्यांच्या वास्तूला नमस्कार करून इतर सरदारांबरोबर ते दौडू लागले. ते कोकणात उतरले. लेकुरवाळे माड, पोफळी, हिरव्या पर्णसंभारानं सजलेल्या उंडली, फणस, रातांबे, आम्रवृक्ष वगैरे पाहून सर्वजण सुखावले. तोतयाची माहिती मिळवण्याकरता मार्गातूनच नजरबाज रवाना केला होता. एका काळोख्या रात्री सेवक रामदासीला घेऊन आला. 'जयजय रघुवीर समर्थ' हा परवलीचा शब्द त्यानं उच्चारताच ते म्हणाले,

"बोलऽ आम्ही उत्सुक आहोत."

"भाऊसाब, श्रीमंत रावसायेबानी तो भाऊसाहेबाचा 'तोतया' असल्याचं जाणून रत्नागिरीच्या तुरुंगात डांबलं होतं. काहीतरी युक्ती करून हा निसटला. आम्ही 'भाऊसाहेब पेशवा' आहोत. आम्हास पुण्याचं पेशवापद मिळालं की तुम्हास नोकऱ्या, धनदौलतही देऊ असं आश्वासन दिल्यामुळं खूप लोक त्याच्यापाशी जमा झालेत. किल्ले हस्तगत करून तो बोरघाटातून 'राजमाची' पाशी आलाय."

"ठीक आहे."

त्याच्या हातावर दोन-तीन मोहरा ठेवून त्यांनी मार्ग बदलला. त्या नजर बाजाला पुढं धाडून तोतया, बेसावध असताना भाऊनी आक्रमण केलं. त्याच्याबरोबर असलेल्या लोकांची दाणादण झाली. अप्पा-बाबानं अतुल पराक्रम करून बरेच लोक लोळवले. तोतया मात्र भाऊंच्या हातून निसटला. मदत करतील या अपेक्षेनं टोपीकरांकडं गेला. परंतु निराश होऊन तो कुलाबेकर आंग्रेच्या स्वाधीन झाला. त्यांनी नसती कटकट टाळण्याकरता त्याला पुणे दरबारकडं सोपवला. त्याला जिवंत ठेवणं धोकादायक असल्याचं जाणून दरबारनं त्याला हत्तीच्या पायी देऊन ठार मारलं. पुण्यात आल्यावर दोन-तीन सरदारांना नानांनी बोलावून घेतलं. त्यांनी येऊन उत्सुकता प्रगट केली,

"कशापायी याद केली?"

"तुमच्यासंगे पटवर्धनांचे दोन बछडे होते. कसे वाटले?"

"बापापरीस लय सवाई आहेत जी."

"नानासाब, त्यांच्या तळपत्या तलवारीनं पाडलेले मुडदे पाहून मी तर थक्कच झालो!"

"त्यांना सरदारकी द्यायची असल्यामुळं..."

"खुश्शाल द्यावीऽऽ. फार उपयोगाचे आहेत."

त्यानंतर तिथं थांबण्यात अर्थ नसल्याचं जाणून ते चालू लागले.

*

ज्येष्ठातच पाऊस सुरू झाला. सर्वत्र पाणीच पाणी! विहिरी, तलाव, नाले भरले. नद्याना पूर आला. अशा अवस्थेत लढाईकरता बाहेर पडणं असंभव असल्याचं जाणून, नानांची परवानगी प्राप्त केल्यावर भाऊ आपल्या पुत्रांसह दौडू लागले. पावसामुळं आपलं पथक मात्र त्यांनी पुण्यातच ठेवलं. पुण्यात पाऊस होता. परंतु मार्गात मात्र झिमझिम सुरू होती. तासगावच्या सीमेवर येताच त्यांनी श्वास सोडला. झिमझिमत्या पावसात ओल्या वस्त्रानिशी ते वाड्यात प्रवेशले, तेव्हा त्यांच्या तिसऱ्या पुत्रानं, माधवराव दाजीनं स्वागत केलं. चांगलाच उंच आणि दणकट दिसणाऱ्या पुत्राकडं ते बघतच राहिले. दोन्ही भावांनी दाजीला मिठीत घेतलं. जरासं बरं वाटत नसल्यामुळं विश्रांती घेत असलेल्या, राधाबाईला पति-पुत्रांच्या आगमनाची चाहूल लागली. तिच्या मनावरची मरगळ दूर झाली. ती उत्साहित होऊन खाली आली. पुत्रांची 'गळांमिठी' पाहून तिला खूप आनंद झाला. तिचा फिकुडलेला चेहरा पाहून, भाऊ खंतावले. त्याबद्दल नंतर विचारण्याचं ठरवून सस्मित नेत्रांनी तिच्याकडं बघत ते स्नानगृहाकडं वळले. पुत्रांनी मातेला नमस्कार केला. तिच्या मुखातून शब्द बाहेर पडले,

"पराक्रम यशस्वी होवो."

असा आशीर्वाद देऊन ती गेल्यावर आप्पा, बाबाच्या भिरभिरत्या नजरेतले भाव जाणूनी दाजी उत्तरला,

"दोन्ही वहिनी माहेरी गेल्यात, आषाढ संपल्यावर येणार!"

"आमच्या आक्की, बाई पण आल्या असतील ना?"

"होयऽऽ मामाच्या घरी गेल्यात. दोन दिवस राहून येतील! चलाऽ आजीच्या दर्शनास जाऊ याऽऽ"

पदरव कानी पडताच हातातली जपमाळ डबीत ठेवून, मस्तकावरचा पदर पुढं ओढीत तिनं विचारलं,

"आप्पा, भाऊ पण आले का?"

"ते स्नान करताहेत."

"लढताना तुम्हाला भय वाटलं का रे?"

आप्पा ओठावरच्या अस्पष्ट दिसणाऱ्या काळ्या रेघेवर तर्जनी फिरवीत म्हणाला,

"नाहीऽ बिलकूल नाही! आजीऽऽ, आम्हां दोघांच्या तलवारीनं बरेच मुडदे पाडले. काही सरदारांनी आम्हास शाबाशीही दिली."

"असंच यश मिळवून आपल्या आजोबा आणि वडलांचं नाव रोशन कराऽऽ"

भाऊ सैलसर धोतर आणि सदरी घालून शेंडीला गाठ देत मातेसमोर आले. तेव्हा तिन्हीं पुत्र त्यांना नमस्कार करून चालू लागले. जानकीबाईनं विचारलं,

"पुणं कसं चाललंय?"

रघुनाथरावानी घेतलेलं कर्ज टोपीकर मागताहेत. पुणे दरबार द्यायला तैयार नाही. असं ओढाओढीचं वातावरण आहे. आम्ही सदाशिवराव भाऊंच्या तोतयाचा पाडाव करून आलो."

"एकदम उत्तम! मुलांना आता सरदारकी मिळेलच. दाजीलाही नेणार आहोत."

"मग हा घरचा मामला कोण बघणार?"

"राधा आणि बया!"

"हे बरीक ठीक आहे. बयाचं मन रमलं म्हणजे बरं!"

ठमा दोन कटोरे घेऊन आली. त्यांच्या समोर ठेवून म्हणाली,

"भाऊ, ताईनं तुमच्या करतां शिरा बनवलाय. आजी एक कटोरा तुमचा आहे."

"बरंऽऽ"

ती गेल्यावर जानकीबाई रांधपघराकडं बघत सांगू लागली,

"ठमाचं लगीन करायला हवं, आठवं संपून नववं लागलंय. हुपरीकर सावकराकडून मागणी आलीय. भाऊ, आम्ही त्यांना श्रावणात बोलावलंय. तेव्हा पाहू?"

"मातोश्री, दाजीचा विवाह तेव्हाच करावा. असा इरादा आहे."

"म्हणजे मुक्त झालांत अस्संच ना?"

ती हसू लागताच, त्यांचं हास्यही त्यांत मिसळलं. क्षणभरानं ती उत्तरली,

"भाऊ, पुरुष या जबाबदारीतून कधीच मुक्त होत नाही."

"खरं आहे, पण आम्हास उसंतच नसते."

"असं म्हणून चालत नसतं. परिचित असलेल्या चार लोकांकडं बोलल्यानंही कामं सहज होतात."

"ठीक आहे. यापुढं तसंच करतो."

कोणीतरी आल्याचं समजताच भाऊ उठून चालू लागले.

दोन दिवसांवर पौर्णिमा होती. परंतु ढगानी आकाश व्यापल्यामुळं चंद्रकिरणं त्यांतच लुप्त झाली होती. चहूकडं अंधारच होता. त्यांतच पावसाची रिपरीप चालूच होती. भोजन झाल्यावर भाऊ महाली प्रवेशले. समया तेवत होत्या. भिंतीवर चिटाचे पडदे होते. त्यातून खिडक्याही बाजूला सरकलेल्या नव्हत्या. उदबत्त्यांची चांदीची झाडं सुगंध फेकीत उभी होती. हवेतही शीतलता होती. भाऊ पलंगावर बसले. थोड्या वेळानंतर राधाबाई पाण्याचा तांब्या घेऊन आली. त्यांनी उठून पत्नीला आवेगानं छातीशी धरीत पलंगापाशी आणलं. तिनं सस्मित नेत्र त्यांच्यावर स्थिरावत विचारलं,

"उपास सोडायचा आहे वाटतं?"

"तुला बरं नसेल तर आम्ही खाली झोपतो."

"रागवू नये. आम्ही गमतीनं विचारलं!"

"वारे वा: तुमची गम्मत!"

थोड्या वेळानंतर ते बिछान्यावर पहुडले. बऱ्याच काळानंतर मिळालेल्या स्त्रीस्पर्शाच्या सुखाची त्यांनी ओरबाडून वसुली केली. राधाबाईही मनोमन सुखावली. त्यानंतर मात्र पती-पत्नी निद्रामग्न झाले.

श्रावणाची देखणी पावलं उमटली. हवेत बराच बदल झाला. घरात उपवास आणि व्रतं चालू झाली. द्वारका आणि मनु सासरी गेल्यामुळं चिवचिवाट करणारं घर शांत झालं होतं. बयाला स्वत:च्या परिस्थितीचं आकलन झालं होतं. ती पोथ्या वाचन आणि शेतीच्या कामात व्यग्र राहून दिवस घालवीत होती. परंतु मनोमन खंतावत होती. भाऊ-भावजया मजेत होत्या. सकाळची वेळ होती. कोणीतरी आल्याचं समजताच आप्पा बाहेर आला. त्याच्या मुखावरचं प्रश्नचिन्ह पाहून ते उत्तरले,

"हुपरीकर जोशी."

आप्पानं त्यांना आणून बैठकीत बसण्याची विनंती केली. ते आसनस्थ झाल्यावर मस्तकावर पगडी ठेवून भाऊ प्रवेशले. त्यांना नमस्कार करून स्थानापन्न होत ते म्हणाले,

"आम्ही आल्यावर मातोश्रींनी सांगितलं, परंतु आषाढ सुरू असल्यामुळं आम्हास येणं नामुमकिन होतं."

"असू द्याऽ असू द्याऽऽ! तुमची कन्या देखणी असोन, संस्कारित असल्याचे ऐकून मागणी घालण्याकरता आम्ही स्वत: आलो. आमचा धाकटा मुलगा आमच्या नंतर सावकारीच करणार आहे."

"उत्तम! दुसरे पुत्र काय करतात?"

"दोघांना शेती आणि दोघांना व्यापार करण्याचा मार्ग दाखवला आहे."

"मुलगी पहावी. आवडली तर बोलू."

आत जाऊन भाऊ ठमाबाईला घेऊन आले. आजीनं सांगितल्यामुळं तिनं त्यांना व भाऊना नमस्कार केला. हिरव्या खणाचा लाल काठ असलेला परकर नेसून, तिनं तसलीच चोळी घातली होती. गळ्यात मोत्यांचा एक सर असून, कानाच्या पाळीत मोत्यांचा चौकडा होता. गोरीपान आणि अतिशय रेखीव असलेली सुदृढ मुलगी त्यांना आवडली. त्यांनी प्रश्न केला,

"मुली, तुला वाचता येतं का?"

"होऽऽ आमच्याकडून आजी रामायण वाचून घेते. आम्हास जमा-खर्चही येतो."

"भाऊसाहेब, तुमची कन्या आम्हास पसंत आहे. हा विवाह पुण्यातच व्हावा."

"ठीक आहे. देणं बोलावं."

"तुमच्या प्रतिष्ठेला शोभेल तेवढे, म्हणजे कमीत कमी दहा सहस्रांचे अलंकार घालावेत. तसंच आपल्या मर्जीनुसार जावयास दागिने द्यावेत."

"मान पान?"

"भाऊसाहेब, त्यात आम्हास काहीच समजत नाही. तें काम बायकांचं. तेव्हा तुमचं मानपान तुम्ही सांभाळा, आमचं आम्ही!"

"लग्न खर्च?"

"तो खर्च तुम्हीच करावा."

"ठीक आहे."

भाऊ आत जाऊन मिठाई दूध घेऊन ते कन्येसह आले. जोशी सावकारांनी तिच्या हाती खण, नारळ आणि पेढ्याचा पुडा दिला. त्याना आणि पित्याला नमस्कार करून ती आत आली. आजीच्या सूचनेनुसार पेढ्यांचा पुडा देवापुढं ठेवून नमस्कार केल्यावर ती आजी-मातेसमोर नम्र झाली. दाजी मस्तकावर पगडी ठेवून बोलला,

"ठमू, आम्ही तिघंही तुझ्यापेक्षां मोठे आहोत. आमच्या समोर का वांकत नाहीस?"

ती आपल्या भावांना, वहिनींना नमस्कार करून आक्कासमोर नम्र झाली. बयानं धाकट्या बहिणीला छातीशी धरून भरल्या गळ्यानं आशीर्वाद दिला.

"भाग्यवती होऽऽ"

हुपरीकर जोशीबरोबर पाच पावलं चालून परत येत असताना, दादासाहेब जोगांचं बोलावणं आल्यामुळं सेवकास सांगून ते निघाले. पाऊस झिमझिमत होता. अशा पावसात फिरणं त्यांना खूप आवडत असे. दिंडी दरवाज्यातून आत येत असलेल्या, भाऊना पाहून दादासाहेब पुढं आले. त्यांचं स्वागत करून आत नेलं. बैठकीत आसनस्थ झाल्यावर दादासाहेबांनी उत्सुकता प्रगट केली,

"हुपरीकर जोशी काय म्हणतात?... ठमूचं लगीन निश्चित झालं का?"

"तुम्हास कसं समजलं?"

"आमचेही खबरगीर असतात म्हटलं!"

दोघंही खळाळून हसले. त्यानंतर भाऊंनी सर्व हकीगत सांगितली. क्षणभर विचार करून दादासाहेब उत्तरले,

"भाऊसाहेब, इतकं सोनं आणि लगनाचा खर्च म्हणजे फारच वाटतो. नवकोट नारायण जरा 'काडूच' दिसतो."

"तसं म्हणायला हरकत नाही. तुमची बहीणही रागवणारच. आता काय करायचं?"

"तुम्ही १० सहस्रांचं सोनं देणं आम्हास फारच होतंय. सहा-सातपर्यंत देणं आम्हास परवडण्यासारखं आहे. ही शर्त मान्य नसेल तर लगनाचा खर्च आम्ही देणार नाही, अशा आशयाचं पत्र लिहाऽऽ"

"त्यामुळं काय होईल?"

"ते कबूल होतील, असा आमचा अंदाज आहे."

"उद्याच रवाना करतो. तुम्ही कशापायी बोलावलंत?"

"तुमच्या दाजीकरतां स्थळ आहे."

"कोणाचं?"

"कोन्हेरराव कोल्हटकरांची कन्या पार्वती."

"वहिनीबाईंच्या माहेरचा गोतावळा दिसतोय."

"होयऽऽ! बायकोचा शब्द मानणं ही आपली परंपरा आहे."

आतून वहिनीबाईंचा आवाज आला, "हे टोमणेवजा बोलणं समजतं म्हटलं!"

दोघंही मुक्त हसले. क्षणभरानं भाऊनी सूचित केलं,

"कोल्हटकराना कन्येसह येण्यास सांगा."

"उद्याच सांगावा धाडतो."

दादासाहेबांनी आत जाऊन चकल्या आणि पांढऱ्या शुभ्र खोबऱ्याच्या वड्या असलेलं तबक आणलं. थोड्या वेळानं दुधाची फुलपात्रं घेऊन वहिनीबाई प्रवेशल्या. भाऊंनी उठून त्यांना नमस्कार केला. 'यशवंत व्हा' असा आशीर्वाद देऊन तिनं विचारलं,

"जावईबापूंचा मुक्काम किती दिवस?"

"तसं सांगता येणार नाही. परंतु भाद्रपदात आहे."

"परवा गुरुवारी जेवायलाच या."

"आम्ही एकलेच की ..."

"बरेच आहात की जावईबापू!"

तिघांनाही हसू आवरणं अशक्य झालं. दादासाहेब उत्तरले,

"राधाला मधून मधून बोलावणं जातं. तुम्हीच गवसत नाही, म्हणून म्हणतो गुरुवारी याऽऽ"

"बरं!"

"पुरंदर काय म्हणतो?"

"आतापर्यंत ठीक आहे. पुढचं सांगणं कठीण आहे. सगळंच अस्थिर वातावरण!"

"भाऊसाहेब, भविष्यात श्रीमंत नानासाहेब, माधवरावाची कारकीर्द आमच्या लोकांना लाभणार नाही."

"अगदी बरोब्बर!"

दादासाहेबांना नमस्कार करून भाऊ बाहेर पडले. ते घरी आले तेव्हा

पश्चिमेला भगवा रंग पसरलेला होता. पाय धुवून देवाला नमस्कार केल्यावर त्यांनी मातेपाशी येऊन नमस्कार केला. राधाबाईही आली. जानकीबाई म्हणाली,

"हुपरीकर जोशीनं बरंच तोंड उघडलं. तुम्ही कमी करायला हवं होतं!"

त्याबाबत सगळं सांगताच दोघीही सुखावल्या, राधाबाईनं उत्सुकता प्रगट केली.

"आमच्या दादासाहेबांनी बोलावल्याचं कारण?"

"दाजीला सांगून आलेल्या स्थळाकरतां! त्या कोल्हटकरांना मुलीला घेऊन बोलावलय."

"भाऊ, दोन्ही लग्नं एकाच वेळी होणार म्हणायची!"

"होयऽऽ. तसं म्हणायला हरकत नाही. आता आम्ही चलतो."

गणेशचतुर्थी जवळ आल्यामुळं त्यांनी वाड्याला रंग दिला. दासींच्या मदतीनं ती आवराआवर करीत होती. तरीही खूप थकली. कोल्हटकरही कन्येला घेऊन आले. दादासाहेबांच्या घरीच हा कार्यक्रम असल्यामुळं, भाऊ पत्नीसह प्रवेशले. दोघांनाही मुलगी आवडली. दादासाहेब सावकार आणि अत्यंत व्यवहारी असल्यामुळं, दोन्हीं पक्षाना तोशीस पडणार नाही, असा प्रस्ताव ठेवून विवाह निश्चित केला. वहिनीबाई खण, नारळ आणि पेढ्यांचा पुडा त्या कन्येच्या हाती देत म्हणाली,

"आम्ही दोन्हींकडच्या आहोत. तेव्हा दोन्हीकडून मान हवा."

"जरूर होईलऽ त्यांत काय?"

दुपारचं भोजन झाल्यावर भाऊ त्या सर्वांचा निरोप घेऊन पत्नीसह निघाले.

गणेशचतुर्थीचा दिवस उगवला. देवघराची सजावट पाहून त्यांनी समाधान व्यक्त केलं. भाऊनी पुत्रांसमवेत जाऊन 'गणपती' आणला. पुन्हां स्नान करून मूर्तीची स्थापना केल्यावर त्यानी पूजा केली. आरती झाल्यावर नैवेद्य दाखवून भाऊ मुलांसह भोजन करू लागले. रात्री कीर्तन-भजन झालं. दुसऱ्या दिवशी संध्याकाळी वाजंत्र्याच्या घणघणाटात श्रीगणेशाचं विसर्जन करून ते पुत्रांसह घरी आले. दोन-तीन दिवसांनंतर पुत्रांसह जाऊन त्यांनी आपल्या शेतांची पहाणी केली. खंडकऱ्यानं योग्य निगा राखल्यामुळं ज्वारी आणि भाताचं पीक उत्तम मिळणार असल्याची खात्री झाल्यावर काही सूचना देऊन ते दौडू लागले. ते घरी आल्यावर मातेशी बोलत असता पुरंदरावरून खलिता आला. त्यांची उत्सुक दृष्टी त्यावर फिरत असता मुखातून शब्द बाहेर पडले,

"अरेरेऽऽ फार फार वाईट झालंऽऽ"

"काय आहे?"

"मातोश्री, श्रीमंताच्या मातोश्री गंगाबाई स्वर्गस्थ झाल्या."

"पोराला टाकून जाताना जीव घुटमळला असेल."

तिच्या मुखातून जड नि:श्वास बाहेर पडला. भाऊ आर्द्र स्वरात बोलले, "मातोश्री, आम्हास तुरन्त निघायला हवं."

ती काहीच बोलली नाही. रात्री सर्व तयारी करून ते पहाटेच दौडू लागले. अगदी थोडे सैनिक बरोबर असून, रांधायचं सामान बरोबर असल्यामुळं अडचण नव्हती. ते पुरंदरावर आले. उत्साहानं रसरसलेला पुरंदर मान झुकवून उभा होता. डौलानं फडफडणारं भगवं निशाण खाली आलं होतं. गडावरचे कठीण दगडही आर्द्र झाले होते. पार्वती आणि सगुणाबाईंच्या डोळ्यांतले अश्रू थांबत नव्हते. लहानगा माधव सर्वांना विचारीत होता,

"इंथ झोपलेल्या आमच्या मातोश्री कुथं गेल्या? आमास का नेलं नाई? त्या पलत कधी येनाल?"

त्याच्या या प्रश्नांची उत्तरं कोणाकडंच नव्हती. तो असं काही विचारू लागला की दासी, सेवकांच्या डोळ्यांत अश्रू उभे रहात असत.

भाऊ सरळ दाजींच्या घरी गेले. दाजी आणि वहिनी बेचैन होती. राजप्रासादात असलेल्या दाजीसह भाऊ निघाले. पार्वतीबाईंच्या महालापाशी जाऊन दाजींनी दासीकडं खबर धाडली. ती चटकन बाहेर आली. त्या दोघांना पाहून तिच्या नेत्रात अश्रू उभे राहिले. दाजी बोलू लागले,

"काकीसाहेब, श्रीमंत भाऊसाहेबांना भविष्य समजलं असावं म्हणूनच त्यांनी आमची 'वाट पहा' असं सांगितलं."

"असेलही! त्या शिवाय का परमेश्वरानं आम्हास जिवंत ठेवलंय?"

"काकीसाहेब, श्रीमंताना आता तुमचाच आधार आहे. तुम्हीच त्यांना मातापित्याचं प्रेम देऊन वाढवायचं आहे."

"भाऊ, खरं आहे. दु:खात पिचत असलेली त्याची आजी, गंगापूरला असल्यामुळं सर्व जिम्मेदारी आमच्यावर आहे."

"बरोबर!"

"दादा काय म्हणतो?"

"पवार, गायकवाड, भोसले, टोपीकर याजकडं काहीच चालत नसल्यामुळे

ते कोपरगावाला जाण्याच्या तैयारीत आहेत.''

''आता तरी स्वस्थ बसावं म्हणजे झालं!''

दासी श्रीमंतांसह बागेतून आल्यामुळं दाजी-भाऊ तिला नमस्कार करून चालू लागले.

नाना पुरंदरी असल्यामुळं दाजी भाऊंसह त्यांच्या निवासस्थानी गेले. खबर पाठवून ते आत प्रवेशले. नानांनी त्यांना आतल्या जादयात येण्याचा इशारा केला. ते जाऊन आसनस्थ झाले. नाना अगदी हलक्या आवाजात सांगू लागले,

''सध्याच्या कठीण परिस्थितीत बापूंनी, मोरोबा आणि दादासाहेबांना लिहिलेली पत्रं हाती येताच आम्ही चक्रावलोत. काही सुचेनासं झालं!''

''नाना, कशाकरता ही पत्रापत्री?''

''भाऊ, आमचं वाढतं महत्त्व त्यांना व मोरोबाला बरदाश्त होत नाही. श्रीमंत दादासाहेबांना मसनदीवर स्थिर केलं की, आम्हास गिरफ्तारीत टाकून मनमानी कारभार करायला बरं, अशा विचारानं ती पत्र लिहिलीत.''

''काय हा नसता उपद्व्याप!''

''दाजी, आता ही पत्रं महादजी शिंदेकडे देऊन बापूला अद्दल घडवायला सांगणं हा एकच उपाय तुर्तास दिसतो.''

''भाऊ, अगदी आमच्या मनातलंच बोललात. नाना विचार करून ठरवा.''

''चांगलं सुचवलं! आम्ही तस्संच करतो.''

थोडा वेळ बसून ते दोघंही नानांचा निरोप घेऊन दौडू लागले.

श्रीमंताना शनवारवाड्यात आणायचं निश्चित होताच भाऊंना खूप बरं वाटलं. त्यांनी राधाबाईकरता चिठ्ठी देऊन सेवकास तासगावास धाडलं. पतीकडून आलेलं प्रथम पत्र पाहून तिला आश्चर्य वाटलं. तिची नजर मजकुरावर फिरू लागली.

''तासगावहून पुण्यात येऊन घराला रंग देणं आवश्यक आहे. सणंग अलंकाराची खरेदी झाली असेलच. मार्गशीर्ष आम्हास सोयीचा असलेमुळं, भटाकडून पहिला मुहूर्त काढून घ्यावा. त्यानंतर जोशी आणि कोल्हटकरांस कळवण्याचा इंतजाम करावा. मागच्या यादीनुसार कारकुनास निमंत्रण धाडायला सांगा. आम्ही येतच आहोत.''

तिनं पत्र वाचून दाखवताच जानकीबाईनं सूचित केलं,

"आप्पा, बाबाला पुण्यात पाठवून सर्व कामं करवून घेऽऽ"

गुरुवारी पहाटेच दोन्हीं मुलानी मातेचा-आजीचा निरोप घेतला. ते दौडत पुण्यातल्या आपल्या घरी आले. भाऊ शनवारवाड्यात असल्याचं समजताच ते जाऊन पित्याला भेटले. तेव्हा आप्पा म्हणाला,

"भाऊ, आजीनं काकीला बोलावलंय, असा दाजीकाकांना निरोप द्यायला तुम्हास सांगितलंय."

"त्या शिवाय घर रंगवून घेण्याची जिम्मेदारी आमच्यावर आहे."

"वा: उत्तम गोष्ट आहे."

"भाऊ, आम्ही चलतो."

मुलं घरी गेल्यावर भाऊ आपल्या कामात मग्न झाले.

शास्त्रीबुवा आल्याचं समजताच, दिवेलागण झाल्यावर, पहारेकऱ्यांना सूचना देऊन भाऊ वाड्यातून बाहेर पडले. देवदर्शन करून येत असलेल्या शास्त्रीबुवांना पाहून ते थांबले. ते जवळ येताच भाऊंनी विचारलं,

"देवदर्शन करून आलांत का?"

"होय! दररोजचा क्रम चुकवणं आम्हास मान्य नाही. या वक्ती तुम्ही...?"

"विजया दशमीच्या शुभमुहूर्तावर श्रीमंतांना वाड्यात आणायचं असल्यामुळं, वाडा शुद्ध करून घेणं आणि सफाई करवणं, या कामाकरता आमची नियुक्ती केलीय, शास्त्रीबुवा, आता न्यायदान करणार ना?"

"दादासाहेबांचं अस्तित्व पुण्यात नसल्यामुळं आम्ही न्यायदान करण्यास तैयार आहोत."

"बापूला गिरफ्तार करून सिंहगडी ठेवल्याचं ठाऊक आहे का?"

"होय. नानांना आम्हीच सल्ला दिला होता. बापू प्रथमपासून तस्साच आहे. रावसाहेबांनी त्याला ओळखून आपल्या कह्यात ठेवलं होतं. म्हणूनच तो जपून वागत होता."

रस्त्यावर उभं राहून काही घटनांचा उल्लेख करणं योग्य नसल्याचं जाणून शास्त्रीबुवा म्हणाले,

"भाऊ, घरी चलाऽऽ इथं उभं रहाणं योग्य नाहीऽऽ"

त्यांच्या समवेत भाऊ पावलं टाकू लागले.

* * *

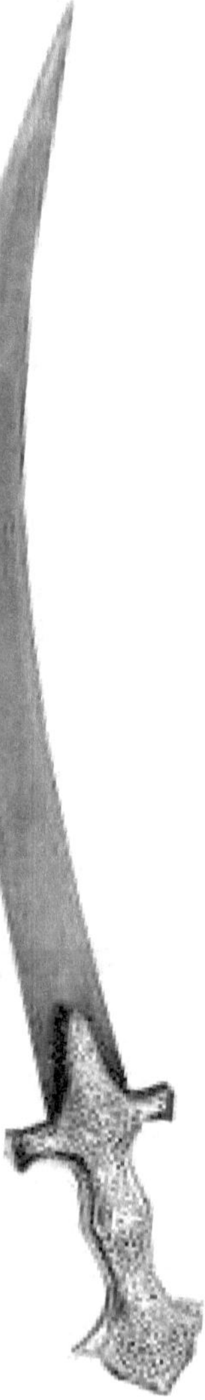

१४

भाऊंनी शनवारवाड्याला दिलेलं सुबक रूप नानांना खूपचं आवडलं. त्यांनी तें बोलून दाखवताच भाऊंना फार समाधान वाटलं. तरीही ते म्हणाले,

“नाना, एक काम राहून गेलंय.”

“कोणतं?”

“भगवं निशाण आणि जरीपटका फार जुनाट दिसतो!”

“तुरन्त बदला.! सगळं झगमगीत दिसायला पाहिजे.”

“नाना, बदामी बंगल्याचं काम करायचं?”

“सध्या तसाच राहू द्याऽऽ”

“ठीक आहे.”

“भाऊ, तुम्ही पुरंदारास जाऊन सर्व इंतजाम पहाऽऽ”

होकार देऊन ते तसेच दौडू लागले.

विजयादशमीच्या शुभमुहूर्तावर, दाजींनी श्रीमंतांना पालखीत बसवलं. उपस्थित सरदारांनी त्यांच्यावर चवऱ्या ढाळल्या. वाजंत्री वाजू लागली. पालखीचे दांडे खाद्यांवर घेऊन ते पाच पावलं चालले. त्यानंतर भोई पालखी घेऊन चालू लागताच दोन मेणेही निघाले. श्रीमंत चहूकडं

बघत होते. निसर्गाच्या कुशीतून जाताना, त्याना खूप गम्मत वाटत होती. सरदार मागून दौडत होते. शहराच्या सीमेवर येताच वाजंत्री वाजू लागली. रयतेनं बाल पेशव्याचं फुलं उधळून स्वागत केलं. श्रीमंतांना खूप गम्मत वाटली. त्यांनी हात वर करून स्वीकार केला. रयतेनं उत्तुगं घोषणा दिल्या.

"श्रीमंत सवाई माधवराव, की जयऽऽ श्रीमंत सवाई माधवराव की जयऽऽ" ते सरळ शनवारवाड्यापाशी आले. भाऊंनी त्यांना उतरवून घेतलं. दासीनी भाताचे मुटके ओवाळून चारही दिशांना फेकले. त्यांच्या पायांना पाण्याचा स्पर्श करून भाऊंच्या पायावर पाणी घातलं. नानांनी आपल्याबरोबर येण्याचा इशारा केल्यावर, भाऊ श्रीमंतांसह देवखोलीपाशी आले. समयांच्या प्रकाशात चंदनाचा देव्हारा चकाकत होता. श्रीमंत आश्चर्यानं बघत असता, काकूआजीनं श्वेतपुष्प देऊन नमस्कार करण्याची सूचना दिली. तसं केल्यावर नानांनी सांगितल्याप्रमाणं भामाबाईनं त्यांना भरवून पार्वतीबाईंच्या महालात झोपवलं.

विजयादशमीचा दरबार असल्यामुळं मुदपाकखान्यातली मंडळी कामं उरकण्यात मग्न होती. श्रीमंतांना सुगंधित पाण्यानं स्नान घालून वस्त्रं नेसवली. दुपारी प्रशस्त दालनात रंगीत पाट मांडून, पंचरंगी रांगोळ्यात चांदीची ताटं मांडली होती. तांब्ये फुलपात्रंही व्यवस्थित ठेवली होती. मंडळी येऊन स्थानापन्न होताच, वाढपी येऊन वाढू लागले. चटण्या, रायती कोशिंबीर, लोणचं, भाजी वाढल्यावर वरणभात वाढून साजुक तुपाची धार धरली. विंचुरकर श्रीमंतांना घेऊन आले. त्यांनी सर्वांकडं पाहून आश्चर्य प्रगट केलं,

"तुमी सगले आमच्याकले जेवनाल?"

"होय श्रीमंत."

"जेवाऽऽ आमी च्याललोऽऽ"

विंचुरकर त्यांना पार्वतीबाईंपाशी सोपवून आल्यावर आसनस्थ झाले. सर्वजण हात जोडून म्हणू लागले,

'वदनी कवळ घेतां, नाम घ्या श्री हरीचे.
सहज हवन होते, नाम घेता, फुकाचे
जीवन करी जिवित्वा, अन्न हे पूर्णब्रह्म, उदरभरण नोहे, जाणिजे यज्ञकर्म।'

श्लोक म्हटल्यावर चित्राहुती घालून मंडळी जेवू लागली. भोजन झाल्यावर सरदार मिरवणुकीच्या तयारीला लागले. उन्हं ओसरल्यावर खास पोषाख केलेले सरदार उच्चपदस्थ अधिकारी आपापल्या देवमणी, जयमंगल, कमलकंठी,

पंचकल्याणी, पद्मखूर घोड्यांसह आले. दिल्ली दरवाज्यासमोर सजवलेल्या, जरीपटका असलेल्या 'मंगल' सह माहूत उभा होता. त्यावर असलेल्या अंबारीत श्रीमंतांना बसवून हरिपंत, नाना, दाजी आणि भाऊ खवासखान्यात स्थिरावले. वाजंत्री वाजू लागली. दिल्ली दरवाज्यासमोर हुजरातीची फौज, त्यामागं महार सैनिकांचं हुलपथक आणि घोडस्वार होते. मिरवणूक निघाली. अंबारीत स्थानापन्न झालेल्या बाल पेशव्याकडं अत्यंत कौतुकानं बघत नागरिक मिरवणुकीत सामील होत होते. गारपीरावर आल्यावर पुरुषोत्तम दाजींनी श्रीमंतांना उतरवलं. समोरच शमीवृक्ष होता. त्याची पूजा केल्यावर आपल्या शेतातील ज्वारी, बाजरीची कणसं आणवली. तोफांच्या फैरी झाडल्या. ते वाजंत्र्याच्या आवाजातच वाड्यात प्रवेशले. दासीनी श्रीमंतांच्या पायांवर पाणी घालून ओवाळल्यानंतर आतिषबाजी सुरू झाली. दिवेलागण होताच शनवारवाडाही प्रकाशित झाला. गुर्झबदारांच्या ललकाऱ्यात, श्रीमंत पुरुषोत्तमदाजी समवेत येऊ लागले. ते गणेशमहालात येताच दरबाऱ्यानी उत्थापन दिलं. पुरुषोत्तमदाजीच्या सूचनेनुसार श्रीमंतांनी श्रीगणेशाच्या गळ्यात रत्नहार घालून नमस्कार केला. श्रीमंतांनी सर्वांच्या नमस्कारांचा स्वीकार करून बसण्याचा इशारा केला. ते मसनदीवर स्थानापन्न झाल्यावर दरबारी आसनस्थ झाले. ते श्रीमंतांचं गोंडस रूप मनात साठवीत असताना, नाना श्रीमंतांना नमस्कार करून म्हणाले,

"श्रीमंत, टोपीकरांचा पराभव करून मंडळी तुमच्या दर्शनास आलीय. वस्त्रालंकार व खिताब देऊन त्यांच्या पराक्रमाचं कौतुक करावं."

नानांचं बोलणं त्यांना समजलंच नाही म्हणून त्यांनी उत्सुकता प्रगट केली.

"म्हंजे आमी काय कलायचं?"

"सेवकांनी आणलेल्या तबकास फक्त हात लावायचा!"

श्रीमंतांनी मान हालवली. नाना नावं पुकारू लागले. सेवकांनी आणलेल्या तबकांना स्पर्श करून श्रीमंत कंटाळले. त्यांची चुळबुळ ध्यानी येताच नाना म्हणाले,

"श्रीमंत कंटाळल्यामुळं त्यांना विश्रांतीस जाण्याची दरबारतर्फे विनंती करतो."

भाऊ श्रीमंतांस घेऊन गुर्झबदारांच्या घोषणात चालू लागले. त्याना पार्वतीबाई साहेबांच्या हाती सोपवून ते नानांपाशी आले.

शनवारवाड्यातला विस्कळित झालेला कारभार, शहराच्या व्यवस्थेत आलेला गलथानपणा दूर करण्याची अत्यंत जरुरी असल्यामुळं, नानांनी दाजी-भाऊ या पटवर्धनबंधूंची मदत घेण्याचा विचार करून त्यांना घरी बोलावलं. दोघांची कुटुंबे पुण्यात असल्यामुळं ते अगदी मजेत होते. रात्री भोजन झाल्यावर ते दोघंही नाना वाड्यात प्रवेशले. फार गुप्त असं काहीच नव्हतं. नानांनी त्यांना बैठकीत बसण्याची विनंती केली. खाली असलेल्या पहारेकऱ्याला कोणालाही वर न पाठवण्याची सूचना देऊन ते आले. आसनस्थ होऊन काहीतरी बोलण्याच्या प्रयत्नात असताना पहारेकरी एका माणसासह वर येऊन म्हणाला,

''नानासाब, हा सांगून बी ऐकत न्हाईऽऽ''

त्याला ओळखून नानांनी पहारेकऱ्याला सूचना दिली.

''त्याला राहू द्याऽ तू जाऽऽ''

''जी.''

पहारेकरी गेल्यावर, तो अदब राखीत सांगू लागला,

''शिंगडी बापूस भेटाय इंचुरकर, पानसे, साने अशी बरीच मानसं येत्यात.''

''बापूचा आम्ही इंतजाम करतोऽ तू जाऽऽ''

तो गेल्यावर त्यांच्यावर नेत्र स्थिरावत नाना सांगू लागले,

''बघा! आपलीच मंडळी, दोन दगडावर पाय ठेवून उभी आहेत. अशा अवस्थेत काय करावं?''

''नाना, सोपा उपाय म्हणजे बापूला प्रतापगडी ठेवायचं, इतक्या दूर कोणीही जाणार नाही.''

''वा: भाऊ वा:! चांगली युक्ती आहे. उद्या तसाच आदेश देतो.''

दाजींनी अतिशय कौतुकानं बंधूच्या पाठीवर हात फिरवला. त्यानंतर नाना म्हणाले,

''तुम्ही दोघांनी जमा-खर्च पाहायचा, टोपीकरास आणि दादासाहेबांस गेलेली बापूची पत्रं प्राप्त झालीत ती जाळून टाकायची, तसंच इतर काही आक्षेपार्ह आढळलं, तर आम्हास कळवा.''

''जरूर.''

आणखी बरंच बोलणं झाल्यावर त्या दोघांनी नानांचा निरोप घेतला. भाऊ मध्यरात्रीनंतर घरी प्रवेशले. खूप थंडी असल्यामुळं अंगाभोवती शाल गुंडाळून

राधाबाई त्यांच्याच प्रतीक्षेत होती. ते आले. तिच्याकडं सस्मित नजर फेकीत त्यांनी विचारलं,

"अजून जाग्याच आहात?"

"स्वारीच्या इंतजारीत असल्यामुळं झोपच पळून गेली."

ते हसत हसत मागीलदारी गेले. पाय धुऊन ते महालात आले. वस्त्रं बदलून पाणी प्यायल्यावर पलंगावर बसत त्यानी विचारलं,

"लग्नाची तयारी झाली का?"

"होऽऽ म्हणायला हरकत नाही. या वक्ती स्वारी पुण्यात असल्यामुळं आम्ही निर्धास्त आहोत."

"राधा, आम्हा सरदारांच्या आणि पेशव्यांच्या घरात सर्व जबाबदाऱ्या घराच्या स्त्रियांनाच निभावणं जरुरीचं असतं. आतापर्यंत सर्व कार्य तूच खंबीरपणानं फार पाडलीस ना? मग आताच का असं म्हणालीस?"

"तेव्हा आम्ही तरुण होतो. तबीयत धडधाकट होती, हल्ली मधून मधून थकवा येतो."

"सांगायचं नाही का? उद्याच राजवैद्याला घेऊन येतो."

तिनं मान हालवून समया शांत केल्यावर ती भाऊंच्या कुशीत पहुडली. तिला जवळ घेऊन कुरवाळीत ते बोलू लागले,

"राधा, तू आम्हास फार फार सुख दिलंस, आम्ही अगदी तृप्त आहोत."

"आम्ही सुद्धा!"

थोड्या वेळानंतर दोघंही शांत झोपले. नौबत सुरू झाली. नेहमीच्या सवयीनुसार राधाबाई उठली. आपलं अस्ताव्यस्त झालेलं लुगडं पाहून आताही अंगावर मोरपीस फिरल्याचा भास होताच ती खुदकन हसली.

प्रभात होताच गुलाबी किरणं आत येऊन खेळू लागली. संपूर्ण घराला जाग आली. भाऊही उठून परसात आले. जास्वंदी फुलून बसल्या होत्या. सोनचाफ्यावर फुलं दिसत होती. झेंडूही फुलं घेऊन उभे होते. आपल्या बागेकडं पाहून त्यांना समाधान वाटलं. तिथंच मोठ्ठी विहीर होती. ती बरीच खोल असल्यामुळं पाणी आणण्याकरता पायऱ्या बांधलेल्या होत्या. त्याकडं पाहून त्यांना पित्याची तीव्रतेनं आठवण झाली. त्याबद्दल ते पुटपुटत असताना धाकट्या गणपतनं खबर दिली, "भाऊ, आजी आल्याऽऽ"

"अरे वा: आलोच आम्ही!"

भाऊ फुलांनी भरलेली परडी घेऊन चालू लागले. ते तसेच स्नानगृहात प्रवेशले. अंघोळ झाल्यावर पूजा करून ते मातेपाशी आले. त्यांनी तिचा पदस्पर्श माथी घेतला.

"औक्षवंत व्हा."

"मातोश्री, बऱ्याच वर्षांनी माहेरी गेलात?"

"तासगावला गेल्यामुळं जाता आलं नाही. इथं आल्यावर चार दिवस राहून आलो."

"सर्वांनाच तुमची उणीव भासली. आम्ही आल्यावर नेहमीची तुमची मोकळी जागा पाहून कसंतरी झालं."

"चालायचंच! तुम्हास तशी सवय करायला हवी हे पिकलं पान केव्हा गळेल तें सांगता यायचं नाही."

दाजी आल्यामुळं तो विषय बाजूला सरकला. त्यांनी विचारलं,

"मुहूर्त हाती आला का?"

राधाबाई पुढं येऊन त्यांना नमस्कार करून म्हणाली,

मार्गशीर्षातल्या पहिल्या सप्ताहात उत्तम मुहूर्त असल्याचं गोविंदशास्त्रींनी सांगितलं.

"उत्तमऽऽ! काकू, त्यानंतर आम्ही डेरेदाखल व्हायला मुक्त. यापुढं तुम्ही इथंच राहा आणि अप्पा-बाबा, दाजी यांना तासगावला धाडाऽऽ"

"हे बरीक उत्तम सुचवलं!"

"राधाबाई. तुमच्या जाऊबाईना बोलावून घ्या. भरपूर काम करवून घ्याऽऽ"

"दाजी, असं कसं म्हणता? कृष्णा अगदी गुणी असून कामाला वाघ आहे."

"काकू, हे आम्ही घरी जाऊन सांगतो, म्हणजे व्यवस्थित भोजन मिळेल."

"नाहीतर अगदी उपाशीच आहेस!"

सर्वांनाच हसू आलं. जानकीबाईला नमस्कार करून चालू लागताच भाऊही त्यांच्यासमवेत निघाले. घरापासून थोडं अंतर पायाखाली घातल्यावर भाऊंनी मिशीवर तर्जनी फिरवीत विचारलं,

"दिवाळी झाल्यावर नानांनी कोल्हापूरकरांवर आम्हास जाण्याचा आदेश दिला तर आम्ही काय करावं?"

"भाऊ, त्यांना सांग की घरचा विवाह आटोपल्यावर, आम्ही जाणास

तैयार आहोत. फिक्र करू नयेऽ''

"ते ऐकतील का?''

"जरूर मान्य करतील. चिंता करू नकोस.''

इतकंच बोलून दाजी चालू लागताच भाऊही मागं वळले. दुसऱ्या दिवशी दोन्हीं घरी मुहूर्त कळवून त्यांनी आपल्या कारकुनाकडून निमंत्रणाची पत्रं तयार करवून घेण्याचं ठरवून मातेला विचारलं,

"मातोश्री, मागची निमंत्रणाची यादी असेलच ना?''

"बघतो, जरा थांबा.''

तिनं आपली पेटी उघडून एक कागद बाहेर काढला. बारकाईनं पाहून कागद त्यांच्या हाती दिला.

"मातोश्री, फार मोठ्ठं काम झालं, नाहीतर पुन्हा सगळं तैयार करणं कठीण होतं.''

"भाऊ, आमची लेक खूप दिवसांत आली नाही. तिला आणण्याकरता कुणाला तरी पाठवा.''

"आप्पालाच धाडतोऽऽ''

"ठीक आहे. तुमच्या दोन्हीं जावयांच्या घरी जाऊन निमंत्रण करणं आवश्यक आहे.''

"बाबाला पाठवतो मातोश्री, जावयांना या वक्ती अलंकार देणं...''

"त्या बाबतचा सर्व इंतजाम कृष्णा आणि राधानं केलाय. खरं पाहाता ही जिम्मेदारी तुमचीच!''

"आमच्याकडून ते होणे नाही. आम्ही फक्त खिसा मोकळा करणार!''

"शाब्बास! तुमचे तीर्थरूप असंच म्हणायचे!''

दुपार झाली. भोजन केल्यावर विडा चघळीत, मुखरस थुंकल्यावर त्यांनी पोषाख केला. आरशात पाहून कपाळी शिवगंध रेखल्यावर, त्यांनी मस्तकावर पगडी ठेवली. लखलखणारा शिरपेच तिरका बसवीत त्यांनी आरशात नजर टाकली. ते मातेला नमस्कार करून बाहेर आले, तेव्हा मोतद्दारानं 'दामोदरला' उभा केला होता. त्याकडं पाहून त्यांनी उत्सुकता प्रगट केली,

"आपला जयमंगल...''

"मालक, तो लई बीमार हाय.''

त्यावर ते काहीच बोलले नाहीत. त्यानं दिलेला कायजा हाती घेत, त्यांनी

रिकिबीत पाय घालून घट्ट मांड घेतली. हातातला कायजा ओढताच दामोदर दौडू लागला. शनवारवाड्याच्या प्रांगणात ते पाय उतार झाले. दामोदरला मोतद्दाराच्या हाती सोपवून ते सरळ चाफेखणात प्रवेशले. तिथं नाना जमा-खर्च तपासत होते. भाऊकडं बघत नानांनी विचारलं,

"तुम्ही मागल्या महिन्यातला खर्चाचा तपशील अद्याप दिला नाही का?"

"लगनाची गडबड असल्यामुळं थोडं काम राहिलंय. या दोन दिवसांत देतो."

"बरंऽऽ श्रीमंताना हरणं, ससे, माकडं तसंच वेगवेगळे पक्षी फार आवडतात. पर्वतीच्या पायथ्याशी असलेल्या जागेचा याकरता उपयोग करावा असं आम्हास वाटतं. तुमच्या विश्वासातल्या दोन-तीन सरदारांना घेऊन त्या जागेची पाहाणी कराऽऽ काय काय सोई करणं आवश्यक आहेत, त्यांची नोंद करून आम्हास दाखवा.'

"चलतोऽऽ"

नानांची अनुमती मिळताच ते निघाले. त्यानंतर नानांनी जमा-खर्चाची चोपडी पुढं ओढली. दिवाळी सुरू झाली. मुदपाकखान्यातून पदार्थाचे खमंग वास दरवळू लागले. नारायणरावांच्या मृत्यूनंतरची शनवारवाड्यातली पहिलीच दिवाळी असल्यामुळं सर्वत्र आनंद ओसंडत होता. बक्षिशी मिळाल्यामुळे दासी-सेवक उत्साहानं काम करीत होते. भाऊंचं घरही त्याला अपवाद नव्हतं. पाडव्याच्या मुहूर्तावर भाऊंनी बरीच खरेदी केली. दिवाळी झाल्यावर लेकी आल्या. घरात आनंदोत्सव सुरू झाला. जानकीबाई अगदी तृप्त झाली. कार्तिक इतक्या गडबडीत गेला की मार्गशीर्ष कधी उभा राहिला, ते त्यांना समजलंच नाही. दोन्ही व्याही पुण्यात आले. भाऊंचं घरही पाहुण्यांनी भरलं, घाईगर्दी सुरू झाली. ठमाचं कन्यादान दाजीनी केलं. ती हुपरीकर जोशीची सून होऊन पतीसह नमस्कार करण्याकरता दादासाहेबांसमवेत जाऊ लागली. संध्याकाळी गोरज मुहूर्तावर माधवरावा (दाजी) नं पार्वतीच्या गळ्यात माळ घातली. यावेळी बरेच सरदार, शास्त्रीबुवा, नानाही उपस्थित होते. दोन दिवसांनंतर कोल्हटकर भाऊंचा निरोप घेऊन कन्येसह निघाले. लग्नात दहा तोळ्यांऐवजी सात तोळ्यांचे अलंकार ठमाच्या अंगावर घातल्यामुळं जोशी सावकार मात्र नाराज झाले.

*

मराठा सरदार रघुनाथरावांच्या कटकारस्थानात गुंतलेले असल्याचं पाहून

आमची तलवार पहावी १८९

कोल्हापूरकर, भोसल्यांनी दंगा सुरू केला. म्हणून त्यांनी दुसऱ्या सरदारास पाठवलं, तात्पुरता बंदोबस्त करून, ते पुण्याकडं दौडू लागले. आल्यावर त्यांनी सर्व हकीगत नानांस सांगितली. त्यांनी मुक्त श्वास सोडला. थोड्याच दिवसांत त्यांनी पुन्हा बंडाळी सुरू केली. ते अकारण त्रास देत असल्याचं पाहून नाना संतापले. त्यांनी भाऊंस बोलावून घेतलं. ते आल्यावर त्यांनी कोल्हापूरकरावर आक्रमण करण्याचा आदेश दिला. भाऊ त्यांची आज्ञा मान्य करून घरी आले. पाय धुऊन देवाला नमस्कार केल्यावर ते मातेपाशी स्थिरावले. चहूकडं समया तेवत होत्या. चारही पुत्रांनी आजी आणि पित्यास नमस्कार केला. दोघांच्या मुखातून आशीर्वाद बाहेर पडला,

"आयुष्यभान भव."

आप्पानं उत्सुकता प्रगट केली.

"भाऊ, डेरेदाखल कधी होणार?"

"आता कोणाची मस्तकं उडवणार आहात?"

"मातोश्री, कोल्हापूरकरभोसले फार परेशान करतात. त्यांच्यावर जाण्याचा नानांचा आदेश आहे."

"भाऊ, आम्हास नेणार का?"

"होऽऽ! तुम्ही दोघंही सरदार असल्यामुळं आमच्या संगे असणारच!"

"भाऊ, आम्हास..."

"सध्या नाहीऽऽ"

दाजी नाराज झाला. गणपतनं उत्सुकतेला पुढं ढकललं,

"भाऊ, आम्ही?"

त्याच्याकडं पाहून सगळेच हसले. तो हिरमुसलेला पाहताच भाऊ त्याला जवळ ओढून मांडीवर बसवीत बोलले,

"बेटे, तुमची मुंज व्हायची आहे. अशा अवस्थेत लढाईवर जाता येत नाही."

"मग उद्या आमची मुंज कलाऽऽ"

"बापू, तू अगदी वेडा आहेस! अशी ताबडतोब...."

"भाऊ, बघा नाऽऽऽ"

"दाजी, आमच्या बापूला चिडवूं नको."

भाऊंच्या नेत्रांसमोर झालेले चारही पुत्र उभे राहिले. त्यांच्या मुखावर

समाधान उजळलं. मांडीवर बसलेल्या बापूच्या पाठीवर थोपटीत ते म्हणाले,

"आता जावा. आम्ही थोडा वेळ आजीपाशी बसतो."

आप्पा बाबाच्या मागून दाजी, बापूसह चालू लागला.

रात्रीचा अंधार पुढं सरकू लागताच ठमा, आजीकरता दूध आणि लाडू घेऊन आली. तिच्यासमोर फुलपात्र ठेवीत तिनं पित्यास भोजनास चलण्याची सूचना केली. तिच्यामागून ते भोजनगृहात प्रवेशले. मुलांशी बोलत मजेत जेवण झालं. भाऊ स्तोत्र म्हणत आपल्या महाली आले. मागं केव्हातरी माता म्हणाली होती,

"तुमचे तीर्थरूप अवेळी गेल्यामुळं पंढरपुरी मंदिराचा सभामंडप बांधण्याची इच्छा अपूर्णच राहिली. ते शब्द त्यांना आता आठवले. सभामंडप आणि भक्तांच्या निवासाची व्यवस्था करण्यासाठी वाडा बांधण्याचा संकल्प त्यांनी त्याच क्षणी सोडला. त्यावर विचार करीत असता राधाबाई प्रवेशली. तिच्याकडं बघून ते म्हणाले,

"यावं राधाबाई."

हातातला तांब्या योग्य जागी ठेवून ती पुढं येत म्हणाली, "हे काय नवीनच काढलं?"

"त्यात नवीन काय? राधाचं राधाबाई झालं इतकंच!"

"आम्ही वयानं वाढलो, केस पांढरे झाले, तरीही स्वारीनं आम्हास 'राधाच' म्हणावं."

"बरं! नाही म्हणणार!"

"राधा तू चार पटवर्धन सरदार आमच्या समोर उभे केलेस, हे मोठ्ठं भाग्य तुझ्यामुळं मिळालं."

"इश्शऽ काही तरीच बोलायचं, त्यात स्वारीचा वाटा आहेच कीऽऽ"

तिला छातीशी धरून भाऊ मुक्त हसले. तिचं हास्यही त्यात मिसळलं. क्षणभरानंतर तिनं विचारलं,

"कोल्हापूरकडं कधी जाणार?"

"या सप्ताहात, का बरं?"

"अंबाबाईला ओटी देतोय. स्वत: स्वारीनं देवी पुढं ठेवायची."

"जरूरऽऽ! तुम्हास काय आणायचं? सांगऽ संकोच करू नकोस."

"कोल्हापुरी साज आणावा."

"आम्हास समजेल का?"

"सराफाला सांगावं. तो स्वारीसमोर ठेवील."

भाऊंच्या हाती फुलपात्र देऊन तिनं समया शांत केल्या. ते अंगावर शाल ओढत असता, ती त्यांच्या पांघरुणात शिरली.

दुसऱ्या दिवशी सामानाच्या गाड्या, सेवक रवाना करून ते घरी आले. नेहमीच्या सवयीनुसार ते मातेपाशी बसून बोलत असता जानकीबाई म्हणाली,

"भाऊ, घरात कार्य झाली. 'बोडण' करायची राहिलीय. या वक्ती करून घ्यावी म्हणतो."

"आम्हास थांबता येणार नाही. थैली तुमच्यापाशी देतो. हवा तेवढा खर्च कराऽऽ"

"मातोश्री, पंढरपुरी सभामंडप बांधण्याची तीर्थरूपांची इच्छा आम्ही पूर्ण करणार!"

"शाब्बाशऽऽ"

जानकीबाईनं डोळ्यांतले अश्रू पुसले. तिनं त्यांच्यावरून कानशिद उत्तरली. तिथं आलेल्या राधाबाईकडं पाहून ती बोलली,

"आमची सून भाग्यवान आहे. तिच्यामुळं हे भाग्य लाभलंय."

"वा: मातोश्री, आम्ही जिवावर उदार होऊन लढतोय. ते बाजूलाच राहिलं आणि म्हणे सून भाग्याची!"

"भाऊ, लहानपणाची खोड्या करण्याची तुझी आदत या वयातही गेली नाही. आश्चर्य आहे!"

"मातोश्री, तुमच्या सद्‌गुणी सुनेला चिडवलं की आम्हास बरं वाटतं. ते जाऊ द्या. आम्हा तिघांच्या वस्त्रांच्या संदुका तैयार करायला, तुमच्या लाडक्या सुनेला सांगा. आम्ही चलतो?"

दोघीही हसू लागताच पत्नीकडं तिरप्या नजरेनं बघत ते निघाले.

*

प्रभातीच प्रस्थानाचा मुहूर्त असल्यामुळं नजरेनंच पत्नीचा निरोप घेऊन ते आपल्या पुत्रांसमवेत दौडू लागले. ते शनवारवाड्यात प्रवेशले. तेव्हा आनंदराव रास्ते, विंचुरकर, शिंदे, बिनीवाले वगैरे सरदार उभे होते. ढोल वाजत होते. 'हरहर महादेवऽऽ हरहर महादेव' अशा घोषणा दुमदुमत होत्या. भाऊ आल्यावर घोषणात बळ भरलं. नाना श्रीमंतांस घेऊन आले. फौजानी त्यांना मुजरे केले.

सरदारांनी नमस्कार केला. काकूआजीनं शिकवल्याप्रमाणं त्यांनी उजवा हात वर करून इशारा केला. जरीपटका असलेल्या हत्तीसह हुजरातीची फौज चालू लागली. त्यामागून सरदारांच्या फौजा निघाल्या. वारंवार त्रस्त करणाऱ्या कोल्हापूरकरांना नेस्तनाबूत करण्याच्या ईर्ष्येनं भाऊनी आक्रमण केलं. मनात त्यांच्याविषयी त्वेष असल्यामुळं फौजाही तुटून पडल्या. कोल्हापूरकरांचं खूप नुकसान झालं. लढाई सुरू ठेवली तर खूपच प्राणहानी होईल या भयानं कोल्हापूरकर शरण आले. भाऊनी भरपूर खंडणी आणि पुन्हा उपद्रव न देण्याच्या प्रस्तावास मंजुरी प्राप्त केल्यावर, मंडळी पुण्यात आली.

पेशवे दरबारात दुफळी माजल्यामुळं सैन्याचं विभाजन झाल्याचं कानावर येताच, हैदर मराठी राज्यात लुटालूट करून प्रांत जिंकू लागला. म्हणून नानांनी पांडुरंगराव व कोन्हेरराव पटवर्धन यांना पाठवलं. परंतु त्या सरदारांचा निभाव लागला नाही. त्यांना कुमदान अलीनं पकडून लोखंडी पिंजऱ्यात ठेवलं. तिथंच त्यांचा अंत झाला. अशा आशयाचा खलिता घेऊन आलेल्या नजरबाजानं सर्व हकीगत सांगताच नाना चक्रावले. काय करावं याचा विचार करीत असता कोल्हापूरकडं गेलेले भाऊ विजयाची पताका घेऊन शनवारवाड्यात प्रवेशले. नानांनी त्यांचं स्वागत करून शाबाशी दिली. त्यांना खूप समाधान वाटलं. नानांनी त्यांच्यासमोर प्रस्ताव ठेवला.

"भाऊ, तुम्ही दाजीसह जाऊन हैदरचा पुरा नि:पात करा. सारख्या लढायामुळं खर्चाला सीमाच राहिली नाही."

"नाना, दाजी बीमार असल्यामुळं..."

"तुमच्या दोन्ही पुत्रांना घेऊन चलाऽऽ"

"तसंच तुम्हास हवे असतील त्याच सरदारांस न्या."

"परवां मंगळवारी सामानाच्या गाड्या रवाना करतो."

भाऊ घरी आले. त्यांनी सेवकास धाडून विंचुरकर, पानसे, साठे, बिनीवाले वगैरे सरदारांस कर्नाटकात डेरेदाखल होण्याचा मानस कळवला. त्यानंतर वस्त्रं बदलून, भोजन केल्यावर ते मातेपाशी आसनस्थ झाले असता. अप्पानं विचारलं,

"या वक्ती आम्हास नेणार का?"

"होय. तुम्ही दोघांनी वस्त्रांच्या संदुका तैयार ठेवा."

आप्पा-बाबाला खूप आनंद झाला. जानकीबाईनं उत्सुकतेला पुढं ढकलली,

"भाऊ, आता कोणाला जमीनदोस्त करणार?"

"कर्नाटकात हैदरास!"

"मुसलमानी प्रदेशात पोरांना नेत आहात, त्यांच्यावर जातीनं लक्ष ठेवा."

"तुम्ही निश्चिंत राहून स्वत:ची तबीयत सांभाळाऽऽ"

त्यांनी दाजीला पाठवून पूर्ण पथकास तैयार राहाण्याचा आदेश दिला.

सर्व तयारी पूर्ण झाल्यावर सुमुहूर्तावर भाऊ देवाला आणि मातेला नमस्कार करून राधाबाईला सूचना दिल्यावर दौडू लागले. त्यांच्या समवेत पुत्र होते. ते शनवारवाड्याच्या प्रांगणात आले. तेव्हा सर्व सरदार फौजेसह उभे होते. भाऊ येताच फौजांनी हरहर महादेव असा जय घोष सुरू केला पार्वतीबाई येतांच, भाऊंनी तिची चरणधूळ मस्तकी घेतली. त्यांच्या हातावर दही घालून ती म्हणाली,

"यशवंत व्हाऽऽ"

त्यांनी मान झुकवली. नाना श्रीमंतास घेऊन आले. ढोल वाजू लागले. फौजांनी केलेल्या मुजऱ्याचा मानेनंच स्वीकार करून त्यांनी उजव्या हातानं फौजांस जाण्याचा इशारा केला. मागून सरदारही नमस्कार करून डेरेदाखल झाले.

*

पौषातली थंडी होती. तरीही सर्व मंडळी उत्साहानं पुढं सरकत होती. शेतातली कापणी झाल्यामुळं दाणे टिपण्यासाठी विविधरंगी पक्षांचे थवे खाली उतरत होते. सरदार मंडळी फौजासमवेत कर्नाटकात उतरली. ते आपले प्रांत, किल्ल्यांवर ताबा प्राप्त करीत बंकापुराजवळ आले. समोरच कुमदान अलीच्या सरदारांचा तळ पडला होता. त्याच्याकडं भरपूर सैन्य शस्त्रेही होती.

त्याच्या पुढं आपला निभाव लागणार नसल्याचं ध्यानी येताच, भाऊंनी खलिता धाडला. त्यानं नानावाड्यात रात्री जाऊन सर्व हकीगत सांगितल्यावर नानांनी खलिता वाचला. परिस्थितीची पूर्ण कल्पना येताच, हरिपंतास जाण्याची सूचना केली. ते ताबडतोब फौजेसह निघाले. पेशवे सरकारचे प्रदेश जिंकून आपला अम्मल बसवला आणि सैन्यासह हरिपंत आणि भाऊ हैदरच्या प्रदेशात उतरले. आता आपला निभाव लागणं कठीण असल्याचं जाणून तो शरण आला. भरपूर खंडणी घेऊन ते पुण्यात प्रवेशले.

नानांशी बोलून सर्व परिस्थितीचा अंदाज घेतल्यावर ते घरी आले. धाकट्या मुलांशी बोलून ते मातेपाशी आले. परंतु ती जप करीत नसून अंथरुणावर होती. ते आल्यावर ती उठू लागताच न उठण्याचा इशारा करीत त्यांनी विचारलं,

"मातोश्री, काय होतंय?"

"पडसं आणि ताप!"

"होऽऽ किती कृश झालात चेहरासुद्धा कसनुसा झालाय!"

"जेवण नकोसं झाल्यामुळं फक्त दोन घास खाते. त्यामुळं अशक्तपणा आलाय. भाऊ आम्ही अगदी तृप्त आहोत. या अवस्थेत मरण आलं, तर फार बरं होईल!"

"मातोश्री, असं म्हणू नका. तुमच्या जबाबदारीवर आम्ही निर्धास्त मनानं मोहिमेवर जात असतो."

"भाऊ, राधा आता सर्वार्थानं तैयार झालीय. तुम्ही पूर्वीप्रमाणंच आपलं कर्तव्य पूर्ण कराऽ"

थोडा वेळ तिच्यापाशी बसून भाऊ भोजनास गेले. जेवून महालात आले. कोल्हापूरकर आणि हैदरवरच्या मोहिमातल्या, कारकुनानं दिलेला खर्च ते तपासू लागले. थोड्या वेळातच घरातली व्यवस्था पाहून राधाबाई आली. क्षणभरानं ते म्हणाले,

"राधा, मातोश्री फारच अशक्त झाल्यात. वैद्याला घेऊन येतो. त्यानं दिलेली औषधं आणि पथ्यपाणी सांभाळ!"

"जरूर! स्वारीनं खंत करू नये."

"आम्ही उद्याच दाजीला पाठवून जिऊबाईला आणवतो. कदाचित तिच्या सहवासात मातोश्रीला बरं वाटेल. परमेश्वरानं तिला उभं करावं ही इच्छा!"

घर-संसाराबद्दल बोलून थोड्या वेळानं दोघंही स्वस्थ झोपले.

*

नानांचा बुलावा आल्यामुळं भाऊ ताबडतोब निघाले. ते चिंताग्रस्त असल्याचं पाहून त्यांनी विचारलं,

"नाना, तुम्ही असे खंतावलेले का दिसता?"

"आम्हास टोपीकरांची फिक्र परेशान करतेय."

"आम्ही समजलो नाही. स्पष्ट कराल तर बरं!"

"भाऊ, आमच्यापाशी तुम्ही आणि पंत सोडले तर नेतृत्व करणारा कोणीच नाही. त्यांत सैन्याचे पगार थकलेले आहेत. अशा अवस्थेमुळं बेचैन झालोत."

"टोपीकर काय म्हणतात?"

“पाँडीचरीहून आलेल्या फ्रान्सिस वकिलास आम्ही जेवायला बोलावलं. या घटनेमुळं टोपीकर डिंवचले गेले. त्याचप्रमाणं आम्ही मुंबईच्या टोपीकराविरुद्ध कलकत्त्यास खलिता धाडला. त्याचा परिणाम होऊन आपटनला कलकत्त्यास बोलावून मास्टिनला धाडलं आणि आमची फ्रेंचाशी जवळीक पाहून रघुनाथरावास पेशवाई देण्याचा मुंबईकरास पूर्ण अधिकार दिला. इतकंच करून ते थांबले नाहीत, तर...”

“सांगा नाना!”

“सल्ली यास बरीच फौज देऊन अलाहाबादहून धाडलंय. मद्रासकरांनाही मुंबईकरांस मदत करण्याचा आदेश धाडला.”

“ते इथवर आले का?”

“नसावेत, अद्याप नजरबाज आले नाहीत.”

“आपण यावर विचार करून काही तरी मार्ग काढूयाऽऽ”

ते बोलत असता फाटके कपडे घातलेला मुका आणि बहिरा माणूस पहारेकऱ्यासह आला. पहारेकऱ्यानं तो बोलत नसल्याचं सांगून, आणल्याबद्दल त्यांची क्षमा मागितली. जाण्याचा इशारा करताच तो चालू लागला. तो गेल्यावर नाना म्हणाले,

“बोल, आम्ही ऐकतो आहोत.”

“नानासाहेब, लेसली वाटेतच मेला म्हणून गार्डड येतोय. त्यो लई हुशार हाय. जपून ऱ्हावा.” त्यांनी पांच मोहरा देऊन त्याची बोलवण केली. नाना देव दर्शनास जाण्यासाठी निघताच त्यांच्या समवेत भाऊ ही पावलं टाकू लागले.

दिनकर पश्चिमेत उतरला होता. हळूहळू संधिप्रकाशही लुप्त झाला. घराघरांत दिवे लुकलुकू लागले. भाऊ देवदर्शन करून घरी आले. दोन्ही पुत्रांनी त्यांचं स्वागत केलं. त्यांनी आत बघत चौकशी केली,

“आमच्या मातोश्री दिसत नाहीत?”

“खांबापाशी बसून स्तोत्र म्हणताहेत?”

“आम्ही वस्त्रं बदलून येतो.”

घरची सैलसर वस्त्रं घालून, ते आले. तेव्हा जानकीबाई त्यांच्याच प्रतीक्षेत होती. देवाला नमस्कार करून आल्यावर ते तिच्यापाशीच बसले. तिला उत्साहित करण्याकरता, ते कोल्हापूरच्या गमती सांगू लागले. तेव्हा ती म्हणाली,

“थोरल्या महाराजांनी बरेच कष्ट भोगून, प्राणाची पर्वा न करतां, हे मराठी

राज्य निर्माण केलं. त्यांच्या मृत्यूनंतर भांडणाना ऊत आला; येसूबाईच्या भावानं स्वार्थाकरता, संभाजीराजाना पकडून दिलं. संभाजीराजांच्या मरणानंतर त्या राज्याची दोन भकलं झाली आणि सामान्य घरात चालणाऱ्या हेव्यादाव्यानी तिथं जन्म घेतला. स्वर्गात असलेल्या थोरल्या महाराजांना काय वाटत असेल?''

मातेची प्रकृती सुधारत असलेली पाहून मातृभक्त भाऊंना खूप बरं वाटलं. मुलानी येऊन आजी आणि पित्याला नमस्कार केला. जानकीबाईनं उत्सुकता प्रगट केली,

''आता कुठं धाड घालणार?''

''ठरलेलं नाही, आदेश आला की निघायचं!''

''अगदी बरोब्बर! मुलांनाही अशीच शिकवण द्याऽऽ''

''मातोश्री, तें काम तुम्ही आणि तुमच्या लाडक्या सूनबाईनं करायचं. आम्हास त्यांत गुंतवू नये.''

जानकीबाई कौतुकानं हसत असता राधाबाईनं पपईनं भरलेले दोन कटोरे त्यांच्या समोर ठेवले.

* * *

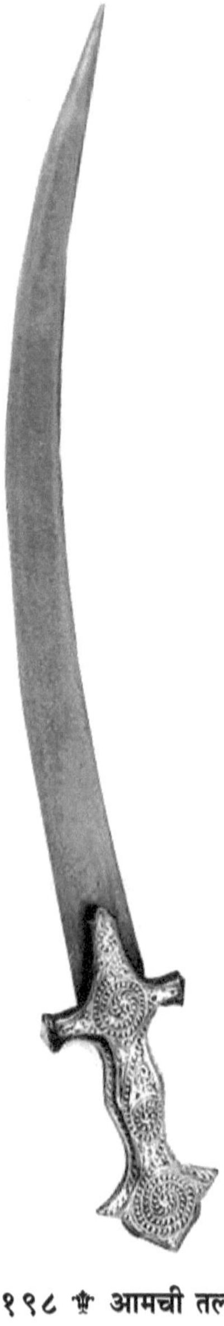

१५

रघुनाथरावांना पेशवाई देऊन सर्व अधिकार टोपीकर आपल्यापाशी ठेवणार, हे समजल्यामुळं भाऊ फार व्यथित झाले. रात्रभर ते जागेच होते. निद्रेनं त्यांना स्पर्शच केला नाही. प्रभातीच त्यांनी दाजींच्या घरी प्रवेश केला. त्यांना पाहून कृष्णाबाईनं आश्चर्य व्यक्त केलं,

"भावजी, आज इतक्या सकाळी?"

"पुष्कळ दिवसांत दाजी भेटले नाहीत, म्हणून आलोय."

काहीतरी महत्त्वाचं काम असल्याचं जाणून ती म्हणाली,

"बसा भावजी, स्वारी आत्ता येईल."

ते आसनस्थ झाल्यावर ती चालू लागली. पूजा झाल्यावर अंगात सदरी घालून दाजी बैठकीत आले. त्यांना पाहून भाऊंनी नमस्कार केला. त्यांच्या मुखातून आशीर्वाद बाहेर पडला,

"यशवंत व्हा."

"दाजी, महालात चला, महत्त्वाचं बोलायचं आहे."

"आलोच."

दोघंही महालात प्रवेशले. दाजीपाशी बसून भाऊ सांगू लागले.

"मध्यंतरीच्या काळात दादासाहेबांनी टोपीकरांना सांगितलं की..."

"आम्ही पुढचं सांगतो, पेशवापदी बसवलं तर मुंबईच्या आसपासची ठिकाणं देऊ आणि तुमच्याशी सलाह मशविरा करूनच पुढं पाऊल टाकू."

"अगदी बरोबर! दाजी, म्हणजे शिवप्रभूचं हे मराठी राज्य, त्यांच्या घशात उतरायला देर लागणार नाही."

"त्या करताच हा प्रयत्न आहे."

"आत्तापर्यंत कलकत्त्याचा वॉरन हेस्टिंग मुंबईकरांच्या दादासाहेब बाबतच्या या धोरणाला संमती देत नव्हता. परंतु आता तोही कबूल झालाय. दादासाहेबांसंबंधी सहानुभूती निर्माण करणारं पत्र त्यानं विलायतेला धाडलंय. टोपीकर आणि रघुनाथराव मोठ्ठं सैन्य घेऊन डेरेदाखल झालेत."

"भाऊ, घाबरण्याचं कारण नाही. आपण त्यांना चांगलाच धडा शिकवू या."

"पण..."

"पण...परंतु'ला आणू नकोस."

"या वक्ती तुम्ही..."

"होऽऽ आम्ही येणार आहोत."

"उत्तमऽऽ! आम्ही चलतो."

"थांब, तुझी वहिनी काहीतरी आणत्येय का पाहू."

ते भाऊसह बैठकीत येऊन म्हणाले, "भाऊ चाललायऽऽ"

"थांबवून घ्या आम्ही आलोच."

ती रव्याचे लाडू आणि चकल्या घेऊन आली. दाजी पत्नीकडं बघत म्हणाले,

"भाऊ, तुझ्यासंगे आम्हांसही खायला मिळेल म्हणून थांबवलं. तो अंदाज खरा ठरला."

"बघा भावजी, तुमच्या भावाला जेवणाशिवाय आम्ही काहीच देत नाही. असाच अर्थ होतो ना?"

"वहिनी, दाजीचा थट्टेखोर स्वभाव तुम्हास माहीत नाही का?"

"ही कसली मसकरी?"

"कृष्णा, लढाई, शत्रूंची डोस्की उडवणं, तहाच्या अटी ठरवणं हा आमचा धंदाऽऽ त्यात थट्टा करून तुझं रुसलेलं सुंदर रूप बघणं हा आमचा

विरंगुळा! यातूनच या धकाधकीच्या जीवनात आनंद मिळतो इतकंच! भाऊ, तुला काय वाटतं?''

"अगदी बरोबर! आम्हीही तेच करतो.''

"दोघंही एकाच माळेचे मणी!''

इतकंच बोलून ती खुदकन हसली. भाऊ दोघांनाही नमस्कार करून निघाले.

*

सेनापती गाडर्ड आणि रघुनाथराव दहा हजार सैनिकांसह मुंबईहून निघाल्याची खबर प्राप्त होताच नाना अस्वस्थ झाले. संध्याकाळच्या दरबारात ते म्हणाले.

"मंडळी, भयावह आफत उभी आहे.''

"नाना, स्पष्ट सांगा.''

"गाडर्ड, मास्तिन आणि दादासाहेब अवाढव्य सैन्यासह पुण्यावर आक्रमण करण्याकरता येत आहेत. सध्या आमची हालत गंभीर आहे. फौजांची तनख्वाह देता येत नाही. चहूकडून आक्रमणं सुरू असल्यामुळं सरदार गुंतले आहेत. अशा अवस्थेत मुकाबला कसा करणार?''

एक पाय अधू असूनही महादजी शिंदे उभे राहिले. श्रीमंतांस मुजरा करून नम्रतेनं म्हणाले,

"आम्ही टोपीकरांच्या हल्ल्याला तोंड देण्यास तैयार आहोत आणि आम्ही आमच्या पथकाचा पगार देऊ इच्छितो.''

"परशुराम भाऊप्रमाणं आमचीही तैयारी आहे. श्रीमंतांनी निश्चिंत असावं.''

खरं पाहता श्रीमंतांना काहीच समजलं नाही. परंतु श्रीमंत हा शब्द ऐकताच हसून हात वर केला. दरबाऱ्यांना खूप बरं वाटलं. महादजीचं नेतृत्व मान्य करून बरेच सरदार टोपीकरावर चालून जाण्यास सिद्ध जाहले. नानांच्या मुखावर समाधानाचं स्मित फुललं. दरबार बरखास्त झाल्यावर, श्रीमंतासह दाजी गुर्झबदारांच्या ललकाऱ्यांत पावलं टाकू लागले.

भाऊ-दाजीसह बोलत-बोलत दौडू लागले. घरी आल्यावर दोन्ही पुत्रांना तैयार राहण्याची सूचना देऊन भाऊंनी वस्त्रं बदलली. त्यानंतर येऊन ते मातेपाशी आसनस्थ झाले. हातातली जपमाला डबीत ठेवून तिनं विचारलं,

"काय म्हणतो दरबार?''

"मातोश्री, टोपीकरांची मदत घेऊन रघुनाथराव पुण्यास धडक देणार. त्याकरता आम्हां सर्वांचं जाणं निहायत जरूरी आहे."

"जावा ऽऽ आणि राघोबाला असा फजीत करा की तो पुन्हा परेशान करणार नाही."

"आम्हां सर्वांचा तोच विचार आहे."

"कधीचं प्रस्थान?"

"या सप्ताहात!"

त्यांचे मामा आल्याची खबर येताच ते बाहेरच्या बैठकीत गेले.

*

पौषात मुंबईहून गाडर्ड, मॉस्टिन निघाले. मार्गातले मराठ्यांचे अनेक प्रदेश काबीज करीत ते येत होते. येताना त्यांचे अनेक सैनिक मृत्युमुखी पडले. मॉस्टिन आजारी पडला. तो माघारी वळला. रघुनाथराव मात्र फार खूष होते. तळेगावपर्यंत येण्यास त्यांना एक वर्ष लागलं. सर्व अधिकारी आणि सैनिक फार थकले होते. कॅप्टन स्टुअर्टही ख्रिस्तवासी झाला. टोपीकरांचं सैन्य खंडाळ्यास येत असतानाच मराठ्यांच्या भिवराव पानसेनं चांगलाच चोप दिला. शिंदे, होळकर आपल्या बाजूस येतील, असा टोपीकरांचा आणि रघुनाथरावांचाही अंदाज फसला. टोपीकर तळेगावात प्रवेशले, तेव्हा सर्व बेचिराख झालं होतं. त्यांना झाडाची सावली किंवा पाणीही मिळणार नसल्याची मराठ्यांनी व्यवस्था केली होती. पुढं पुण्याकडं आणि मागं जाण्याचे मार्ग मराठी सैन्यानं रोखले होते. ही परिस्थिती पाहून तह करण्याशिवाय दुसरा मार्ग नसल्याचं पाहून, फार्मर पुढं आला. महादजींनी प्रस्ताव ठेवला,

"रघुनाथरावांस आमच्या हाती सोपवावा. आमचे सर्व प्रदेश परत करावेत आणि टोपीकरांचे दोन अधिकारी पुणे दरबारी ओलीस ठेवावेत."

टोपीकरांना या अटी नाइलाजास्तव मान्य कराव्या लागल्या. त्यांनी रघुनाथरावास शिंद्याच्या हाती दिला."

सर्व सरदारांनी मुक्त श्वास सोडला. परंतु भाऊ आणि दाजी मात्र साशंकच होते. टोपीकर काहीतरी कुरापत काढून पुन्हा लढाईस उभे राहणार, असा अंदाज करीत ते दौडत होते. रात्रीची पावलं पुढं सरकू लागली. भाऊ दाजीसह नानावाड्यात प्रवेशले. पहारेकऱ्यानं सेवकास नानांपाशी धाडलं. त्यानं खाली जाऊन हातानं इशारा केला. ते दोघंही बैठकीत आले. नाना तक्क्याला टेकून बसले होते.

समयांच्या प्रकाशात त्यांच्या मुखावरची चिंता त्यांना जाणवल्याशिवाय राहिली नाही. त्यांच्याकडं पाहून नानांनी बसण्याचा इशारा केला. त्यांच्यासमोर स्थिरावत भाऊ सांगू लागले,

"नाना, हा तह टोपीकरांस पसंत नसल्याचं स्पष्ट जाणवत होतं. ते पुन्हा लढाई करतील म्हणून आपणही तैयार असणं आवश्यक आहे."

"तळेगावच्या लढाईत त्यांचं फार नुकसान झाल्यामुळं ते इतक्यात येतीलसं वाटत नाही."

"नाना, यातली हवा थंड होईपर्यंत ते थांबणार नाहीत. ते लवकरच चढाई करतील, असा आमचा अंदाज आहे."

दाजींचं बोलणं पूर्ण होण्यापूर्वीच एक मुसलमान द्वाराशी आला. पहारेकऱ्यानं त्याला अडवलं. त्याला हिसडा देऊन तो चटकन वर आला. त्याच्यामागून पहारेकरी धावतच वर आला. तो सांगण्याकरता, तोंड उघडण्याच्या बेतात असता, नानांनी त्याला इशारा केला. तो गेल्यावर, मुसलमान दाढी हातात धरून सांगू लागला,

"नानासाब, टोपीकरांनी केलेला तह मुंबैच्या सरकारास आवडला नाई. गाडर्डसायेबास धारेवरून परत लढाई करन्याचा हुकूम दिलाय."

"तो कुठं आहे?"

"सुरतेच्या मार्गावर!"

"ठीक आहे. सतर्क राहून महत्त्वाचं काही हाती लागलं तर येऊन सांग."

त्यांनी तक्क्याखाली ठेवलेले रुपये काढून त्याच्या हातावर ठेवले. तो मुजरा करून गेल्यावर, ते संजाबावर हात फिरवीत त्यांच्यावर नेत्र स्थिरावून बोलले.

"दाजी-भाऊ तुमचा अंदाज खरा ठरलाऽऽ"

"नाना, लवकरच लढाई होणारसं दिसतंय."

"असं वाटतं! तुम्ही तैयारीत राहाऽऽ"

दोघंही त्यांच्या परवानगीनं चालू लागले. आठ-दहा दिवसांनंतर नाना देवदर्शन करून आल्यावर बैठकीत येत असता, सेवक एका माणसाला घेऊन आला. त्याला ओळखून, त्यांनी सेवकास नजरेतून इशारा केला. तो गेल्यावर ते म्हणाले,

"बोल आम्ही उत्सुक आहोत."

"गाडर्डसाहेब आनि शिरीमंत दादासाब बी सुरतेला हाईत."

"सांगतोस काय?"

"खरं तेच सांगतोय जी. नानासाब!"

"पुन्हा लवकरच येऽऽ"

तो त्वरित येणं आवश्यक असल्यामुळं त्यांनी त्या खबऱ्याला काहीच दिलं नाही.

तो गेल्यावर मात्र ते विचारमग्न झाले.

भाऊ स्नान करीत असता शनवारवाड्यातून सांगावा आला. आप्पानं सांगताच ते धोतर नेसून अंगावर पंचा घेत पुढे आले. तो मुजरा करून बोलला,

"तुमास्नी नानासायेबांचा बुलावा हाय जी. दाजींचं घर कुटं हाय?"

"तू जाऽऽ. आम्ही त्यांना घेऊन येतो."

"पंत, आठवनीनं आनाजी, नाईतर मला सजा हुईल जीऽऽ"

"फिक्र करू नकोस."

तो गेल्यावर क्षणभरात दरबारी पोषाख करून ते मातेपाशी आले. तिला नमस्कार करून ते म्हणाले,

"मातोश्री, आम्हास कदाचित देर होईल. तुम्ही जेवून घ्यावं."

ते दौडत दाजींच्या घरी गेले. समोरच ते उभे होते. ते आता बरेच प्रौढ दिसत होते. भाऊ पायउतार होताच त्यांनी आश्चर्य प्रकट केलं,

"आज इतक्या सकाळी?"

"नानांनी बोलावल्याचं सांगायला आलोय."

"कशाकरता?"

"माहीत नाही."

"चल ऽऽ आमच्यासंगे नाश्ता घे."

कृष्णाबाईनं भाऊंचा आवाज ऐकल्यामुळं दोन थाळ्या तयार करून सेवकाकडं खबर धाडली. त्यानं सांगताच दोघंही येऊन पाटावर स्थिरावले. ज्वारीची भाकरी, लोणी फस्त करून दोघंही उठले. पोषाख करीत असता त्यांनी सूचित केलं,

"कृष्णा, आम्हास देरी होईल, तू जेवून घे."

ते बाहेर येऊन गोपाळवर स्वार झाले. भाऊंनी जयमंगलवर मांड घेतली. दोघंही दौडत योग्य स्थानी आले. झाडाखाली उभ्या असलेल्या मोतद्दारापाशी

घोड्यांना सोडून ते चालू लागले. त्यांच्यामागून पानसे, साने, पुरंदरे, गोखले, घोरपडे, रास्ते वगैरे सरदार प्रवेशले. सर्वांना खलबतखान्यात येण्याची सूचना देऊन नाना चालू लागले. सर्व मंडळी आसनस्थ झाल्यावर नाना आले. सर्वांच्या मुखावरची उत्सुकता पाहून ते बोलू लागले.

"मंडळी, गाडर्ड सुरतेस आहे. मुंबईकरांच्या आदेशानुसार तो आमच्यावर चढाई करणार आहे."

"नाना, दादासाहेब सुरतेत असल्याची खबर आहे."

"सरदार पानसे, तुम्हास कसं समजलं?"

"ते आम्ही सांगणार नाही. परंतु ही घटना खरी आहे."

पानसेच्या खबरीनं नानांस त्रस्त केलं. त्यांच्या मनात महादजीबद्दल संशय निर्माण झाला. परंतु तसं काहीच न दाखवता ते म्हणाले,

"आपल्याला लढाईकरता उभं राहावं लागणार आहे."

"सध्या साहेब कुठं आहे?"

"दाजी, तो खोपोलीपाशी आहे. म्हणून म्हणतो तुम्ही हुजरातीची फौज व तोफखाना घेऊन बोर घाटापाशी जावं. जाण्यास तैयार असणाऱ्यांनी आत्ताच सांगावं."

"आम्ही दोघंही बंधू तैयार आहोत."

"भाऊ, तुम्ही दोघांनी गाडर्डसाहेबांची मुंबईहून येणारी रसद कापावी."

"ठीक आहे."

"पानसे, तुम्ही धुळुप, रास्ते, घोरपडे, गोखले बोरघाटापाशी जाऊन साहेबास बघाऽऽ"

"ठीक, हरिपंत, तुम्ही तुकोजीसह घाटमाथ्यावर राहा."

नानांनी उभी केलेली योजना सर्वांस खूप आवडली. त्यांच्या मुखावर उमटलेलं समाधान पाहून नाना खूष झाले. ते उठू लागताच सर्व सरदार दुसऱ्या दिवशी डेरेदाखल होण्याचा मनोदय व्यक्त करून खलबतखान्यातून बाहेर पडले. भाऊ दाजीसह दौडू लागले. भाऊ घरी आले तेव्हा झाडांच्या सावल्या पुढं सरकत होत्या. त्यांनी पुत्रांना सांगून वस्त्रांच्या संदुका तैयार करविल्या. दाजीचा सेवक एक संदूक घेऊन आला. धान्याच्या, शस्त्रांच्या आणि संदुकाच्या गाड्या रवाना करून भाऊंनी मुक्त श्वास सोडला. नेहमीच्या सवयीनुसार ते मातेपाशी आले. सर्व हकीगत सांगितल्यावर ती म्हणाली,

"जपून रावा. पोरांना सांभाळा. टोपीकर लबाड आहेत."

राधाला बरं नसल्याचं मातेकडून समजताच, ते बेचैन होऊन तिच्या खोलीत प्रवेशले. ती बिछान्यावर पहुडली होती. त्यांना पाहताच तिच्या मुखावर खुशी पसरली. ती उठू लागताच भाऊंनी तिला न उठण्याचा इशारा केला. तिच्यापाशी बसून त्यांनी तिच्या प्रकृतीची चौकशी केली तेव्हा ती म्हणाली,

"अशक्तपणा जाणवतो, चक्कर येते म्हणून पडून राहिलोत."

"राजवैद्यास बोलावतो. त्यानं दिलेलं औषध तुम्ही घ्यायला हवं."

"बरं."

तिच्यापाशी बसून अंगावर हात फिरवीत ते म्हणाले,

"राधा, स्वत:ची तबीयत सांभाळायला हवी. आम्ही नेहमीच रणांगणात असतो. तुझ्याकडं लक्ष देण्यास फुरसदच नसते."

"स्वारीनं चिंता करू नये. आता कोणावर हमला?"

"टोपीकर! राधा नियमित दवा घेऊन लवकर बरी होऽऽ तुझ्याशिवाय हे घर आम्हाला खायला उठतं. आम्ही उद्याच निघणार आहोत."

राधाबाईच्या हातावर ओठ ठेवून ते चालू लागले. रात्रीचं भोजन झाल्यावर, स्तोत्र म्हणून भाऊ स्वस्थ झोपले. नौबतीचा आवाज ऐकू येताच सर्वांना जाग आली. भाऊ स्नान-पूजा आटोपून आपल्या महाली आले. सेवकानं दिलेला पिवळा चोळणा पायात कसून गुलाबी अंगरखा घातला. पिवळा दुशेला कंबरेत बांधून त्यात तलवार खोवली. कपाळी शिवगंध रेखून मस्तकावर पगडी ठेवली. कानाच्या पाळीत सोन्याच्या कड्या अडकवून गळ्यात मोत्याच्या माळा घातल्या. पगडीत हिऱ्याचा शिरपेच खोवून समोरच्या आरशात नजर टाकली. मातेला नमस्कार करून ते म्हणाले,

"मातोश्री, आम्ही कधी येऊ ते सांगता येणार नाही. राधा दवा घेते की नाही ते पाहा. तुम्ही स्वत:ला सांभाळा. काही जरूरत लागली तर मामास बुलावा धाडा."

पुत्राच्या शब्दांनी मातेचं मन भरून आलं. आवंढा गिळून स्वत:ला सावरीत तिनं सूचित केलं.

"भाऊ, जावा नाश्ता कराऽऽ"

नाश्ता केल्यावर भाऊंनी मातेची चरणधूळ मस्तकी घेतली. दोन्ही नातवांनी नमस्कार केला. आजीचा आशीर्वाद घेतल्यावर मातेपाशी गेले. तिचा पदस्पर्श

मस्तकी घेऊन ते म्हणाले,

"ताई, तबीयत सांभाळा, आमची चिंता नको."

"यशवंत होऊन याऽ"

क्षणभरात भाऊही तिच्यापाशी आले. तिच्या मस्तकावर हात फिरवीत म्हणाले,

"आम्ही येईपर्यंत बरी हो. आम्हास पूर्वीची राधा पाहायची आहे."

"जरूर दिसेल. कधी येणार?"

"आत्ता सांगता येत नाही. चलतो आम्ही."

ते तिचा निरोप घेऊन आले, तेव्हा त्यांचं पथक पुत्र आणि पथकासह दाजी उभे होते, 'हर हर महादेव ऽऽहर हर महादेव' अशा घोषणांनी परिसर आवाजित करीत फौजा निघाल्या. शनवारवाड्यात श्रीमंतांना नमस्कार करून काकूआजींनी हातावर दिलेलं दही प्राशन करून भाऊ वाड्याच्या पायऱ्या उतरले. नानांचा निरोप घेऊन सरदार सैन्यासह दौडू लागले. पाऊस नसल्यामुळं ज्येष्ठ रणरणत होता. पाणी पिऊन तहान भागत नव्हती. वृक्षही स्थिर होते. मार्गात विश्रांती घेत मंडळी पुढं सरकत होती. कोकणात असलेले खांचखळगे ओलांडीत घोडे दौडत होते. खबऱ्यानं म्याकसाहेब रसद घेऊन, पनवेलवरून जात असल्याचं सांगताच, भाऊंनी सरदारांसह आक्रमण करून सर्व रसद मारली. भाऊस गुंतवून ठेवण्याकरता म्याकसाहेबानं थोडे सैनिक मराठ्यावर पाठवून, थोडीशी रसद घेऊन तो खोपोलीकडं निघाला. पंधरा दिवस टोपीकरांची वाट पाहून भाऊ कंटाळले. एका रात्री ते आपल्या डेऱ्याच्या बाहेर उभे होते. लख्ख चांदणं पसरलं. मनुष्याची सावली पुढं पुढं सरकत असताना पाहून ते दचकले. परंतु आत न जाताच तिथंच ते थांबले. ती सावली पुढं येताच तो आपला खबऱ्या असल्याचं त्यांनी ओळखलं. तो त्यांच्यापाशी येऊन हलक्या आवाजात सांगू लागला,

"भाऊसाब, ब्राऊनसायेबास तीन पलटणं आणि तोफा दिऊन, रसद आनन्याकरता पनवेलीस धाडलंय बगा."

भाऊंनी त्याच्या हातावर काही रुपये ठेवले. मुजरा करून तो चालू लागला. त्याचवेळी नानांनी तुकोजी होळकरास भाऊंच्या मदतीस धाडलं. दोघांनी ब्राऊनसाहेबावर हल्ला केला. त्याच्या गाड्यांचे बैल सोडून आणले. बरंच सामानही प्राप्त केलं. ब्राऊनसाहेब बावरला. त्याला पुढं किंवा मागं जाणं अशक्य

झालं. अशा कटकटीत आपला निभाव लागणं कठीण असल्याचा विचार केल्यावर, गाडर्ड आणि ब्राऊन दोघंही तळ सोडून मुंबईला गेले. पेशव्यांचे सेनापती हरिपंत फडके कार्ला आणि खंडाळ्याच्या आसपास होते. त्यांनी टोपीकरांची शस्त्रास्त्रं, दारूगोळा, तंबू इत्यादी लढाईचं आवश्यक सामान प्राप्त केलं. पटवर्धनबंधू पुढच्या मार्गावर आणि हरिपंत मागच्या वाटे होते. अशा अवस्थेत लढाई करणंच आवश्यक असल्याचं जाणून, गाडर्डनं हाती शस्त्र घेतलं. परंतु मराठ्यांपुढं आपला निभाव लागणार नसल्याचं जाणून जखमांनी त्रस्त झालेल्या अवस्थेत ब्राऊनसह तो पनवेलला गेला. रघुनाथरावाचा पक्ष उचलून धरण्यात अर्थ नसल्याचं जाणून महादजी शिंदेच्या मध्यस्तीनं गाडर्डनं तह केला. रघुनाथराव आत्यंतिक निराश होऊन कोपरगावी आले.

*

नानांस सविस्तर हकीगत सांगून भाऊ दाजीसह घरी प्रवेशले. मुलगे तर पूर्वीच घरी आले होते. त्यांच्याकडून मातेला सर्व समजल्यामुळं, भाऊ वस्त्रं बदलून राधाबाईच्या खोलीत प्रवेशले. तेव्हा दासी तिचे पाय दाबीत होती, त्यांना द्वाराशी बघताच पदर सावरीत, मुजरा करून ती निघाली. त्यांनी जवळ जाऊन राधाबाईचा हात हाती घेतला. ती हळूहळू उठून बसली. तिला थोपटीत ते सांगू लागले,

''तू औषध घेत नसल्याचं आमच्या कानावर आलंय. तू योग्य वेळी वैद्याकडची दवा घे. आमच्यासंगे महालात जेव आणि झोप. तुला निश्चित बरं वाटेल.''

''आता किती दिवस मुक्काम?''

''तसं निश्चित काही नाही. राधा, घरात लक्ष्मी, रमा आहेत. त्यांच्यावर जिम्मेदारी सोपवा. आम्ही तर तासगावला जाण्याच्या विचारात आहोत.''

तिचा म्लान चेहरा उजळला. ती सस्मित नेत्रांनी त्यांच्याकडं बघत उत्तरली,

''उत्तम! त्या मोकळ्या हवेत आम्हास निश्चित बरं वाटेल. या सप्ताहातला मुहूर्त बघाऽऽ सासूबाईंना सांगितलं की...''

''नाहीऽ पत्नीचा होकार प्राप्त केल्यावरच मातेला सांगायचं असतं.''

''इश्श ऽऽ काहीतरीच बोलायचं!''

''राधा, आम्ही चलतोऽ. बरीच कामं उरकायची आहेत.''

त्यांनी महालात येऊन जमा-खर्चाची चोपडी पुढं ओढली. त्यातल्या

एक-दोन चुकांवर त्यांनी खुणा केल्या. इतरही काही कागद पाहून सह्या करीत असता भोजनास चलण्याची खबर आली. कागद व्यवस्थित ठेवून ते भोजनगृहात आले. बया वाढीत होती. भावाशी हसत बोलत होती. तिच्याकडं पाहून त्यांना खूप बरं वाटलं. जेवण झाल्यावर विडा ओठांत दाबून मातेपाशी बसत ते म्हणाले,

"मातोश्री, तुम्ही सर्वांनी आता तासगावला राहावं!"

"तुम्हास येण्या-जाण्याची परेशानी होणार भाऊ."

"ते पाहता येईल. तुम्हास काही तकलीफ नाही ना?"

"बिलकूल नाही. उद्यापासून सामान आवरायचा इंतजाम करतो."

"माहेरचा निरोपसुद्धा घेऊन या."

"तो तर घ्यायलाच हवाऽऽ"

भाऊंच्या खळाळून हसण्यात तिचं हास्यही त्यात मिसळलं.

*

तासगावच्या वाड्याची व्यवस्था आणि देखभाल योग्य ठेवली होती. परंतु नातवांना जबाबदारीची जाणीव देण्याकरता जानकीबाईनं धाडलं. चार दिवसांनंतर सर्व मंडळींसह भाऊ तासगावला आले. त्यांच्या प्रवेशामुळं वाडा फार-फार सुखावला. दोन-तीन दिवस मजेत घालवून ते पुण्याकडं निघाले. भोजन, विश्रांती झाल्यावर ते शनवारवाड्याकडं दौडू लागले. तेव्हा पूर्वीसारखीच असणारी गडबड पाहून त्यांना खूप समाधान वाटलं. वाड्यातून बाहेर आलेल्या नानांनी त्यांना विचारलं,

"केव्हासे आलात?"

"आत्ताच आलो. तासगावात रहावा असल्यामुळं आठ-दहा दिवसांत येताच आलं नाही."

"असू द्या! तुम्हास हैदरवर धाडण्याचा आमचा मनसुबा आहे."

"त्यानं काही गडबड केली का?"

"दादासाहेबांनी जवळ केलेले हे अस्तनीतले निखारे आता दाहक झालेत. हैदर, निजाम आणि कोल्हापूरकर हे आम्हास फार फार परेशान करतात."

"नाना, निश्चिंत राहा, या परशुरामभाऊच्या देहात जान असेपर्यंत या स्वराज्याकरता ही तलवार तळपत राहणार."

"आमचीही तीच अपेक्षा आहे. रावसाहेबांपर्यंतचं कर्ज आम्ही चुकतं

केलं. परंतु सारख्या सुरू असणाऱ्या लढायांमुळं इतका खर्च होतोय की पुन्हा कर्जाचा विळखा पडणार की काय, असं भय वाटतंय.''

''नाना, घाबरू नका. या वक्ती हैदरला अस्सा लोळवतोय की तो पुन्हा डोकं वर काढणार नाही.''

पानसे, धायगुडे, पुरंदरे आल्यामुळं तो विषय तिथंच थांबला.

''नाना, बापू गेल्याचं समजलं असेलच!''

''नाही, सरदार पानसे, तुम्हास कसं समजलं?''

''आमचा सेवक बायकोला आणण्याकरता गेला होता. तिचा भाऊ तुरुंगात नोकरीला आहे. त्याच्याकडून समजलं.''

''या दोन-चार दिवसांत खलिता येईलच. सरदार मंडळी हैदरवर जाण्याची तैयारी कराऽऽ. या लढाईची सर्व सूत्रं भाऊंच्या हाती सोपवलीत. आजच्या दरबारी सर्व निश्चित होईल.''

''ठीक आहे.''

थोडा वेळ आपापसांत चर्चा करीत ते हजारी कारंज्यापाशी असलेल्या चबुतऱ्यावर आसनस्थ झाले. इतर सरदारही दरबार महालाकडं चालू लागले. तेव्हा दिवेलागण झाली. इतरांच्या बरोबर पानसे निघाले. सरदारांची उपस्थिती पाहून, नानांच्या इशाऱ्यानुसार, सरदार पानसे श्रीमंतांना आणण्याकरता गेले. थोड्याच वेळात गुर्झबदारांच्या ललकाऱ्यात श्रीमंत दरबारात प्रवेशले. सर्वांनी उत्थापन देऊन त्यांना नमस्कार केला. श्रीमंतांनी सस्मित नजरेनं स्वीकार करून कामास सुरुवात करण्याचा इशारा केला. ते उभे राहून बोलण्याच्या तयारीत असताना कारकून खलिता घेऊन आला. नानांनी थैली ओळखली. खलिता बाहेर काढून वाचल्यावर ते म्हणाले,

''आपला दुष्मन हैदरखान पैगंबरवासी झाल्याची खबर आहे.''

सर्वजण मस्तकावरच्या पगड्या काढून उभे राहिले. श्रीमंत त्यांचं अनुकरण करायला विसरले नाहीत. क्षणभरानंतर दरबारी बसल्यानंतर नाना म्हणाले,

''श्रीमंत, हैदरच्या मृत्यूखातीर मातमपोशीचा खलिता धाडण्याची इजाजत असावी.''

''तो तर आपला शत्रू होता ना?''

''श्रीमंत, मौतीनंतर शत्रुत्व राहत नाही म्हणून माणुसकीच्या नात्यानं असं पत्र धाडण्याची प्रथा आहे.''

"लिहून आणा. आम्ही सही करतो."

त्यानंतर शहरातील विकासाच्या कामाबद्दल चर्चा झाली. मंदिरातल्या पुजाऱ्यांच्या मानधनाबद्दल चर्चा होऊन, थोडंसं वाढवण्याला श्रीमंतांनी मंजुरी दिल्यावर, दरबार बरखास्त करून श्रीमंत गुर्झबदारांच्या ललकाऱ्यांत पावलं टाकू लागले.

*

दोन दिवसांनंतर भाऊ तासगावच्या वाड्यात प्रवेशले. तेव्हा बरीच धावपळ दिसत होती. त्यांना पाहताच दादासाहेब पुढं सरकून म्हणाले,

"भाऊसाहेब, आजी तुमच्याच इंतजारीत आहेत. तुमच्या नावाचा जप सुरू आहे. जाणाऱ्या जिवाला समाधान द्यावं."

त्यांचे शब्द ऐकताच त्यांना कसंसंच झालं. दादासाहेबांसह ते मातेपाशी आले. तिच्यापाशी राधाबाई स्थिरावली होती. तिच्या नेत्रांतले अश्रू गालांवरून ओघळत होते. त्या दोघांना पाहून ती उठली. जानकीबाईंचे ओठ हालले. अस्पष्ट शब्द बाहेर पडला. "भा...ऊ"

भाऊ बोलले, "मातोश्री, आम्ही आलोत."

"पा..णी... पा...जा.."

भाऊ तिचं मस्तक मांडीवर घेऊन दादासाहेबांनी दिलेल्या झारीतून 'गंगाजल' मुखात घालू लागले. एक घोट पाणी गिळून बाकीचं पाणी मुखातून बाहेर पडलं. मान कलंडली. भाऊ ढसढसा रडू लागले. दादासाहेबांनी त्यांच्या पाठीवर हात फिरवून त्यांना शांत केलं.

* * *

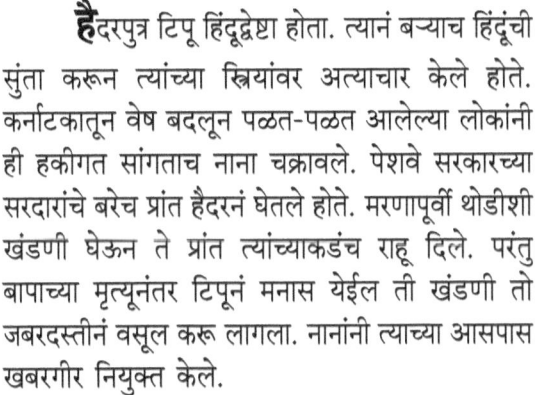

१६

हैदरपुत्र टिपू हिंदूद्वेष्टा होता. त्यानं बऱ्याच हिंदूंची सुंता करून त्यांच्या स्त्रियांवर अत्याचार केले होते. कर्नाटकातून वेष बदलून पळत-पळत आलेल्या लोकांनी ही हकीगत सांगताच नाना चक्रावले. पेशवे सरकारच्या सरदारांचे बरेच प्रांत हैदरनं घेतले होते. मरणापूर्वी थोडीशी खंडणी घेऊन ते प्रांत त्यांच्याकडंच राहू दिले. परंतु बापाच्या मृत्यूनंतर टिपूनं मनास येईल ती खंडणी तो जबरदस्तीनं वसूल करू लागला. नानांनी त्याच्या आसपास खबरगीर नियुक्त केले.

रात्रीचा टणक अंधार धॉय धॉय करीत पुढं येऊ लागला. त्यातच पाऊस कोसळत होता. अशा परिस्थितीत एक मुसलमान 'या अल्लाऽऽ' असं म्हणत नानावाड्यापाशी आला. पहारेकऱ्यानं त्याला अडवलं. तो इस्लामी भाषेत काहीतरी सांगत होता. खाली चालू असलेली गडबड ऐकून नानांनी खिडकी उघडली. खाली पाहून खात्री झाल्यावर, सेवकास पाठवून त्याला वर आणण्याची सूचना दिली. तो सेवकासह वर आला. तो हिंदू असल्याचं जाणून त्याचे भिजलेले कपडे बदलण्याकरता धोतर, सदरी आणि पांघरण्यास घोंगडी दिली. वस्त्रं बदलून तो सांगू लागला,

"नानासाब, नरगुंदच्या भावे सरदारावर टिपूनं जबरदस्त खंडणी लादली, पूर्वीची खंडणी खूपच कमी होती. आता तो मागतो इतकी खंडणी दिली तर तो दर साल वाढवतच ऱ्हानार, म्हनून लडाईची तैयारी कराय, तेनी सुरुवात केली. पन फौज कमी असल्यामुळं, टोपीकराकडं फौजेची मागनी केली. त्यांनी नकार दिल्यास ही चिठ्ठी देऊन तुमच्यापाशी धाडलंय, जी ऽऽ"

"नानासाब मस्नी पहचानलं नाई?"

"तू सखा जाधव!"

"व्हयजी."

"आता म्या भावे सरकारकडं हायजी! पुन्याची म्हाहिती हाय, म्हनून मला धाडलंय."

जाकिटात लपवलेली चिठ्ठी नानांच्या हाती देत तो सांगू लागला.

"नानासाब, काहीतरी करून आमच्या राजाला वाचवाऽऽ"

त्यांनी मान हालवली. त्यानं दिलेल्या पत्रावरून त्यांची नजर फिरू लागली.

"मी पेशवे सरकारचा सेवक. मला या दारूण प्रसंगातून स्वामींनी मुक्त करावं. अधिक लिहिणे नामुमकिन आहे. धाडलेला सेवक सर्व हकीगत सांगेलच."

नरगुंदकर भावेंनी केलेली विनंती नानांस स्पर्शून गेली. समोर उभ्या असलेल्या माणसाकडे भावेंना आश्वासन देऊन त्यांनी जाण्याचा इशारा केला. नानांनी बराच विचार करून फौज धाडण्यापूर्वी टिपूला समज देण्याकरता, स्वत:च खलिता तयार केला. त्यांनी लिहिलं, 'जहागीरदारांची संस्थानं एका राज्यातून दुसऱ्या राज्यात गेली असता, त्यांजकडून मामूल ठरावापेक्षा अधिक खंडणी घ्यावयाची वहिवाट नाही. जे जहागीरदार आपल्या सरकारशी राज्यनिष्ठेनं वागतात, त्यांचे सर्व हक्क पाळिले जाण्याची आजपर्यंत वहिवाट आहे.'

त्यावर एकवार नजर फिरवून, श्रीमंतांची सही शिक्का झाल्यावर थैली रवाना केली.

त्या खलित्यातला मजकूर ऐकताच टिपू सुलतान रागानं बेभान झाला. त्यानं ताबडतोब दिवाणाला बोलावून मजकूर सांगितला. त्यानं लिहून त्याच्यासमोर ठेवल्यावर, सही करून ताबडतोब धाडण्याची सूचना केली. तो खलिता नानांच्या हाती आला. त्यात मजकूर होता.

'आमच्या राज्यात वाट्टेल तेवढी खंडणी घेण्यास आम्ही मुखत्यार आहोत.

दुसऱ्यांच्या सलाहांची आम्हास जरूरत नाही.'

ते पत्र वाचून नानांस भयंकर संताप आला. पटवर्धन आणि भावेचं नातं असल्याचं त्यांना माहीत असल्यामुळं, त्यांनी परशुरामभाऊ पटवर्धन आणि गणेशपंत बेहरे यांस सैन्य घेऊन टिपूवर जाण्याचे आदेश धाडले. तो खलिता हाती पडताच भाऊंनी महालात जाऊन पत्नीस बुलावा धाडला. तिनं येऊन उत्सुकता प्रगट केली,

"स्वारीनं कशापायी बोलावणं धाडलं?"

"सांगतो. या इथं आमच्यापाशी बसाऽऽ"

ती त्यांच्यापाशी स्थिरावताच ते सांगू लागले,

"आम्ही कर्नाटकात उतरणार आहोत. आता मातोश्री नसल्यामुळं सर्व जिम्मेदारी तुलाच उचलावी लागेल. हे सांगण्याकरता आम्ही बोलावलं."

ती खुदकन हसली. तो तिच्याकडं उत्सुकतेनं पाहू लागताच ती म्हणाली,

"आम्ही सगळं व्यवस्थित करणार! स्वारीनं मुक्त मनानं जावं. आप्पा-बाबासही नेणार ना? पुढच्या वक्ती दाजीसही न्यावं."

तिला आवेगानं जवळ ओढून ते उत्साहानं म्हणाले,

"शाब्बास राधाऽ, तुझ्याकडून आमची हीच अपेक्षा होती. आमच्या संदुका तैयार करा."

भाऊंनी दुसऱ्या दिवशी सर्व तैयारी केली. राधाबाईनं सुनांच्या मदतीनं संदुका तयार केल्या. फौजही जाण्यास सिद्ध झाली. संध्याकाळ होताच राधाबाई म्हणाली,

"सासूबाई गेल्यापासून आम्ही श्रीगणेशाच्या दर्शनास गेलो नाही. आज स्वारीनं आमच्यासंगे यावं."

भाऊ तिच्याकडं बघत राहिले. ती जांभळा शालू नेसली होती. पिवळ्या चोळीचे काठ तिच्या गोऱ्यापुष्ट दंडात रुतले होते. कानाच्या पाळीतल्या हिऱ्याच्या कुड्या लखलखत होत्या. मोत्यांची नथ नाकात विसावली होती. गळ्यातल्या काळ्या पोतीसमवेत कोल्हापुरी साज शोभत होता. गोऱ्या कपाळावरच्या काळ्या महिरपीतून निघून कपाळावर भुरभुरणाऱ्या केसांना उजव्या हातानं मागं सारताना तिच्या पुष्ट उरोजांची होणारी हालचाल अतिशय आकर्षक होती. तिनं विचारलं,

"स्वारी येत्येय ना?"

"हो तर! पत्नीचा शब्द सदैव पाळावा, असं साधुसंतांनी सांगितलेलं

आम्ही विसरलो नाही.''

''इश्श ऽ सारखी थट्टाच!''

तिच्या गालांना स्पर्श केल्यावर त्यांनी चटकन पोषाख केला. आरशात पाहून ते खाली आले. तेव्हा लक्ष्मी, रमा आणि दाजी उभे होते. राधाबाईनं इशारा करताच त्या निघाल्या. मंडळी मंदिरात प्रवेशली. तेव्हा बरेच लोक दर्शनास आले होते. घंटाचा किणकिणाट सुरू होता. चंदनी उदबत्त्यांचा वास येत होता. उपस्थित मंडळीचे नमस्कार स्वीकारीत ते पुढं सरकले. समोर गाभाऱ्यात श्रीगणेशाची प्रसन्न मूर्ती समई आणि लामणदिव्याच्या प्रकाशात अतिशय लोभस दिसत होती. पुजारी तिथंच होता. भाऊंना पाहताच त्यांच्या मुखावर समाधान उमटलं. त्याची चौकशी केल्यावर त्यांनी श्रीगणेशाला लाल फूल आणि मोहर ठेवून नमस्कार केला. राधाबाई पेढे ठेवून काहीतरी पुटपुटली,

''कसलं साकडं घातलंत आमच्या गणेशाला?''

''स्वारीला यश आणि भरपूर आयुष्य मागितलं. दुसरं काय मागणार?''

पाच प्रदक्षिणा घातल्यावर प्रसाद घेऊन मंडळी निघाली. श्रीगणेशाच्या दर्शनानं भाऊंना खूप समाधान दिलं.

दुसऱ्या दिवशी प्रभातीच भाऊ राधाबाईला काही सूचना देऊन दोन्ही पुत्रासह डेरेदाखल झाले.

*

ते शनवारवाड्यात आले. तेव्हा नाना गणेशपंतांशी बोलत उभे होते. अप्पा, बाबानं पुढं सरकून नानांस नमस्कार केला. 'जयवंत व्हा' असा आशीर्वाद देऊन नानांनी त्यांच्या पाठीवर थोपटलं. भाऊ श्रीमंताना नमस्कार करून आल्यावर 'हर हर महादेव' अशा घोषणा सुरू झाल्या. ढोल-तुताऱ्या वाजू लागल्या. फौजांसमवेत भाऊ दौडू लागले. ते फौजांसह नरगुंदपाशी आलेले पाहून टिपूच्या सैन्यानं नरगुंदचा वेढा उठवला. दूर अंतरावर जाऊन तळ दिला. टिपूनं आपल्याला घाबरून वेढा उठवल्याचं समजून, फौजांनी जल्लोष सुरू केला.

रात्र पुढं सरकत होती. खूप उकडत होतं. पलित्यांचा प्रकाश पसरला होता. भोजनाची गडबड सुरू होती. अशा वातावरणात एक सेवक मुसलमानास घेऊन आला. त्यानं कुर्निसात करून, थैली भाऊसमोर ठेवली. त्याच्या भोजनाची व्यवस्था केल्यावर, थैलीचा सरकफांसा ढीला करून कागद बाहेर काढला. त्याकडं पाहून त्यांनी कारकुनास बोलावणं धाडलं. तो येताच त्यांनी खलिता पुढे

केला. त्यावर नजर फिरवून तो सांगू लागला,

"आम्ही नरगुंदचा वेढा उठवून दूर अंतरावर तळ दिला. तो आपल्या सरकार पेशवे याची अदब राखण्याकरता!" या मजकुरात लपलेली तीक्ष्ण चेष्टा त्या दोघांनाही झोंबली. ते भयंकर क्रुद्ध झाले. पहाटेच त्यांनी हल्ला केला. त्याच्या सैन्याला मागं हटवत नेलं. मराठी सैन्य विजय मिळाल्याच्या आनंदात असताना, टिपूच्या ताज्या दमाचे बरेच स्वार दौडत येऊन तुटून पडले. आता आपला निभाव लागणार नसल्याचं जाणून भाऊ-गणेशपंतांना नाइलाजामुळं मागं सरकावं लागलं. नजरबाजानं ती खबर देताच नानांनी तुकोजी होळकरास जाण्याचा आदेश धाडला.

पेशव्याची मोठी फौज येत असल्याचं जाणून त्यानं निजामअलीमार्फत तहाची बोलणी केली.

'नरगुंदकरांनी आमचं स्वामित्व कबूल करावं, त्यांची दोन वर्षांची खंडणी आम्ही पेशवे सरकारास देण्यास तैयार आहोत.' त्याच्या कपटी, कावेबाजपणाचा अनुभव नसल्यामुळं नानांनी भाऊस माघारी येण्याचा निरोप धाडला.

पौषातल्या थंडीच्या कडाक्यात भाऊ आणि पंत कृष्णेच्या गारगार पाण्यातून जाऊन पैलतीरावर पोहोचले आणि टिपूनं नरगुंदवर हल्ला केला. काहीच कल्पना नसल्यामुळं भावे गोंधळले. याच परिस्थितीचा फायदा घेऊन टिपूनं नरगुंदवर अधिकार केला. त्यांच्या कुटुंबाला कैदेत ठेवून त्यांच्या अतिशय सुंदर कन्येला जनानखान्यात लोटलं. भावेना शरणागती पत्करावी लागली. हे वृत्त नजरबाजाकडून समजताच नाना अतिशय कष्टी झाले. त्यांना भोजनही गेलं नाही. सुन्न मनानं ते बिछान्यावर पडले. मध्यरात्रीच्या सुमारास नरगुंदकर भावे स्वप्नात येऊन म्हणाले,

'नाना, तुमचेपाशी मदत मागितली, परंतु तुम्ही त्याऐवजी त्याला जरबेचा जाब विचारला. त्याचे परिणाम आम्हास भोगावे लागले, आम्ही त्याच्या गिरफ्तारीत तडफडत आहोत. त्याच्या य:कश्चित नोकरांकडून, ब्राह्मणांचा उद्धार ऐकत आहोत.' ते शब्द थांबले. नाना जागे होऊन अंथरुणावर बसले. पत्नीनं विचारलं,

"काय झालं?"

"काही नाही. तुम्ही झोपाऽऽ"

या पुढं बोलण्यात अर्थ नसल्याचं जाणून ती स्वस्थ झोपली. नाना मात्र बिछान्यावर पडून विचारमग्न झाले. पहाटेच त्यांना युक्ती सुचली. ते उठून बैठकीत आले. त्यांनी टोपीकरास, निजामास, टिपूविरुद्ध उठावाकरता, मदत

करण्याबाबत खलिते तयार केले. सकाळीच जाऊन श्रीमंतांची सही, शिक्का झाल्यावर रवाना केले. निश्चित समयी मंडळी दरबार महाली आली. सर्व मंडळी उपस्थित झाल्याचं पाहून विंचूरकर निघाले. त्यांच्यासमवेत गुर्झबदारांच्या ललकाऱ्यात श्रीमंतांची गुलजार पावलं पडत होती. नेहमीप्रमाणं श्रीमंत आसनस्थ झाल्यावर, नाना उभे राहून सांगू लागले.

"टिपूनं आमच्या सरदारांना फसवून नरगुंदवर हमला केला. भावेना कुटुंबीयांसमवेत गिरफ्तारीत टाकून, अतोनात छळ सुरू केला. त्यामुळं हजार ब्राह्मणांनी आत्महत्या केल्याचं वृत्त आहे. अशा परिस्थितीत आपण स्वस्थ बसायचं का?"

"नाही ऽ नाही."

श्रीमंतांना थोडंसं समजलं. ते हात उंचावून म्हणाले,

"नाही ऽऽ"

सर्वांना खूप बरं वाटलं. नाना पुन्हा बोलू लागले,

"टोपीकर आणि निजामाकडं आम्ही मदत मागितली. परंतु टोपीकर मदत पाठवणार नसल्याचा आमचा अंदाज आहे. शिंदे, होळकर आणि हरिपंत हुजरातीची फौज घेऊन निघतील. गंगाधर, रघुनाथ पटवर्धन, गणेशपंत, भाऊ, पुरुषोत्तम दाजी, त्याशिवाय अप्पा, बाबा हे असतीलच. शुभ मुहूर्त पाहून या मोहिमेत प्रस्थान करावं."

काम संपल्याचं जाहीर करून विंचुरकरासमवेत गुर्झबदारांच्या ललकाऱ्यात श्रीमंत चिमुकली पावलं टाकीत निघाले.

**

शुभमुहूर्तावर मंडळी डेरेदाखल झाली. कृष्णा आणि तुंगभद्रामधले प्रदेश काबीज करून तुकोजी होळकर व गणेशपंत कित्तुरकडं वळले. भाऊंनी बाकी सैन्य घेऊन बदामीस वेढा दिला. ते शहर हाती येणं कठीण असल्याचं जाणून तोफांस अग्नी देण्याचा इशारा केला. परंतु त्याचा फारसा उपयोग न झाल्याचं पाहताच शिड्या लावून भाऊसमवेत इतर सरदार सैनिकांसह आत उत्तरले. मराठ्यांना बघताच तटावरचे व आतले सैनिक पळत सुटले. मराठ्यांनी त्यांच्यावर दगडांचा मारा सुरू केला. तेव्हा किल्ला हाती आला. त्यानंतर गजेंद्रगड, शिरहट्टी घेऊन भाऊ आणि हरिपंत पुढं सरकत असता टिपूनं चिडून निजामाच्या उधनी ठाण्यावर आक्रमण केलं. हैदराबादहून निजामाचं ताज्या दमाचं सैन्य

येताच टिपू शरण आला. बहादूर भेंडा, कोप्पाळ जिंकून मराठ्यांचं सैन्य सावनूरपाशी आलं. टिपू जेरीस आला. त्यानं तुकोजीमार्फत तहाचा प्रस्ताव धाडला.

"पंत, तो तहाच्या शर्ती न पाळता कुरापती काढीत राहतो."

"भाऊ, या वक्ती आपणच त्याला ठोकरू या. चार महिने तंगवल्यावर तो सरळ येणारच."

उन्हाळा सुरू झाला. सर्वांनाच कोरडा उन्हाळा त्रस्त करू लागला. टिपूही जिकिरीला आला. त्यानं बदामी, शिरहट्टी, उधना वगैरे शहरे देऊन पंचेचाळीस लक्षांची खंडणी आणि दोन सरदार ओलीस ठेवण्याची अट मान्य केली. तिथंच कागद तैयार होऊन, सह्या झाल्यावर सरत्या चैत्रातल्या कडक उन्हात मंडळी निघाली. मार्गात पाऊस सुरू झाला. चिखलातून, दगड-धोंड्यातून ठेचकाळत, उपासमारीनं त्रस्त झालेले सरदार फौजेसह पुण्यात प्रवेशले. सर्व हकीगत नानांस सांगून हरिपंत आणि भाऊ बोलत-बोलत निघाले. तिथंच त्यांना श्रीमंत दादासाहेब स्वर्गस्थ झाल्याची खबर मिळाली.

*

भाऊ पुत्रांसह तासगावला आले. त्यांच्या आगमनानं घर आनंदानं उचंबळलं. राधाबाई फार फार सुखावली. त्यांना मात्र मातेचा विरह तीव्रतेनं जाणवला. ते महाली प्रवेशले. समोरच्या आरशात वस्त्रं घेऊन येत असलेली राधाबाई दिसली. त्यांनी तिच्यापाशी जाऊन छातीशी धरलं, तिनं गुदमरलेल्या आवाजात विचारलं,

"हे काय सकाळी-सकाळी?"

"पूजाऽऽ"

खळाळून हसत भाऊ तिच्या हातातलं धोतर घेऊन बाजूला सरकले. पुष्ट छातीवरचा सरकलेला पदर व्यवस्थित करीत राधाबाईनं सूचित केलं,

"निरोप धाडलाय, कृष्णा येईलच. हजामत झाल्यावर स्नानाचा इंतजाम करतो."

"ठीक आहे, राधा, आज काहीतरी खास बनव. बऱ्याच दिवसांत तुझ्या हातचा स्वादिष्ट पदार्थ खाल्ला नाही."

"पुरे आताऽऽ"

धोतर नेसून सदरी घालीत असता कृष्णा आल्याची सेवकानं खबर दिली. ते तसेच खाली आले. कृष्णानं त्रिवार मुजरा करीत बैठक पसरली. त्यावर बसून भाऊनी विचारलं,

"कसा आहेस?"

"ताईसायेबांच्या किरपेनं बरं चाललंय जी."

"आम्ही समजलो नाही."

"सायेब, तुमच्या घरचं हजामतीचं काम कमी झाल्यामुळं मिळकतीत घट झाली न्हवं! पन ताईसायेबांनी तांदूळ, जुंदळा देऊन आमची भूक भागवली, देवी हाय देवी!"

त्यानं वस्तरा पाजळून आपल्या कामास सुरुवात केली. क्षणभरानं तो सांगू लागला,

"सायेब, चार पोरं खानारी, या मिळकतीत भागत न्हाई. आमच्या पोराला फौजेत घेता यील बगाऽऽ"

"किती वर्षांचा आहे?"

हाताची बोटं मोडीत, काहीसा विचार करीत तो उत्तरला,

"चौदा वर्साचा! माझ्या सोबत काम करतो. पन तेला आवडत न्हाई."

"ठीक! त्याला आणून आमच्यासमोर उभा कर. त्याच्याशी बोलून मग सांगतो."

"आजच आनतो."

त्यांच्या संजाबावर तेल चोळून, पायानाही तेलानं घर्षण केलं. भाऊंना खूप बरं वाटलं. त्यानंतर त्यांचे पुत्र येऊन त्याच्या समोर बसू लागले. गरम पाण्यानं स्नान करून ओलेत्यानंच त्यांनी पूजा केली. त्यांना खूप खूप समाधान वाटलं. पोषाख केल्यावर, गणेश मंदिरात जात असल्याचं राधाबाईला सांगून, वळत असता ती म्हणाली,

"खरवस खाऊन जावं."

"आत्ता नको, आल्यावर खातो."

ते अनवाणी चालत निघाले. मंदिरात नेहमीप्रमाणं दर्शनार्थींची गर्दी होती.

मधून-मधून पावसाचा शिडकावा सुरू असल्यामुळं हवेत गारवा होता. घंटाचा किणकिणाट सुरूच होता. भाऊ पुढं सरकले. फुलं-दुर्वा वाहून नमस्कार केल्यावर बाजूला होत असता, पुजारी नम्रतेनं बोलला.

"भाऊराव, या उत्पन्नात भागत नाही. देता त्यापरिस थोडं वाढवलंत तर बरं होईल!"

"ठीक आहे. उद्या येऊन भेटा."

"भाऊराव, एक विनंती आहे. आमच्या नारायणाला वाड्यात घुसवलं तर उपकार होतील."

"म्हणजे चोरी करायला घुसवू?"

दोन्ही गालावर उजव्या हातानं मारून तो उत्तरला,

"भाऊराव, असं कसं म्हणेन हो? शनवारवाड्यात पेशव्याच्या सेवेत घ्या असं म्हणालो."

त्याच्या बोलण्याची गंमत वाटून ते खूप हसले. क्षणभरानं स्वत:ला आवरून ते म्हणाले,

"दुपारी त्याला आमच्या वाड्यावर पाठवा. किती वर्षांचा आहे?"

"तेरा."

"लिहायला वाचायला येतंय का?"

"होऽऽ जमा-खर्च-पत्रलेखनसुद्धा येतंय."

"ठीक, चिकटवून टाकतो."

"फार उपकार होतील भाऊराव!"

तो नमस्कार करू लागताच त्यांच्या जोडलेल्या हातांना दोन्ही हाती धरून ते म्हणाले,

"या गणेशाला नमस्कार करा. त्यानं दिलेल्या प्रेरणेनंच आम्ही तुम्हास आश्वासन दिलं." पाच प्रदक्षिणा झाल्यावर प्रसाद घेऊन क्षणभर बसल्यानंतरच ते घरी आले.

दुसऱ्या दिवशी माधवराव दाजीसह ते दौडू लागले. ते आपल्या शेतांवर आले. थंडी सुरू झाल्यामुळं गव्हाची शेतं वायू लहरीसमवेत खुशीनं डोलत होती. पलीकडच्या शेतात भरपूर भाजी होती. शेवग्यावर कोवळ्या शेंगा लटकत होत्या. पेरू, लिंबू ही झुडपं फळासह हिरवा पर्णसंभार घेऊन उभी होती. खंडकऱ्यानं उत्तम निगा राखलेली पाहून त्यांना समाधान वाटलं. चहूकडं नजर फेकीत त्यांनी सांगितलं, यातलं थोडं थोडं घेऊन घरी येऽऽ"

"जीऽऽ"

त्यानं दिलेलं गूळपाणी घेऊन ते दौडू लागले. ते घरी आले तेव्हा दुपार झाली होती. आठ-दहा दिवसांत सर्व कामं उरकल्यावर त्यांनी मुक्त श्वास सोडला. राधाबाईच्या आग्रहावरून व्याडेश्वरला चांदीचं अभिषेक पात्र आणि करंजेश्वरी देवीला ओटी पाठवली.

दुपारचं भोजन झाल्यावर ते विश्राम करीत असता राधाबाई प्रवेशली. त्यांच्यापाशी बसत तिनं विचारलं,

"आता किती दिवस मुक्काम?"

"सांगता येणार नाही. का बरं?"

"ब्राह्मणभोजन घालावं असं सासूबाईंच्या मनात होतं. सवड असेल तर..."

"आधी का बोलली नाहीस?"

"राहून गेलंऽऽ"

"राधा, मातोश्रीची इच्छा पूर्ण व्हायलाच हवी. आम्ही दिवस निश्चित केला आणि लढाई उभी राहिली तर?"

"खरंच कीऽ मग काय करणार?"

"दाजी मोठा आहे. त्याच्या मदतीनं सर्व उरकून घ्या, राधाबाई!"

"इश्श, हे कुठलं काढलंत राधाबाई!"

भाऊ तर्जनी गालावर ठेवीत म्हणाले,

"खरंच कीऽऽ आमच्या ध्यानीच आलं नाहीऽऽ"

त्यांचा लाडीक स्वर आणि अभिनय पाहून ते आपली नक्कल करीत असल्याचं जाणवताच ती गाल फुगवून बोलली,

"आमचंच बोलणं आम्हास ऐकवलंत!"

त्यांनी उठून तिच्या गालांवर ओठ टेकले. क्षणभरानं ती बाजूला झाल्यावर ते म्हणाले,

"रागवलीस की तू सुंदर दिसतेस म्हणून आम्ही असं बोलतो."

द्वारावरचा पडदा हिंदकळलेला पाहून त्यांनी विचारलं, "कोण आहे?"

"म्या म्हादू हाय."

"काय आहे?"

"पुन्यास्न थैली हायजीऽऽ"

"चल आलोच."

ते दडदड जिना उतरून खाली गेले. बाबाचा खास सेवक उभा होता. मुजरा करून त्यानं थैली दिली. ते म्हणाले,

"म्हादू, याच्या भोजनाची व्यवस्था कर."

म्हादू त्यास घेऊन गेल्यावर भाऊंनी खलिता वाचला. पुन्हा टिपूवर धाड

घालण्याचा विचारविनिमय करण्याकरता बोलावलं असल्याचं वाचून त्यांचं समाधान झालं. त्यांनी सांगताच राधाबाई उत्तरली,

"काही करावं म्हटलं की आलाच तुमच्या नानांचा बुलावा. वाड्यात आरामात बसून दुसऱ्यांना उन्हाळ्यात, थंडीत लढण्याकरता पाठवायला त्यांचं काय जातंय?"

"बसऽऽ! राधा ही शिवाजीमहाराजांच्या राज्याची सेवा आहे. आम्ही जसे सेवक आहोत, तसेच 'नाना' आहेत. कामं वेगळी आहेत. रागावू नकोस. आम्ही उद्याच प्रस्थान करणार आहोत."

राधाबाई काहीच बोलली नाही. परंतु तिच्या डोळ्यांतलं पाणी पाहून भाऊंनी जवळ ओढत थोपटलं.

दुसऱ्या दिवशी पूर्वेला तांबडे फुटताच राधाबाईचा नजरेतून निरोप घेऊन ते दौडू लागले.

*

मार्गात थांबत, सेवकानं रांधलेलं जेवण जेवल्यावर भाऊ पुण्यात आले. स्नान आटोपून पोषाख केल्यावर जोड्यात पाय सरकावून ते दौडत शनवारवाड्यात प्रवेशले. त्यांना पाहून हुजऱ्या पुढं येऊन म्हणाला,

"तुम्हास्नी खलबतखान्यात बोलावलंय जीऽऽ"

भाऊ खलबतखान्यात आले तेव्हा हरिपंत, पुरंदरे, पानसे, विंचुरकर, धायगुडे वगैरे सरदार उपस्थित होते. भाऊ आपल्या जागी स्थिर झाल्यावर, श्रीमंत नानांसमवेत आले. सर्वांचे नमस्कार स्वीकारून ते आसनस्थ झाले. नाना सांगू लागले,

"श्रीमंत, टिपूनं आपल्या फौजेत फ्रान्सिसचा भरणा करून टोपीकरांना चिडवलं. निजामाचा वकील पुण्यात असून, त्यानं पेशवे सरकारशी दोस्ती करण्यास, निजामास तैयार केलंय. आता पेशवे, कारनवालीस आणि निजाम यांनी एकजुटीनं हमला केला तर टिपू नामोहरम होईल."

श्रीमंत फक्त ऐकत असल्याचं पाहून हरिपंतानी विचारलं,

"कारनवालीस तैयार आहे का?"

"प्रथम तो राजी नव्हता. परंतु त्रावणकोरच्या राजावर, कारनवालीसच्या मित्रावर टिपूनं हमला केल्याचं कारण निर्माण झाल्यामुळं तो आमचा दोस्त झाला."

आमची तलवार पहावी ❀ २२१

"म्हणजे तिघांनी आपसात तह करून टिपूवर आक्रमण करायचं अस्संच ना?"

"अगदी बरोबर! जाण्यास कोण कोण तैयार आहेत?"

"आम्ही सर्वच!"

"आम्ही पन तलवार घेऊन येऊ का?"

"श्रीमंत, अद्याप तुम्ही खूप लहान आहात. पुढं लढायचं आहेच."

"श्रीमंत फार कंटाळलेत. विंचुरकर त्यांना पोचवून याऽऽ"

श्रीमंत उठून विंचुरकरासह चालू लागले. नानांनी तहाचा मसुदा तयार करून वाचला. सर्वांच्या पसंतीनं दोघांना खलिते धाडले. बऱ्याच दिवसांनंतर त्यांच्याकडून पसंतीचे खलिते हाती पडताच नानांच्या नजरेसमोर अनेक चेहरे आले. त्यानंतर हरिपंत आणि भाऊंचे चेहरे स्थिर झाले. त्यातून भाऊस कर्नाटकची पूर्ण माहिती असल्यामुळं त्यासच सेनापतीपद देऊन पाठवायचं निश्चित केल्यावर ते उठले.

*

परशुरामभाऊ तासगावातच होते. घरची कामं उरकत होते. एका सकाळी ते राधाबाईसह परसात उभे असता कोणीतरी एक गृहस्थ आल्याची खबर आली. आत येऊन मस्तकावर पगडी ठेवून ते बैठकीत आले. त्यांना पाहून ते गृहस्थ उभे राहिले. त्यांना आसनस्थ होण्याची विनंती करून भाऊ म्हणाले,

"आम्ही तुमास पहचानलं नाही."

तो गृहस्थ अदब राखीत उत्तरला.

"मी महादजीपंत गाडगीळ, पुण्यातून आलोय."

"काय काम?"

"माझ्या मुलीचा आपल्या चिरंजीवांकरता प्रस्ताव घेऊन आलोय."

"ठीक आहे. परंतु तुमची कन्या पाहिल्याशिवाय आम्ही काय बोलणार?"

"ते ही खरंच म्हणा. मुलगी इथल्या गोखल्याकडं आहे. संध्याकाळी घेऊन येतो."

"त्यांच्यासाठी रव्याचे लाडू घेऊन सेवक आला. त्याच्या हातातला वाडगा घेऊन त्यांनी पाणी आणण्याचा इशारा केला. त्या गृहस्थासमोर वाडगा धरून भाऊ म्हणाले,

"घ्याऽऽऽ"

त्यांनी लाडू घेऊन खायला सुरुवात केल्यावर, भाऊ त्याचं अनुकरण करायला विसरले नाहीत. शेजारच्या मुलांशी खेळून आलेल्या गणपतकडं बोट दाखवून ते बोलले.

“हे आमचे चिरंजीव गणपतराव. काही विचारायचं असेल तर विचारा.”

“भाऊसाहेब, तुमच्या सुपुत्राला काहीही विचारणार नाही. आता आम्ही चलतो.”

दिंडी दरवाज्यापाशी त्यांना सोडून आल्यावर माजघरात डोकावत त्यांनी खबर दिली,

“आपल्या गणपतकरता मुलगी सांगून आली.”

“स्वारीनं काय सांगितलं?”

“मुलीला घेऊन संध्याकाळी यायला सांगितलं. तुम्ही पाहून निर्णय घ्या.”

“इश्शऽ आम्ही काय बोलणार?”

“तिच्याशी बोलाऽऽ म्हणजे परिचय होईल. आपल्या लक्ष्मी-रमाची ओळख करून द्याऽ. संध्याकाळी शिरा बनवा म्हणजे आम्हासही मिळेल!”

ओठावर पदर धरून ती उत्तरली,

“काय बाईऽऽ बोलणं तरी! जणू काय स्वारीला शिरा कधी मिळतच नाही!”

तिच्या शब्दांनी भाऊंना खूप हसवलं. तिला काही सूचना देऊन ते चालू लागले.

राधाबाईनं बैठकीवरचं आवरण सेवकाकडून बदलून घेतलं. तक्के, लोडावर नवे अभ्रे घातले. मोगराही शिंपडला. जास्वंदीच्या फुलांनी भरलेला गुलदस्ता ठेवला.

दुपारचं भोजन झाल्यावर भाऊ विश्रांती घेत होते, तेव्हा राधाबाईनं स्वत:च शिरा बनवला. त्या मुलीसाठी खण-नारळ आणि पेढ्याची पुडी ठेवून तिनं तबकही तयार केलं. एकवार सर्वत्र नजर फेकून आल्यावर लक्ष्मी-रमाला सूचना दिल्या. संध्याकाळ पुढं सरकू लागताच महादजीपंत गाडगीळ कन्येस घेऊन आले. भाऊंनी त्यांचं यथोचित स्वागत केलं. आत जाऊन राधाबाईस घेऊन आले. गाडगीळ उभे राहिले. त्यांच्या कन्येनं त्या दोघांची चरणधूळ मस्तकी घेतली. राधाबाईनं तिला आपादमस्तक न्याहाळून विचारलं,

“लेखन-वाचन येतं का?”

"होऽऽ"

"आमच्या संगे आत येऽऽ"

ती तिच्यामागून चालू लागली. देवाला नमस्कार केल्यावर साधारण अंदाज करीत तिनं त्या दोघींना नमस्कार केला. राधाबाईनं विचारलं,

"तुझं नाव काय?"

"जानकी."

राधाबाईला तीव्रतेनं सासूची आठवण झाली.

थोड्या वेळानं जानकी आणि दोन्ही सुनांना शिरा देऊन ती तबक घेऊन उंबरठ्यापाशी उभी राहिली. भाऊंनी पुढं सरकून तिच्या हातातलं तबक घेतलं. सर्वांना मुलगी आवडली. राधाबाईनं तिच्या गोऱ्या कपाळी कुंकू लावून खण, नारळ आणि पेढे असलेलं तबक दिलं. ते घेऊन तिनं देवाला नमस्कार केल्यावर, ती सर्वांपुढं नम्र झाली. महादजींनी विचारलं,

"भाऊसाहेब, तुमच्या अपेक्षा?"

"तुम्हास जमेल तेवढे अलंकार घाला आणि लगीन करून द्याऽ"

"पण सदाशिव पेठेत आमच्या घरी लगीन होईल!"

"मानपान?"

"तुमचं तुम्ही, आमचं आम्ही करूऽऽ"

सर्व निश्चित झाल्यावर भाऊ क्षणभर विचार करून म्हणाले,

"पंत, तैयारीला सुरुवात करा. या आठ-दहा दिवसांत विवाह होणं निहायत जरुरीचं आहे. त्यानंतर म्हणाल तर कमीत-कमी वर्ष दीड वर्ष थांबावं लागेल."

बराच वेळ विचार करत महादजीपंतांनी होकार दिला.

✳ ✳ ✳

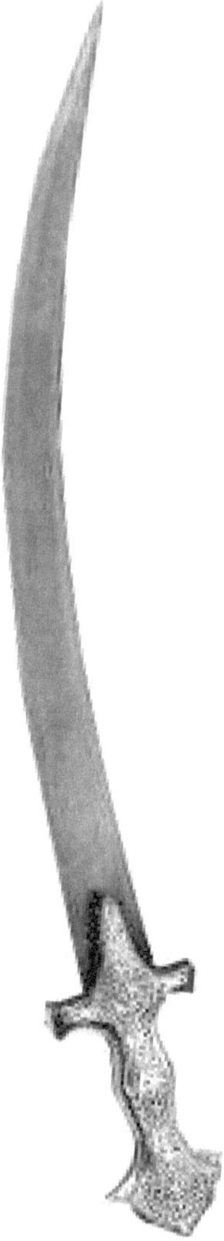

१७

नाना पत्नीसह विवाह समारंभाला उपस्थित असल्यामुळं भाऊंना खूप आनंद झाला. आप्पा-बाबांनी त्यांचं उत्तम स्वागत केलं. भोजन झाल्यावर राधाबाईनं चंदेरी लुगड्या-खणासह यशोदाबाईंची ओटी भरून नमस्कार केला. मंडपातून जाताना आप्पा-बाबानं पत्नींसह त्या दोघांना नमस्कार केला, तेव्हा नाना म्हणाले,

"भाऊ, पुण्यात किती दिवस वास्तव्य?"

"चार दिवस."

"आणखी चार दिवस मुक्काम वाढवता येईल का?"

"तुमची इच्छा असेल तर वाढवतोऽ"

नाना पत्नीसह बाहेर पडल्यावर, भाऊ इतर लोकांशी बोलण्यात मग्न झाले. अंधारानं वातावरणाचा कब्जा घेतल्यावर, मस्तकावर दिवे घेऊन चालणाऱ्या माणसांसह घोड्यावरून वरात निघाली. त्या रात्री जानकी, पाठराखीण बहिणीसह राहून, दुसऱ्या दिवशी आलेल्या पित्यासह निघाली.

चार दिवसांनंतर मुरलीधराच्या मंदिरातून आल्यावर ते धोतर नेसत असता द्वारावरचा पडदा हिंदकळला. बाहेरून मुजरा करीत शंकर बोलला,

“भाऊसाब, वाड्यावरनं चिठ्ठी घेऊन सेवक आलाय. म्या घिऊन आनू का?”

“होऽऽ त्याला भोजन करून जायला सांग.”

“जीऽऽ”

त्यानं चिठ्ठी आणून भाऊंच्या हाती दिली. त्यात फक्त उद्या होणाऱ्या दरबारला येण्याची सूचना होती. यापूर्वी नानांनी असा आग्रह केला नव्हता. आणि मुलांसह दरबारला येण्याची सूचनाही दिली नव्हती. त्यामुळं अनेक तर्क-कुतर्काच्या जंजाळात गटांगळ्या खात त्यांनी संध्याकाळ घालवली. त्यांची बेचैनी पाहून राधाबाई घाबरली. दरबारी जाण्याकरता संदुकीतून त्यांचा पोषाख काढीत ती म्हणाली,

“स्वारीनं नेहमीप्रमाणे खूष राहावं. स्वारीकडून कसलीही आगळीक झाली नसल्याबद्दल आमची खात्री आहे. काहीतरी चांगलंच घडणार आहे.”

“असं म्हणत्येस?”

मानेनंच होकार देऊन ती खाली गेली. आणलेले प्रसादाचे दोन पेढे त्यांच्या हातावर ठेवीत “हे पेढे निश्चितच शुभवार्ता देतील.”

तरीही दुसऱ्या दिवशी दरबारला जाईपर्यंत ते बेचैन होते. संध्याकाळ झाली. भाऊ तयार होऊन आरशासमोर उभे होते. राधाबाई त्यांच्या उघड्या अंगावर मोगऱ्याचा फाया फिरवीत खुदकन हसून बोलली,

“स्वारी फारच सुंदर दिसत्येय. कुणाची तरी दृष्टच लागायची. आज आल्यावर मीठ-मोहऱ्या ओवाळून टाकायला हव्यात.”

“राधा, आम्ही पुरुष आहोत. आम्हास कसली दृष्ट?”

मोतद्दारानं घोडा आणल्याचं सांगायला आलेल्या दाजीनं विचारलं,

“भाऊ, आम्हास येण्याची इजाजत आहे का?”

त्याची दरबारी भाषा ऐकून ते कौतुकानं हसले. क्षणभर विचार करून म्हणाले,

“तैयार होऊन लवकर येऽऽ”

तो खाली गेल्यावर ते जोड्यात पाय सरकावित खाली आले. देवाला नमस्कार करूनही त्यांचं मन अस्थिरच होतं. ते अंगणात उतरले. दाजीही आला. मातेचं रूप असलेला दाजी फारच देखणा दिसत होता. भाऊ यशवंतवर आणि दाजी जयवंतवर स्वार होऊन दौडू लागले. ते शनवारवाड्याच्या मैदानात आल्यावर

पायउतार होत असताना आप्पा-बाबाही आलेच. आपले घोडे मोतद्दारापाशी देऊन चौघंही दरबार महाली प्रवेशले. तिघंही एकत्रच बसले. भाऊ द्वारातून पहात होते. सर्वत्र लखलखाट असून, भिंतीवरच्या पडद्यावर जडवलेले हिरे झगमगत होते. तलम पडद्यामागं बसलेल्या स्त्रियांची कुजबूज ऐकू येत होती. गुर्झबदारांच्या ललकाऱ्या कानावर पडताच स्तब्धता पसरली. भाऊ येऊन नियोजित जागी आसनस्थ झाले. दरबारी त्यांच्याकडं सस्मित नेत्रांनी बघत होते. नानांसह श्रीमंत आले. गुर्झबदार त्यांना पाठ न दाखवता निघून गेले. मसनदीवर स्थानापन्न होऊन त्यांनी सर्वांस बसण्याचा इशारा केला. नाना श्रीमंतांना नमस्कार करून बोलू लागले,

''हे गो ब्राह्मण प्रतिपालक' राज्य असल्यामुळं थोरल्या महाराजांनी अंगीकारलेल्या तत्त्वास बाधा येते म्हणून श्रीमंतांनी, या हिंदूद्वेष्ट्या माणसाचा, टिपू-सुलतानाचा निःपात करायचं ठरवलंय. त्या लढाईचं आधिपत्य-म्हणजे सेनापतीपदाची धुरा श्रीमंत परशुराम रामचंद्र पटवर्धन यांच्या हाती देत आहेत.''

सर्वांच्या वतीनं आनंद प्रदर्शित करून विंचुरकर उत्तरले,

''उत्तम! आम्हां सर्वांच्या मनातही तेच होतं.''

आपल्याला ही जिम्मेदारी झेपेल की नाही, या विचारानं क्षणभर ते अस्थिर झाले. सेनापतीपदाची वस्त्रं, पोषाख आणि नियुक्तीचं सरकारी पत्र असलेलं तबक नानांनी पुढं करताच श्रीमंतांनी स्पर्श करून भाऊंच्या हाती दिलं. अस्थिर मनात बळ भरलं. ते श्रीमंतांची चरणधूळ मस्तकी घेऊन म्हणाले,

''श्रीमंत, तुम्ही माझ्यावर ठेवलेल्या विश्वासास तडा जाऊ देणार नाही. शिवप्रभूंच्या या राज्याकरता जान कुर्बान करण्याचं परमेश्वरानं सामर्थ्य द्यावं.''

भाऊ ते तबक कपाळी लावून आसनस्थ झाले. श्रीमंतांना थोडासा अर्थ समजला. ते म्हणाले,

''भाऊऽऽ शाब्बाशऽऽ''

भाऊंनी मान झुकवून त्या शब्दांना आदर दिला. नाना पुन्हा बोलू लागले.

'''श्रीमंत, आपल्याकडं फारच थोडे सैनिक आहेत. टिपूच्या अवाढव्य सैन्यापुढं निभाव लागणं फारच कठीण आहे. म्हणून म्हणतो भाऊंनी सैन्यभरती करावी. त्या तरुणांना शिक्षण दिल्यावरच सैन्यासह टिपूवर हमला करावा.''

''भाऊंनी नानांचा प्रस्ताव मान्य करावा.''

''मला मंजूर आहे श्रीमंत!''

त्यानंतर दरबारचं काम संपल्याचं जाहीर करून श्रीमंत उठले. गुर्झबदारांच्या घोषणात ते पावलं टाकू लागले. दरबारी उठत असता नाना बोलू लागले,

"जे सरदार भाऊसंगे जाणार असतील, त्यांनी सेनापतीचे शब्द ऐकणं निहायत जरुरी आहे."

सर्वजण मान्यता देऊन दरबार महालाच्या बाहेर आले.

भाऊंचे पुत्र घरी प्रवेशले. त्यांनी सर्व हकीगत सांगताच, राधाबाई फार फार सुखावली. ती महालात आली. भगवा शालू नेसून लाल रंगाची चोळी घातली. मोत्यांचे अलंकार घालून ती आरशासमोर उभी राहिली. कपाळावर भुरभुरणाऱ्या केसांना हातानं मागं सरकावून, लालबुंद चंद्रकोर व्यवस्थित केली. दासीनं आणून दिलेल्या चांदीच्या तबकात पेढे ठेवून ती महालाच्या बाहेर आली. घोड्याच्या टापा ऐकू येताच तिनं दासीला इशारा केला. भाऊ यशवंतवरून पायउतार होऊन पुढं येताच, दासीनं त्यांच्या पायांवर पाणी घातलं. राधाबाईनं त्यांच्या कपाळी कुंकू लावून ओवाळलं. त्यांच्या हातावर पेढे ठेवून ती म्हणाली,

"स्वारीनं देवास नमस्कार करून यावं."

तिच्यासह ते चालू लागले. त्यांना मातेची तीव्रतेनं आठवण झाली. देवासमोर मोहर ठेवून हात जोडीत ते म्हणाले,

"हाती आलेली कामगिरी आमच्या हातून उत्तम प्रकारे पार पडू देत इतकंच मागणं आहे."

त्या रात्री उकडीच्या एकवीस मोदकांचा नैवेद्य झाल्यावर, सर्वांनी आनंदानं भोजन केलं. विडा चघळीत ते म्हणाले,

"उद्या आम्ही तासगावला जातो. तुम्ही सर्वांनी परवा निघावं."

"स्वारीनं आमच्यासंगे परवा चलावं. एका दिवसानं काय होणार?"

क्षणभर विचार करून त्यांनी होकार दिला.

राधाबाईनं सुना आणि सेवकांच्या मदतीनं सर्व सामान आवरलं. गाड्यात भरण्याची व्यवस्था केली. गाड्या रवाना झाल्यावर दुसऱ्या दिवशी भाऊ प्रभातीच आपल्या परिवारासह मार्गस्थ झाले. तासगावला आल्यावर स्नान आटोपून ते गणेश मंदिराकडं निघाले. त्यांनी श्रीगणेशासमोर पेढे ठेवून, मनात काहीतरी इच्छा बाळगीत नमस्कार केला. पुजाऱ्यानं मुलाला नोकरी दिल्याबद्दल आभार मानून प्रसाद दिला. प्रदक्षिणा झाल्यावर ते दादासाहेबांकडं आले. तेव्हा ते अंगणात सेवकाला सूचना देत होते. त्यांना पाहून दादासाहेबांनी आश्चर्य प्रगट

केलं,

'भाऊसाहेब, इतक्या सकाळी-सकाळी कसे आलात?''

''आनंदाच्या बातमीप्रीत्यर्थ. तुमच्या बहिणीनं पेढे पाठवलेत.''

''आमची बहीण तुमची कोणीच नाही का? ते जाऊ द्या. खूषखबर सांगा लवकर!''

''दादासाहेब, आम्ही सेनापती झाल्याबद्दल हे पेढेऽऽ''

''अभिनंदन! भाऊसाहेब, तुमच्या कष्टाचं चीज झालं. असाच पराक्रम करून, आपल्या कुळाचं नाव रोशन करा.''

भाऊ त्यांच्यासमोर नम्र झाले. दादासाहेबांनी उत्सुकता प्रगट केली,

''आता कोणावर हल्ला?''

''टिपू सुलतान.''

''त्याचा नायनाट करा. त्यानं म्हणे ब्राह्मण आणि वैष्णवांना रांगेत उभे करून ठार मारलं. अशा क्रूर माणसाला ठेवायचं कशाला?''

''आमचंही तेच म्हणणं आहे. दादासाहेब, आम्ही चलतो.''

त्यांनी स्वत:च आत जाऊन वाडगा आणला. त्यांच्यापुढं ठेवून ते म्हणाले,

''घ्याऽ. आमच्यातर्फे तोंड गोड कराऽऽ''

भाऊंनी बुंदीचा लाडू उचलल्यावर तेही लाडू खाऊ लागले. थोड्या वेळानंतर भाऊ चालू लागले. ते परिचितांचा नमस्कार घेत आपल्या वाड्यात प्रवेशले. महालात येऊन त्यांनी आपल्या कामाचा तपशील तयार केला. दुसऱ्या दिवसापासून कामास सुरुवात करण्याचा निश्चय केला. रात्री अप्पास सूचना द्यायला ते विसरले नाहीत.

*

दुसऱ्या दिवशी पहाटेच ते पुत्रासह दौडू लागले. त्यांनी एका दिवसात बरेच तरुण एकत्र केले. त्यांनी मुजरे घातल्यावर ते म्हणाले,

''तुमची सर्वांची फौजेत दाखल व्हायची तैयारी आहे ना?''

सर्वांनी हात वर केले. ते परीक्षेत तयार होतील अशी खात्री होताच. आपल्या पथकातील दोन हुषार सैनिकांची शिक्षण देण्याकरता योजना करण्याचं निश्चित करून ते घरी परतले. दुपारचं भोजन झाल्यावर त्या दोन सैनिकांना बोलावलं. ते आल्यावर भाऊ बोलू लागले,

''आज आम्ही बरेच तरुण पाहून आलो. ते अगदी दणकट असून,

आमची तलवार पहावी २२९

उत्साही आहेत. त्यांना शिक्षण देण्याची जिम्मेदारी तुम्हां दोघांची! त्यांची परीक्षा आप्पासाहेब घेतील हे ध्यानी असू द्याऽ''

''जी.''

इतकंच बोलून मुजरे केल्यावर ते माघारी आले. त्यांनी सर्व तयारी करून आप्पासाहेबाला ठिकाण विचारल्यावर ते मार्गस्थ झाले. तासगावच्या वाडी-वस्त्यांतले तरुण प्रशस्त मैदानात जमा झाले. काळे-सावळे, सुदृढ तरुण त्या सैनिकांकडं उत्सुकतेने पाहू लागले. आठ-दहा दिवसांत त्यांनी त्या तरुणांची उत्तम तयारी करवून घेतली. आप्पासाहेबांनी तारीफ केल्यावर भाऊंनी त्यांची फौजेत भरती केली.

दूरच्या प्रवासाची सर्व तयारी करून भाऊ पाच हजार सैनिकांसह पुण्यात आले. एक दिवस वास्तव्य करून बरोबर येणाऱ्या सरदारांना त्यांनी योग्य सूचना दिल्या. संध्याकाळी उपस्थित राहून सर्व व्यवस्था केल्याची दरबारला पूर्ण कल्पना दिली. श्रीमंत चटकन म्हणाले,

''जयवंत व्हा.''

भाऊंना खूप समाधान वाटलं. दरबारचं काम संपल्याचं नानांनी जाहीर केल्यावर श्रीमंत चालू लागले. त्यानंतर भाऊंनी नानांची भेट घेतली, तेव्हा नाना म्हणाले,

''मार्गात तुम्हास टोपीकर आणि निजाम मिळतील. परंतु त्यांजवर विसंबू नये.''

''ठीक आहे. ते दोघंही भरोशाचे नाहीत हे आम्ही जाणून आहोत. आता आम्ही चलतो.''

ते घरी आले. फौजेस योग्य सूचना दिल्यावर, भोजन करून ते निद्राधीन झाले.

*

ज्येष्ठातल्या एका प्रभाती पाच हजार स्वार आणि दोन हजार पायदळ घेऊन ते दौडत होते. मार्गातच आषाढ बरसू लागला. ढगांनी आभाळ भरलं. गडगडाट आणि लखलखाट करीत विजा चमकत होत्या. चहूकडं पाणी आणि चिखलाचा रबरबाट होता. त्यातूनच सैन्य पुढं सरकत होतं. कुमठा ठिकाणी मुक्काम असताना मुंबईहून आलेली टोपीकरांची फौज त्यांना मिळाली. कृष्णेला पूर असूनही कुडचीतून ते पैलतीरी गेले. तिथून पुढं मलप्रभा उतरून ते टिपूच्या

प्रदेशापाशी आले. सर्वत्र टेहळणी करून अप्पासाहेब नवलगुंदला आले. तिथं पुढून येणारे तीनशे स्वार तोफा-बंदुका घेऊन आडवे आले. त्यांच्यावर मराठ्यांनी आत्यंतिक त्वेषानं आक्रमण केलं. ते पुढं पुढं सरकू लागले. टिपूच्या जुलमाला कंटाळलेल्या लोकांनी स्वत:च किल्ले भाऊंच्या हाती दिले. वसूलही मिळाला. बोथाटी खेळणारे, दांडपट्टा फिरवणारे, तलवारीचे खेळ करणारे शिलेदार-बारगीर वगैरे लोकांना बोलावून भाऊ बक्षिसं देत असल्यामुळं भराभर फौज वाढली. दहा हजार सैनिकांसह भाऊ धारवाडपाशी आले. या अल्लाऽऽ असं म्हणत एक फकीर आला- त्याला ओळखून भाऊ म्हणाले,

"सांग लवकर."

"या किल्ल्यांत बद्रीजमानखान बरंच सैन्य घेऊन तुमची वाट पाहतोय."

भाऊंनी करांगुलीतली आंगठी काढून त्याच्या हातावर ठेवीत इशारा केला. त्यातला अर्थ जाणून तो चालू लागला. संपूर्ण टेहळणी करून आलेला आप्पा बोलला,

"आता आपण फक्त वेढा घालू शकतो."

"ठीक आहे. तेवढं तर कराऽऽ"

दुसऱ्या दिवशीच मराठ्यांनी धारवाडला वेढा दिला आणि तोफांचा मारा सुरू केला. तरीही किल्ला हाती येईलसं वाटत नव्हतं. काय करावं या विचारात ते मग्न असता टिपूच्या सरदारानं हल्ला केला. भाऊंनी त्यास परतवून लावल्यावर त्याच्याकडच्या तीन-चार तोफा प्राप्त केल्या. भाऊ अवाढव्य सैन्यासह पुढं सरकले. पाऊस पडतच होता. अनेक अडचणी सोसून पुढं सरकत त्यांनी धारवाडची पेठ जिंकली. त्या लढाईत टोपीकरांची फार मदत झाली. त्यांचे पाचशे सैनिक धारातीर्थी पडले. बरेचसे जखमी झाले. भाऊंचा पुतण्या जनार्दन मेघ:शाम कामी आला. भाऊंना खूप वाईट वाटलं. परंतु मनाची समजूत घालून ते लढण्याकरता उभे राहिले.

धारवाडचा किल्ला जिंकणं फार कठीण होतं. परंतु आत जाणारी रसद कापून तो किल्ला त्यांनी हस्तगत केला. त्यावर भगवा झेंडा फडकावला. आता त्यांच्या नजरेसमोर 'श्रीरंगपट्टण' होता. कॉर्नवालिसनं मद्रासकडून येऊन टिपूचे बरेच प्रदेश जिंकल्यावर भाऊंना खलिता धाडला. त्यातील मजकूर 'दुभाषीनं' वाचून दाखवताच त्यांनी आपल्या अप्पासाहेबासह फौज आणि रसद पाठवली. त्यामुळं तो मराठ्यावर फार खूष झाला. पुण्याहून नानांनी हरिपंतास धाडलं.

त्यांना पाहताच टिपूनं तहाची बोलणी सुरू केली; परंतु त्याचा खोटारडेपणा माहीत असल्यामुळं हरिपंत स्थिर राहिले. निजामाच्या सैन्याचा उपयोग नसून अडचणच होती. परंतु शब्द दिल्यामुळे हरिपंत, भाऊंनी मौन पाळलं.

कर्नाटकातला उन्हाळा त्रस्त करू लागला. तहानेनं जीव कासावीस होऊ लागला. तरीही रणरणत्या वैशाखात हरिपंत, भाऊ आणि कॉर्नवालिस मोती तलावापाशी आले. पुढं पुढं सरकून श्रीरंगपट्टणाला त्यांनी वेढा दिला. कॉर्नवालिस भाऊसह आघाडीवर राहून, जोरदार हल्ले करीत असल्यामुळं, टिपूचे हजारो सैनिक ठार झाले. टिपू सुडानं पेटून उठला. त्यानं गोरे आणि एतद्देशीय हजारो सैनिकांना कंठस्नान घातलं. हरिपंत आणि भाऊ मनापासून टोपीकरांस मदत करीत नव्हते. आप्पासाहेब आणि इतर सरदारांस तशा सूचना द्यायला हरिपंत विसरले नाहीत. आप्पासाहेबांनं उत्सुकता प्रगट करताच ते म्हणाले,

"टिपू कसाही असला तरी एतद्देशीय आहे. टोपीकर विलायती आहेत. टिपू साफ बुडाला तर टोपीकर बळावतील, म्हणून टोपीकरांना शह रहावा, या उद्देशानं टिपूस ठेवणं निहायत जरुरी आहे."

"समजलंऽऽ"

टोपीकरांनी परिस्थिती जाणली. अशा अवस्थेत लढाई करणं अयोग्य असल्याचं त्यांना समजलं. टिपूही खूप दमला होता, त्यानं तहाचा प्रस्ताव धाडला. या तहात टिपूचं अर्ध राज्य, तीन कोट रुपये देण्याचं त्यानं कबूल केलं. क्षणभर विचार करून भाऊ म्हणाले,

"आमचा विश्वास नाही. म्हणून त्यांनी आपले दोन पुत्र आमचेपाशी ओलीस ठेवावेत."

टिपूचा वकील बावरला. परंतु नाइलाजानं त्याला कबूल करावं लागलं. क्षणभरात आठ आणि दहा वर्षांचे दोन बालक येऊन वकिलापाशी उभे राहिले. टिपूचे प्रांत, रुपये तिघांनी वाटून घेतल्यावर तिघंही कर्नाटकातून निघाले.

मार्गातच पाऊस सुरू झाला. म्लान झालेली झाडं टवटवीत झाली. पक्षी घरट्यात बसून चिवचिवाट करू लागले. सर्वत्र पाणीच पाणी असल्यामुळं सामानानं भरलेल्या गाड्या ओढीत नेणं बैलांना कठीण झालं होतं. फौजा मात्र उत्साहानं पुढं सरकत होत्या. अशा अवस्थेत भाऊंना खलिता मिळाला. त्यात आनंदीबाईच्या निधनाची खबर होती. त्यांनी पुढं जाऊन हुजरातीला हे वृत्त सांगून, क्षणभर उभं राहण्याचा आदेश दिला. ते मागं आले. सरदार पायउतार

झाले. सर्वांनी नम्र होऊन तिच्या 'आत्म्यास शांती' मिळो, अशी ईश्वरचरणी सदिच्छा व्यक्त केली. आप्पासाहेबांनं विचारलं,

"भाऊ, त्यांच्यामुळंच इतकी तकलीफ झाली असताना आपण श्रद्धांजली का वाहिली?"

"बेटे, मनुष्य मेल्यावर शत्रुत्त्व राहत नाही. तो फक्त मनुष्यच असतो म्हणून ही श्रद्धांजली!"

अप्पासाहेबानं मान हालवली. ते मार्ग आक्रमित बऱ्याच महिन्यांनंतर पुण्यात प्रवेशले. सर्व हकीगत सांगितल्यावर, नानांनी हरिपंत आणि भाऊस शाबासकी दिली.

*

संधिप्रकाश पसरताच, शनवारवाडा समयांनी प्रकाशित केला. आज खास दरबार असल्यामुळं महालही सजला होता. फरशीवरच्या गालिचावर निळसर साटिनच्या अवगुंठनातली बैठक होती. श्रीमंताची 'मसनद' जरीबुंदी रेशमी वस्त्रांनी आच्छादित केली होती. उदबत्त्यांच्या आणि शिंपडलेल्या गुलाबाच्या मिश्र सुगंधानं महालात प्रसन्नता ओतली होती. दरबारी उपस्थित झाल्याची खबर जाताच चोपदारांच्या ललकाऱ्यात श्रीमंत दरबार महालापाशी आले. आकाशी रंगाचा रेशमी पडदा बाजूला करून ते प्रवेशले. ते मसनदीवर स्थिरावताच दरबारी आसनस्थ झाले. नाना श्रीमंताना नमस्कार करून सांगू लागले,

"खूप पाऊस पडत होता. सर्वत्र चिखल आणि रान होतं. अशा अवस्थेत उत्तेजन देत-देत परशुरामभाऊंनी सैन्य पुढं नेलं. तिघांची युती असली तरी निजामाच्या सैन्यानं सहकार्य केलं नाही. टोपीकरांच्या मदतीनं भाऊंनी बरेच प्रदेश जिंकले. याबाबतीत हरिपंत तात्यांनी त्यांना बरंच साहाय्य केलं. आमचे बरेच सैनिक कामी आले. तरीही खंडणी-प्रदेश आमचे हाती आले म्हणून श्रीमंतांनी या दोघांचा सत्कार करून, पुढच्या स्वारीकरता प्रोत्साहित करावं."

श्रीमंत उठले. त्यांच्या मुखावर आनंद फुलला होता. ते म्हणाले,

"हरिपंत तात्या आणि परशुरामभाऊसारखे पराक्रमी, प्राणाची पर्वा न करता लढणारे सेवक आहेत, तंवर या मराठी राज्याला भय नाही."

नानांनी हाती दिलेली तबकं त्यांनी त्या दोघांस दिली. त्यांनीही कपाळाला लावून कृतज्ञता व्यक्त केली. त्यानंतर इतर सरदारांची तारीफ केल्यावर काम समाप्त झाल्याचं जाहीर करून श्रीमंत उठले. ते गेल्यावर भाऊ नानांपाशी येऊन

सांगू लागले,

"नाना, उदईक आम्ही तासगावी जाणार आहोत. आवश्यकता वाटली तर बुलावा धाडा."

"ठीक आहे. शौकसे जावा."

नानास नमस्कार करून ते निघाले.

*

दुसऱ्या दिवशी ते पुत्रांसह दौडू लागले. मार्गात मुक्काम करीत ते तासगावात आले. दमलेल्या यशवंतला कुरवाळीत मोतद्दारापाशी दिल्यावर ते दिंडी दरवाजातून आत आले. पुढं आलेल्या गणपतरावाच्या मुखावरचं दुःख त्यांच्या नजरेनं टिपलं. त्यांनी अपेक्षेनं पाहताच, तो आर्द्र स्वरात म्हणाला,

"ताई बीमार आहेत. आक्का आणि दाजी तिच्यापाशी बसून आहेत. अण्णा वैद्य दररोज येतात. त्यांनी औषधंही दिलीत. पण..."

तो रडू लागताच भाऊंनी त्याला जवळ ओढून समजावलं,

"बेटे, आम्ही आलोत ना? तू रडू नकोस. दोन-चार दिवसांत बरं वाटेल."

आढ्यावरची पाल चुकचुकली. भाऊंचं लक्ष नव्हतं. ते बेचैन होऊन आपल्या महालात आले. सेवक उभा होता. त्यानं दिलेली वस्त्रं नेसून ते राधाबाईच्या खोलीत गेले. ती अतिशय कृश झाली होती. दासी हलक्या हातानं डोकं दाबीत होती. भाऊंना बघताच मुजरा करून ती चालू लागली. तिचा स्पर्श थांबताच राधाबाईनं अतिशय कष्टानं डोळे उघडले. समोर भाऊंची धूसर आकृती दिसताच, ती उठण्याचा प्रयत्न करू लागली. परंतु तिला ते अशक्य असल्याचं जाणवताच, भाऊ जवळ जाऊन म्हणाले,

"झोप राधा, उठू नकोस. तुला काय होतंय?"

"बुखार! अन्न... नकोसं झालंय... फक्त ...पाणी..."

"किती दिवस झाले?"

"पाच."

"घाबरू नकोस. आम्ही वैद्याला विचारतो."

ते तिच्यापाशी बसून लढाईतल्या गमती सांगत होते. परंतु ताप वाढल्यामुळं ती गुंगीत होती. दासीला तिथं थांबवून ते स्नानगृहाकडं वळले. स्नान झाल्यावर देवापुढं हात जोडून पुटपुटले,

"गणेशा, आत्तापर्यंत मला भरभरून दिलंस. आज मी तुझ्यासमोर हात पसरून उभा आहे. माझ्या राधाला जीवनदान दे. तिच्याशिवाय माझं जगणं समुद्रातून बाहेर पडून, पुळणीत तडफडणाऱ्या माशासारखं आहे. ती बरी झाली की मी तुझ्या मंदिरावर सोन्याचा कळस चढवीन.''

समईच्या वाती थरथरल्या इतकंच. भाऊ सरळ महालात गेले. पोषाख करून खाली आले. जयवंत पाणी पीत होता. त्यांना पाहताच तो फुरफुरला. ते पुढं सरकले. रिकिबीत पाय घालून, कायजा हाती घेत त्यांनी घट्ट मांड घेतली. कायजा ओढताच तो दौडू लागला. अण्णा वैद्याच्या घरासमोर ते पायउतार झाले. अण्णा त्यांचं योग्य स्वागत करून उत्तरले,

"भाऊराव, तुम्ही तसदी का घेतली? मी येणारच होतो.''

"घरी आल्यावर पत्नीची ढासळलेली तबीयत पाहून आलो. आता सविस्तर सांगाऽ''

"ताईसाहेबांना नवज्वरानं गाठलंय. एक-दोन दिवस अंगावर ताप काढला. हे मुख्य कारण! मी प्रयत्नांची शिकस्त करीत आहे. ही अमावास्या उलटल्यावर भय नाही. आता परमेश्वरावर भरोसा! दुसरं काय सांगणार?''

भाऊ काहीच बोलले नाहीत. अण्णांचा निरोप घेऊन ते केशवभटजीच्या घरी गेले. त्यांना पाहून भटजींनी आश्चर्य प्रगट केलं,

"भाऊराव, या वक्ती कसं येणं केलंत?''

"आमची मंडळी बीमार आहे. त्यांच्याकरता मृत्युंजयाचा जप करायला हवा. पाच ब्राह्मण बसवा.''

"ठीक आहे. उद्या सकाळीच विघ्नहर्त्यासमोर बसून सुरुवात करतो.''

काही रुपये केशव भटाच्या हाती देऊन, ते दौडत दादासाहेबांच्या घरापाशी गेले. पायउतार होऊन ते वाड्यात प्रवेशले. उभ्या-उभ्या राधाबाईच्या आजारपणाबद्दल सांगताच त्यांनी उत्सुकता प्रगट केली.

"कधीपासून बुखार आहे?''

"पाच दिवस झाले.''

दादासाहेब मनातून फार घाबरले. परंतु तसं न दाखवता त्यांना धीर देण्याकरता म्हणाले,

"भाऊसाहेब भयभीत होऊ नका. दोन-तीन दिवसांत बरं वाटेल. मी संध्याकाळी येतो. त्यांचा निरोप घेऊन ते घरी आले. त्यांना अगदी उदास वाटत

होतं. दुपारी त्यांना जेवणही गेलं नाही. अण्णा वैद्य आले. तिचं मनगट हाती धरताच ते समजले. तिची नाडी अगदी मंद झाली होती. ती डोळेही उघडीत नव्हती. अण्णा वैद्य म्हणाले,

"भाऊराव, आजची काळरात्र गेली, तर ताईसाहेब उभ्या राहतील."

भाऊंच्या खांद्यावर थोपटून बाहेर भेटलेल्या दादासाहेबांना सविस्तर सांगितल्यावर ते निघाले. भाऊ पुत्रांसह तिथंच बसले होते. बया मातेच्या पायाशी बसून रडत होती. रडणाऱ्या गणपतला जवळ ओढून दादासाहेब समजावत होते. मुदपाकातल्या चुली पेटल्याच नव्हत्या. तिनं डोळे उघडले. समोर बसलेल्या पतीकडं बघत ती म्हणाली,

"बयाला... आमच्या दादाकडं... पाठवा.... पाणी..."

भाऊंनी तिचं मस्तक आपल्या मांडीवर ठेवून फुलपात्रातलं गंगाजल तिच्या मुखात घातलं. तिचं मस्तक कलंडलं. भाऊ तिचं मस्तक खाली ठेवून उठले.

दादासाहेबांनी त्यांना मिठीत घेऊन थोपटलं. पुत्र रडू लागले. त्यांनाही दादामामांनी समजावलं. दासी, सेवकांचा आक्रोश उठला. दादासाहेबांनी सेवकाला पाठवून, परिचितांना गोळा केलं. राधाबाईला स्नान घालून नवं लुगडं नेसवल्यावर मळवट भरला. ढोल वाजू लागले. घरच्या मंडळींनी फुलं वाहून तिला नमस्कार केल्यावर, पलित्यांच्या उजेडात शवयात्रा निघाली.

दुसऱ्या दिवसापासून भाऊंना सांत्वना देण्याकरता मंडळी येऊ लागली. पुण्याहून काही सरदारांसमवेत नानाही आले. श्रीमंतांकडून आलेलं मातमपोशीचं पत्र नानांनी त्यांच्या हाती देताच भाऊंना शोकावेग आवरता आला नाही. भाऊंना सांत्वना देऊन थोड्या वेळानं नाना मंडळीसह निघाले. त्या दिवसात बरंच दान दिलं. तेराव्या दिवशी अकरा ब्राह्मण-सवाष्णींना भोजन दिलं. ब्राह्मणांना भरपूर दक्षिणा देऊन सवाष्णीच्या लुगडी-खणांसह ओट्या भरवण्याचा इंतजाम केला. राधाबाईच्या निधनानंतर तो गजबजलेला वाडा त्यांना भकास वाटू लागला. ते बराच वेळ गणेशमंदिरात घालवू लागले. त्याच सुमारास सवाई माधवरावांची पत्नी रमाबाई जिन्यावरून पाय घसरून पडली. उदरातल्या गर्भाला इजा झाल्यामुळं रक्तबंबाळ अवस्थेत ती स्वर्गस्थ झाली. श्रीमंत शोकाकुल झाले. सर्वांनी समजूत घालून उभं केल्यावर ते कामकाजात लक्ष घालू लागले.

* * *

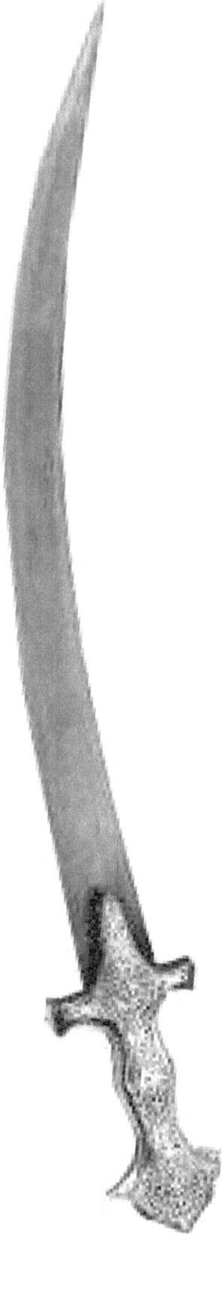

१८

नानांकडून खलिता आल्यावर परशुराम भाऊनी पुण्यास जाण्याची तयारी केली. तेव्हा आप्पासाहेबानं बाबासाहेबांसह येऊन विचारलं,

“भाऊ, आम्हास संगे नेताय का?”

“नाही ऽ तिथं काय ठरतं ते पाहून कळवतो. तंवर इथला इंतजाम करून खंडकऱ्यांना सूचना द्या.”

“या वक्ती दाजीलाही आणायचं का?”

“आता सांगता येणार नाही. नंतर कळवतो.”

आपले विश्वासू सेवक घेऊन भाऊ दौडू लागले. दोन दिवस प्रवास करून ते पुण्यात आले, तेव्हा ते खूप दमले होते. भोजन करून ते स्वस्थ झोपले. प्रभातीच आन्हिकं आटोपून ते निघाले. मार्गात भेटलेल्या मंडळीचे नमस्कार स्वीकारीत ते शनवारवाड्यापुढं आले. तेव्हां सेवकांच्या पाळ्या बदलण्याची धावपळ सुरू होती. क्षणभरात जे सदरेत प्रवेशले. तिथंच नाना काही कागदावर नजर फिरवीत होते. जवळ सरदार पुरंदरे बसले होते. त्यांना बघताच नाना म्हणाले,

“या भाऊ, बसाऽऽ”

थोड्या वेळानंतर काम पूर्ण करून नाना उठले. संजाबावर हात फिरवून पगडी व्यवस्थित बसवल्यावर,

आपल्या बरोबर येण्याचा त्यांनी इशारा केला. ते त्यांच्या समवेत निघाले. एका झाडाखाली उभे राहून आसपास कोणी नसल्याचं पाहिल्यावर ते अगदी हलक्या स्वरात सांगू लागले,

"आता बहुधा निजामावर आक्रमण करावं लागेल. तुमचं दुःख मी जाणतो. परंतु भूतकाळ विसरून वर्तमानाला जवळ करायचं असतं. आम्ही भूतकाळात वावरत राहिलो असतो तर ...."

"समजलंऽऽ तुम्ही काम सांगा. आम्ही करायला तैयार आहोत."

"शाब्बाश! आमचे हरिपंत आणि महादजी शिंदे नसल्यामुळं घमासान युद्धाची जिम्मेदारी तुमच्यावर आहे."

"आम्ही त्यांत कामयाबी प्राप्त करून येऊ."

"आनंद आहे. तुमच्याकडून आमच्या काही अपेक्षा आहेत म्हणूनच आगाऊ सूचना देण्याकरता बोलावून घेतलं."

"आता इजाजत असावी."

भाऊ चालू लागताच नाना चाफेखणाकडं वळले. भाऊ जयवंतापाशी जात असताना, शास्त्रीबुवा भेटले. त्यांना नमस्कार करून भाऊ उत्तरले,

"नानांनी बोलावलं म्हणून आलो."

"बरं केलंत! संसारात येणाऱ्या दुःखाच्या उंचवट्या ओलांडून कार्यरत रहाण्यातच खरा पुरुषार्थ आहे. साधुसंत हेच सांगतात, परंतु आम्ही सामान्य माणसं संतवचन विसरून दुःखाला गोंजारून, त्यात अधिक भर घालतो. आम्हास वाटतं की तुम्ही त्या संकटाला मागं टाकून आपल्या व्रताला जवळ करावं."

"शास्त्रीबुवा, तुमचं सांगणं अगदी योग्य आहे, आम्ही कोशिश करतोच आहोत, परंतु त्यांतून अद्याप बाहेर आलो नाही."

"भाऊ, तुम्ही जन्मानं ब्राह्मण असलात तरी क्षत्रियत्व धारण केलंय, म्हणून तलवारच तुम्हास कार्यप्रवृत्त करील."

"शास्त्रीबुवा, तुमच्या शब्दांनी आमच्या अस्थिर मनास खूपच आधार दिला. आता आम्ही मागं हटणार नाही."

त्यांना पुन्हा नमस्कार करून ते 'जयवंत'कडं वळले. शास्त्रीबुवाही चालू लागले.

*

दरबारचा समय होताच भाऊ दौडू लागले. मैदानात कमलकंठी, पंचकल्याणी,

जयमंगल, पद्मखूर, देवमणी असे सुंदर घोडे उभे होते. दोन मोतद्दार त्यांना घास टाकीत होते. भाऊ 'जयवंतला' तिथंच सोडून दरबारकडं वळले. ते प्रवेशताच विंचूरकर म्हणाले,

"या भाऊऽऽ"

ते ही हसत हसत जाऊन त्यांच्यापाशी स्थिरावले. द्वारावरचा गुलाबी पडदा हिंदकळला आणि श्रीमंतांचं पाऊल आत पडलं. सेवकानं मसनदीवरचा तख्तपोस बाजूला केल्यावर श्रीमंत स्थानापन्न झाले आणि दरबाऱ्याना बसण्याचा इशारा केला. नाना उभे राहून श्रीमंताना नमस्कार केल्यावर बोलू लागले,

"श्रीमंत, निजाम खंडणी देत नाही, दोन कोटी तीस लक्ष रुपये बाकी आहे. सरकारचा खलिता गेल्यावर खंडणी न पाठवता त्याचा दिवाणशीरउन्मुख भर दरबारात श्रीमंताची आणि आमची सोंगं नाचवून म्हणाला,

"आम्ही आक्रमण करून, श्रीमंतांचं सर्व हरण केल्यावर त्यांस लंगोटी लावून, पाणी पिण्याकरता एक भोपाळा हाती देऊन, यथेच्छ स्नान-संध्या करण्यास काशीस धाडल्याखेरीज राहणार नाही. कसली खंडणी? ती देण्यास आम्ही बांधील नाही. श्रीमंत हा मजकूर आमचे वकील, गोविंदराव काळे यानी खलिता पाठवून कळवला आहे. आता काय करायचं?"

दरबारी एकमुखानं बोलले.

"श्रीमंतांनी हा अपमान बरदाश्त न करता त्यांच्यावर आक्रमण करण्याचा आदेश द्यावा."

सरदारांचे संतप्त चेहरे पाहून श्रीमंत कठोर स्वरात उत्तरले,

"चढाई करून त्याला वाकड्या काढायला लावा."

सर्वांना खूप आनंद झाला. त्यांनी एकमुखानं श्रीमंताचा जयजयकार केला. क्षणभरानंतर नानांनी प्रस्ताव ठेवला,

"हरिपंत आणि महादजी शिंदे यांचं निधन झाल्यामुळं या लढाईची सर्व जिम्मेदारी श्रीमंतानी परशुरामभाऊवर सोपवावी."

"भाऊ, तुम्ही तैयार आहात का?"

"श्रीमंत, त्या देहात प्राण असेपर्यंत, श्रीमंत देतील तो आदेश शिरोधार्य आहे."

"भाऊ संगे जाण्यास कोण कोण तैयार आहे?"

"नाना, त्यांची यादी तैयार कराऽऽ"

इतक्यात श्रीमंताना भेटण्याकरता एक तरुण आला. गोरा-निळसर डोळ्यांचा तो सुदृढ तरुण त्याना खूप आवडला. तो नमस्कार करून अदब राखीत उभा असताना, नानानी परिचय सांगितला,

"श्रीमंत, हे सेनापती हरिपंत फडके यांचे चिरंजीव रामचंद्र बाबा फडके. पित्याच्या हाताशी असल्यामुळं उत्तम तैयार झालेत. जमाबंदीच्या कामातही तरबेज आहेत."

नानांच्या सांगण्यातला मतलब जाणून ते म्हणाले,

"त्यांना मानाची वस्त्रं आणि विडा देऊन रुजू करायला हरकत नाही."

"आज्ञा."

"नाना, उद्यापासून लढाइची तैयारी करा. बाहेरगावी असलेल्या सरदारांस आज्ञापत्र धाडलं!"

त्यानंतर लढाईच्या संदर्भात चर्चा झाल्यावर दरबार बरखास्त करून श्रीमंत निघाले. इतर सरदारही बाहेर पडले. भाऊ नानांपाशी जाऊन नम्रतेनं म्हणाले,

"मागील स्वाऱ्यांचे हिशेब सरकारनं अजून मंजूर केले नसल्यामुळं आमच्यामागं सावकारांचा तगादा आहे त्यामुळं..."

पुढचे शब्द संकोचामुळं त्यांच्या मुखातून बाहेर पडले नाहीत. नानांनी त्याचा इरादा ओळखून, श्रीमंतांची सही शिक्का असलेला कागद त्यांच्या हाती दिला. त्यात मागील स्वाऱ्यांचा मोजबा सरकारास पावला असा मजकूर होता. तसंच या खर्चाचा हिशेब देण्याबाबत जामदारास वराती दिल्या. भाऊंनी कागदावर नजर फिरवून विचारलं,

"नाना, आमचं थोडं काम आहे. रात्री आलं तर चालेल का?"

"का नाही, जरूर याऽऽ"

भाऊ त्यांचा निरोप घेऊन निघाले. घरी आल्यावर त्यांनी भोजन केलं, थोडा वेळ स्तोत्र म्हणण्यात घालवल्यानंतर ते नानावाड्याकडं निघाले. सेवकानं सरदार पटवर्धन आल्याचं सांगताच नाना बैठकीत आले. क्षणभरात भाऊ प्रवेशले. त्यांच्यासमोर स्थानापन्न होऊन त्यांनी उत्सुकता प्रगट केली.

"नाना, मार्गातले पेशवे सरकारचे प्रदेश आणि किल्ले सांगाल तर लढाईच्या दृष्टीनं बरं पडेल."

नानांनी बांधून ठेवलेलं कागदपत्रांचं बोचकं सोडलं. त्यातला एक कागद

काढून भाऊंच्या हाती दिला. त्यात निजामाच्या सरहद्दीबाबतचा नकाशा होता. त्यात निजामाच्या सरहद्दीच्या आसपास, साधारण पंचवीस कोसावर पेशवे सरकारची ठाणी आणि किल्ले होते. तिथल्या अधिकाऱ्याकडून एक वर्षाला पुरेल इतकी रसद पुरविण्याचे कबुलीजबाबही होते. ते वाचून भाऊंना खूप आश्चर्य वाटलं. त्यांनी कागद घेऊन त्यावर सर्व माहिती लिहून घेतली. त्यात तिथल्या अधिकाऱ्यांची नोंद करायला ते विसरले नाहीत. त्याबद्दल थोडंसं बोलून झाल्यावर ते दौडत घरी आले. वस्त्रं बदलून पाणी प्याल्यावर ते बिछान्याकडं वळले. मध्यरात्र झाली होती. राधाबाई समोर येऊन म्हणाली,

"स्वारीनं दुसरं लगीन करावं."

"राधा, आमच्यापाशी असलेल्या तुझ्या स्मृतीवर, दुसऱ्या स्त्रीची छाया आम्हास बरदाश्त होणार नाही."

"तरीही घरी आल्यावर सस्मित मुखानं कौतुक करणारं कुणीतरी हवंच ना?"

"ते काम तुझ्या स्मृतीच करतात. दुसऱ्या स्त्रीची आम्हास जरुरत नाही."

नगारखान्यातून घरंगळत खाली आलेल्या चौघड्याच्या आवाजानं भाऊना जाग आणली. त्यांनी डोळे उघडले. आसपास कोणीच नव्हतं. आपल्याला भास झाला असल्याचा विचार करून ते उठले.

या वक्ती श्रीमंत फौजेसह रणांगणी जाणार असल्याची खबर पसरताच, सैन्यात प्रचंड उत्साह उचंबळू लागला. सरदार स्तंभित झाले. आज्ञापत्र प्राप्त झालेले सरदार पुण्यात येऊ लागले. निजामही तयारीत असल्याची खबर येताच, आपल्याकडचं सैन्य धान्य, शस्त्रांची पहाणी केल्यावर नानांनी समाधान व्यक्त केलं. तुकोजी होळकर, दौलतराव शिंदे, जिवबादादा बक्षी, श्रीनिवासपंत प्रतिनिधी इत्यादी सर्व सरदार उपस्थित झाले. मुहूर्त हाती येताच गारपीरापाशी सैन्याची व्यवस्था केली होती. मार्गशीर्षात भरपूर थंडी होती. परंतु वारंवार त्रस्त करणाऱ्या निजामास जमीनदोस्त करण्याच्या तीव्र इच्छेनं, त्या कडाक्याच्या थंडीला दूर ठेवलं होतं. श्रीमंतासह सरदार गारपीरावर आले. तिथं उभा असलेल्या शामिन्यात ते प्रवेशले. आसपास सरदारांचे डेरे होते. या स्थानी मोठ्ठा दरबार होऊन मंडळीनं श्रीमंताना नजराणे दिले. आतापर्यंत 'पेशवा'च सेनापती असतो, परंतु या वक्ती पेशवा वयानं लहान असून, प्रथमच रणभूमीवर येत असल्यामुळं, सर्व अधिकार भाऊकडं सोपवले होते. नानांनी नजरबाजांचा ताफा निजामाच्या प्रदेशात घुसवला

होता. त्यामुळं त्याची प्रत्येक हालचाल नानांस समजत होती. श्रीमंत ढोल-तुताऱ्यांच्या आवाजात आणि 'हरहर महादेवऽ हरहर महादेव' अशा बुलंद घोषणात गारपीरावरून डेरेदाखल झाले. त्यांचा पहिला तळ थेऊरला पडला. भाऊंनी श्रीमंतासह श्रीचिंतामणीचं दर्शन घेतलं. त्यानंतर ते खामगावला आले. अखेरचा तळ 'धानोरे' ला झाला. मागील तळाच्या व्यवस्थेप्रमाणंच सर्व केलं. त्यांच्या लष्करापासून तीन कोसांवर निजामाचा तळ होता. यावेळी भाऊंनी पेंढाऱ्यास जवळ केलं होतं. त्यामुळं सर्वांच्या चेहऱ्यावर प्रश्नचिन्ह उभं होतं. परंतु त्यांनी तिकडं लक्षच दिलं नाही. रात्री श्रीमंतानी होळी पेटवली.

सर्वांनी नमस्कार करून निजामाची 'आहुती पडो', अशी प्रार्थना केली. श्रीमंतासमवेत दोन सरदार आणि थोडीशी फौज ठेवून पहाटेच्या काळोखातच सैन्यासह निघाले. रात्र पडताच जिवबादादा बक्षी पिंपळगावी, भाऊ बाबा फडके, चिंतामणराव, पटवर्धन आणि अप्पासाहेब घोडेगावी राहिले. भोसले, होळकर वाघेगावी राहून सर्व बाजूंनी निजामाचा कोंडमारा केला. फौजांना सूचना देऊन, भाऊ निजामावर चालून गेले. परंतु जखमी झाल्यामुळं त्यांना मागं यावं लागलं. ते पिछे गेल्याचं ध्यानी येताच, सैन्यात घबराहट निर्माण होऊन पळापळ सुरू झाली, तेव्हा नानांनी संतापून विचारलं, मुघलांची सरशी होत असताना, तुम्ही स्वस्थ कसे? शिंद्याचा दिवाण जिवबादादा अत्यंत चतुर आणि परखड होता. तो उत्तरला,

"लढाईला थोडेसे तोंड लागले असता, सरकारे घाबरून सांडणीस्वार रवाना केला. लढाईची सरशी करून नबाब निजाम अलीखाँस जिवंत धरून आणू किवा डोकं उडवून दाखवू- बेफिक्र असावं."

त्याच्या शब्दांनी सैनिकांना चेव आला. ते त्वेषानं निजामाच्या सैन्यावर तुटून पडले. 'हरहर महादेव, हरहर महादेव-दीन दीन' या बुलंद घोषणांनी परिसर दुमदुमला. निजाम अली घाबरून खर्ड्याच्या गढीत घुसला. सरदार पानसेनी तोफांचा मारा सुरू केल्यामुळं निजामाच्या सैन्याला रसद मिळाली नाही. सैनिक भुकेनं तड- फडू लागले. त्यांच्यातली लढण्याची ताकदच संपली. निजामाचा पूर्ण पराभव झाला. त्याच्या फौजेनं तोफा, बंदुका, दारुगोळा रणांगणी सोडून पळ काढला. तह करण्याशिवाय दुसरा इलाज नसल्याचं पाहून त्यानं आपला वकील पाठवला. डोक्यावर मुघली पगडी, लांब अंगरखा, कंबरेला दुशेला, त्यांत पायापर्यंत पोचेल अशी लांब तलवार बंदिस्त होती. नजरबाजानं

ओळखून खबर दिली. त्यावेळी परशुरामभाऊ, जिवबादादा, पंतप्रतिनिधी, सरदार पानसे, पुरंदरे, नानांच्या डेऱ्यात प्रवेशत होते. सर्वजण उपस्थित झाल्याचं पाहून नाना सांगू लागले,

"मंडळी, पानिपतनंतर हा मोठ्ठा संग्राम. पानिपतच्या युद्धात काही कारणांमुळं पराजय होऊन आम्ही जमीनदोस्त झालो. आज मात्र आम्ही परशुरामभाऊ आणि जिवबादादाच्या चातुर्यानं आणि इतर सर्वांच्या जिवावर उदार होऊन लढण्यामुळं, श्रीमंताच्या गळ्यात विजयमाला पडली आहे. आयत्या वेळी गोंधळ होऊ नये म्हणून तहाच्या अटी ठरवण्याकरता बसलो आहोत."

प्रत्येकाच्या मानत निजामाबद्दल राग होता. त्यामुळं आलेल्या प्रस्तावावर विचार करून मंडळी उठली. कारकुनानं केलेली यादी नानांनी श्रीमंतांस दाखवली. त्यांनी मंजूर करताच नाना भाऊसह निघाले.

दुसऱ्या दिवशी निजामाचा वकील येत असल्याचं समजलं. तेव्हा शामियाना सुसज्ज होता. नाना स्वत:च पहात होते. श्वेत बैठक होती. गुलाब शिंपडल्यामुळं वातावरण गंधित होतं. मध्यभागी श्रीमंताचं उच्चासन होतं. दरबारी येऊन आपल्या स्थानी आसनस्थ झाले. नानासह श्रीमंतही येऊन स्थानापन्न झाले. निजामाचा वकील उभा राहिला. श्रीमंतही कुर्निसात करून म्हणाला, "आमच्या आलमपनाहनी दिलेला तोहफा स्वीकारून श्रीमंतानी आम्हास उपकृत करावं."

दुभाषी मराठीत सांगत असता हुजऱ्यानं कलाकुसर असलेलं सोन्याचं तबक त्याच्या हाती दिलं. तो नजराणा त्यानं कुर्निसात करून श्रीमंतांच्या हाती दिला. त्या झगमगणाऱ्या तबकाकडं पाहून ते सेवकापाशी दिल्यावर ते म्हणाले,

"हा बहुमोल नजराणा आम्हास खूप आवडल्याचं तुमच्या खाविंदास सांगाऽ"

त्यानंतर नानांनी तहाच्या अटी वाचून दाखवल्या. वकिलानं कुरकुर करीत मान्य केल्या. परंतु मशीर उल्मुकबद्दल बोलायला तयारच नव्हता. ते पाहून नाना उत्तरले,

"मशीरला आमच्या ताब्यात दिल्याशिवाय आमची तहास मंजुरी नाही."

क्षणभर विचार करून त्यानं ती अट मान्य केली. मशीरला त्याच्या दोन माणसांबरोबर रवाना केलं. नानांनी मसुद्याचे दोन कागद तयार करवून घेतले. त्यानंतर दोघांच्या सह्या झाल्या. गर्दन झुकवून हात बांधलेल्या अवस्थेत मशीर श्रीमंतांसमोर आला. त्यांनी सन्मानपूर्वक वागवून त्याला पुण्यास खजिना विहिरी

-पाशी ठेवण्याचा आदेश दिला. आता तीन-चार वर्षे निजाम स्वस्थ बसेल. या कल्पनेनं सर्वांना समाधान प्राप्त झालं. त्यानंतर श्रीमंतानी निजामास नजराणा आणि वकिलास वस्त्रं दिली. नंतर अत्तरगुलाब होऊन निरोपाचे विडे दिले.

बरीच शस्त्रं तोफा, बाकी असलेली खंडणी आणि मराठ्यांचे त्यानं घेतलेले प्रांत मिळवून मंडळी पुण्याच्या सीमेवर आली. रयतेनं श्रीमंताचं अतिशय आनंदानं स्वागत केलं. ते शहारात आले. तेव्हा त्यांच्यावर फुलांची उधळण करून 'सवाई माधवराव की जयऽ' अशा उत्तुंग घोषणांनी शहर आवाजित केलं. शनवारवाड्यानं तर त्याचं अपूर्व स्वागत केलं. हत्तीवरून पायउतार झाल्यावर थोरल्या देवघरापाशी जाऊन त्यांनी नमस्कार केला.

शनवारवाडा प्रकाशित होताच मंडळी गणेश महालात प्रवेशली. श्रीगणेशाची मूर्ती मध्यभागी होती. अंगावरचे रत्नजडित अलंकार समयांच्या प्रकाशात झगमगत होते. चंदनाचा सुगंध परसला होता. श्रीगणेशाच्या उजव्या बाजूस मसनद होती. तख्त पोश दूर केल्यामुळं झगमगत होती. गुर्झबदारांच्या ललकाऱ्यांत श्रीमंत प्रवेशले. मुजरा करून, पदस्पर्श न होऊ देता ते स्थानापन्न झाले. दरबाऱ्यांचे नेत्र श्रीमंताच्या मुखावर एकाग्र झाले. त्यांचा चेहरा आनंदानं फुलला होता. देखणे असलेले श्रीमंत अधिकच सुंदर दिसत होते. नाना उभे राहिले. प्रथम गणेशाला आणि श्रीमंतांना नमस्कार करून म्हणाले,

''आपण प्राप्त केलेल्या यशाचा कौतुकानंद, श्रीगणेशाच्या चरणी अर्पण करण्याकरता आजचा दरबार आहे.''

श्रीमंत उभे राहून बोलू लागले,

''रणांगणातल्या खाचा खोचा जाणणाऱ्या मंडळीमुळं आम्हास कामयाबी प्राप्त जाहली. परशुरामभाऊंनी कपाळावर झालेल्या जखमेतून रक्त वहात असताना कसली तरी पानं त्यावर दाबून लढण्याची शिकस्त केली. त्यानंतर लाल रक्ताच्या वारानी जखमी होऊनही त्वेषानं ते लढत होते. लाल रक्ताने त्याच्या मस्तकावर केलेला तिसरा वार त्यांच्या चिरंजीवानं परतवून लावला म्हणून भाऊ आज आमच्या समोर उभे आहेत.''

सेवकानं दिलेलं वस्त्रालंकारानी भरलेलं तबक श्रीमंतानी भाऊंच्या हाती दिलं. श्रीगणेशाला नमस्कार करून श्रीमंतांचा पदस्पर्श मस्तकी घेतल्यावर ते उत्तरले,

'श्रीमंत, माझ्यावर विश्वास दाखवून त्या महायुद्धाची जिम्मेदारी माझ्यावर

सोपवली. श्रीगणेशाच्या कृपेनं माझ्याकडून पूर्ण जाहली. भविष्यातही अशी जोखीम माझ्यावर टाकली आणि ती पूर्ण करण्यात माझे प्राण खर्ची पडले, तर मी स्वत:ला भाग्यवान समजेन.'' त्यांच्या शब्दांमुळं श्रीमंत आणि दरबारीही भारावले.

नानांच्या सूचनेनुसार जिवबादादा आले. श्रीमंतानी दिलेलं तबक हाती घेऊन श्रीगणेशाला नमस्कार केल्यावर ते उत्तरले,

''श्रीमंतानी मला संधी दिली म्हणून बऱ्याच वर्षांनंतर माझ्या तलवारीचं पाणी दाखवता आलं. रणांगणात काही गैर दिसल्यामुळं मराठी राज्याला कामयाबी मिळावी, या इराद्यानं मी बोललो. श्रीमंतांनी मला क्षमा करावी.''

त्यानंतर बऱ्याच मंडळीला नजराणे, खिताब आणि शौर्यपदकं देऊन, गौरव केल्यावर श्रीमंत दरबार बरखास्त करून बाहेर पडले.

श्रीमंतासह मंडळी येऊन पाटावर आसनस्थ झाली. नाना स्वत: जातीनं देखरेख करीत होते. सर्व पदार्थ वाढल्यावर चार पांढरे शुभ्र मोदकही वाढले. मंडळी श्लोक म्हणून चित्राहुती घालीत असता नानांनी वाढप्यास खुणावलं. त्यानं साजुक तूप मोदकांवर वाढल्यावर मंडळी जेवू लागली. श्रीमंत सर्वांना आग्रह करीत होते. सर्वजण भोजन झाल्यावर पलीकडच्या दालनात गेले. विडे चघळीत त्यांच्या गप्पा सुरू झाल्या. कोणीतरी अत्यंत नम्रतेनं सूचना केली,

''श्रीमंत, या कामयाबी प्रीत्यर्थ एखादी महफिल होऊ द्याऽ''

त्यांनी अपेक्षेनं बघताच नाना उत्तरले,

''श्रीमंताच्या वाढदिवशी तो इंतजाम केला जाईल.''

त्यावर कोणीच काहीही बोललं नाही. बरीच रात्र झाल्याचं पाहून श्रीमंतांचा निरोप घेऊन चालू लागले.

नागनाथ बळवंत हा अतिशय विश्वासू मनुष्य नानांनी बाजीरावावर लक्ष ठेवण्यास नियुक्त केला होता. प्रथम प्रथम तो बारीक सारीक गोष्टी नानांस सांगत असे. काही महिन्यांनंतर बाजीरावानं, मधुर वाणीनं आणि रुपये देऊन त्याला आकृष्ट केलं. एकदा बाजीरावानं खर्ड्याच्या लढाईत कामयाबी प्राप्त केल्याबद्दल अभिनंदनपर पत्र लिहिलं. त्यात त्यांची स्तुती करायला तो विसरला नाही. हळूहळू दोघांतला पत्रव्यवहार वाढला. एकदा त्यानं श्रीमंताचं तैलचित्र असलेली तसबीर आणि ताईत भेटीदाखल धाडला. नागनाथानं पलंगासमोरच्या भिंतीवर तसबीर लावली. आपल्या काकासाहेबांनी कौतुकानं भेटीदाखल दिलेला ताईत

त्यांनी गळ्यात घातला. श्रीमंत प्रथम उत्सुकतेनं आणि नंतर सवईनुसार त्या तसबिरीकडं एकाग्रतेनं पाहत रहायचे. आपल्या चेहऱ्याकडं बघताच नानांचा भास होत असल्यामुळं, त्यांना स्वत:ची घृणा वाटू लागली. त्यांतच बाजीरावाच्या पत्रावरून त्यांची नजर फिरू लागली. 'तुम्ही खरे पेशवा असोनही आमच्या सारखेच गिरफ्तारीत खितपत आहांत. आम्हीही अशा अवस्थेत दिवस काढीत आहोत. फरक इतकाच की तुम्ही शनवारवाड्यात आणि आम्ही जुन्नरच्या पडक्या किल्ल्यात बंदिस्त आहोत.'

नानांनी पत्रांची देवघेव समजताच पहारा कडक करून नागनाथला अंधार कोठडीत टाकलं. श्रीमंतांनी त्यास मुक्त करण्याचा आदेश दिला. परंतु नानांनी नागनाथाची मुक्तता केली नाही. याच घटनेमुळं श्रीमंत बेचैन झाले. त्यांना बुखार चढला. एका सकाळी ते खिडकीपाशी उभे होते. मुक्त मनानं भरारत असणाऱ्या पक्ष्यांना ते म्हणाले,

''तुम्ही स्वत:च्या इच्छेनुसार नीलांबरात झेपावता, आम्ही पेशवा असूनही कैदेत आहोत. आम्हास अशा अवस्थेत जगायचं नाही. आम्ही मृत्यूला जवळ करणार.''

असं काहीसं बोलत, त्यांनी स्वत:ला झोकून दिलं. धप् आवाज कानी पडताच सेवक धावत आले. कारंजातील पाणी लाल झालं होतं. त्याची तोटी मांडीत शिरून हाड तुटलं. इंग्रज डॉक्टरचं औषध देऊनही श्रीमंत उठले नाहीत.

*

परशुरामभाऊ पेशव्याचे 'सेनापती' होऊन खर्डेच्या युद्धात त्यांनी अतुल पराक्रम करून, यश प्राप्त केल्याची खबर तासगावात पसरताच, लोकांना खूप आनंद झाला. काही लोकांनी त्यांचा सत्कार करायचं ठरवलं. भाऊंना निमंत्रित करायचं काम दादासाहेब जोगावर सोपवलं. भाऊनी निमंत्रण स्वीकारलं! दुपारी पक्क्वानांचं भोजन आणि रात्री संगीत महफिल असा कार्यक्रम निश्चित झाला. पहाटेपासून मंडळी कामाला लागली. दुपार होताच भोजनाची पंगत बसली. मंडळी जेवायला सुरुवात करणार, इतक्यात एक सेवक दौडत आला. भाऊंना पंगतीत पहाताच त्यानं अदब राखीत त्यांच्या हाती थैली दिली. ते तसेच उठले. थैलीतून कागद काढून वाचताच ते चक्रावले. त्यांच्या मुखावरचा आनंद लुप्त झाला. ते अतिशय उदास झाले. त्यांच्या मुखातून दीर्घ नि:श्वास बाहेर पडला. काहीतरी विपरीत घडलं असल्याची कल्पना करून मंडळी कुजबुजू लागली.

भाऊंचे मित्र गोपाळराव सोहनी! त्यांनी जवळ जाऊन विचारलं, परंतु सांगणं असह्य झाल्यामुळं खलिता त्यांच्या हाती दिला. त्यावर नजर फिरवून ते वाचू लागले,

"आश्विन शुद्ध एकादशी रोजी श्रीमंतानी शनवारवाड्याच्या दुसऱ्या मजल्यावरून खाली चौकातल्या कारंजावर उडी घेतली. त्याची नळी मांडीत शिरून हाड मोडलं. टोपीकर दागतरचे उपाय चालू आहेत. तुम्ही पत्र दर्शनी असाल तसे फौजेसह निघा, देर करू नये."

गोपाळरावानी फौजेतला मजूकर सांगताच सर्वांचा आनंद काळवंडला. भाऊ न जेवताच घरी आले. दाजीनं विचारलेल्या प्रश्नांची कशीबशी उत्तरं देऊन ते फौजेसह निघाले. मार्गातच त्यांना श्रीमंताच्या मृत्यूची खबर समजली. ते कसेबसे पुण्यात प्रवेशले. मसनद निर्नायकी ठेवता येत नसल्यामुळं नानांनी शिंदे, होळकर, जिवबादादा, पानसे, पुरंदरे, पुरुषोत्तम दाजी इत्यादीना बोलावून घेतलं. सर्वजण उपस्थित झाल्यावर नाना खलबतखान्यात प्रवेशले.

गर्दन झुकवून ते उभे रहाताच इतरानीही त्यांचं अनुकरण केलं. नाना आर्द्र स्वरात बोलू लागले,

"मंडळी, सर्वांना दुःखात लोटणारी घटना घडली. परंतु त्यातून मार्ग काढणं आत्यंतिक जरुरीचं असल्यामुळं आम्ही तुम्हास बोलावलं."

बाळोबा तात्यानं सूचना केली,

"स्वर्गीय रघुनाथरावाचा पुत्र बाजीरावास पेशवाई द्यावी."

"परंतु रघुनाथरावाशी सर्वांचं हाड वैर, त्यांना आपण किती परेशान केलं हे बाजीराव विसरले नसतील. स्वर्गीय आनंदीबाईनं आम्हा सरदारांचा नाश करण्याची बीजं त्यांच्या मनात पेरली आहेत. रघुनाथरावानी टोपीकराशी जवळीक केली आहे. आता बाजीराव त्यांच्या मदतीनं आपणा सर्वांच्या गर्दनी उडवल्याशिवाय राहणार नाही आणि हे अनेकांच्या प्राणाहुतीच्या पार्श्वभूमीवर उभं राहिलेलं शिवछत्रपतीचं मराठी राज्य टोपीकरांच्या घशात घालायला ते मागं येणार नाहीत."

सर्वांना त्यांचं म्हणणं मान्य झालं. तुकोजी होळकर गलमिशावर हात फिरवीत म्हणाले,

"नाना, या कठीण परिस्थितीतून वर येण्याचा मार्ग तुम्हीच सुचवावा."

"श्रीमंत मातोश्री यशोदाबाईच्या मांडीवर दत्तक देऊन हा कारभार चालवावा असं आम्हास वाटतं."

सर्वांनी एकमेकाकडं पाहिलं. जिवबादादा बक्षीनी मस्तकावरची पगडी सावरीत खणखणीत आवाजात प्रस्ताव ठेवला,

"बाळाजी विश्वनाथचा वंश असताना, दुसऱ्या, मुलास दत्तक घेणं, बिलकूल अयोग्य आहे."

नानांस त्यांचं म्हणणं आवडलं नाही, ते दृढतेनं उत्तरले,

"बाजीराव बेजबाबदार आणि चैनी आहेत. दूरचा विचार करून तजवीज करणं निहायत जरुरी आहे."

सर्वजण विचारमग्न झाले. अखेर नेहमीप्रमाणं नाना म्हणाले,

"बाजीरावाचे धाकटे बंधू चिमाजी आप्पा बारा वर्षाचे आहेत. त्यांना यशोदाबाईच्या मांडीवर दत्तक देऊन, राजयंत्रणा पुढं चालवावी असं आमचं मत!"

"सुनेच्या मांडीवर सासरा दत्तक?"

कोणीतरी म्हणताच, नाना उत्तरले, "आम्ही शास्त्रार्थ पाहूनच बोललो."

सर्वांना खूप बरं वाटलं. सरदार आनंदराव रास्ते म्हणाले,

"अप्पा साहेब सरळ आणि साधे आहेत. ही योजना आम्हांस मान्य आहे."

"परंतु सध्या ते कुठं आहेत?"

"बाजीरावासंगे पुरंदरच्या किल्ल्यात!"

"त्यांना आणायचं काम कोणावर सोपवावं?"

"अर्थात, परशुरामभाऊ पटवर्धन! दुसरा कोणीही आमच्या समोर नाही."

भाऊंना खूप आनंद झाला. मनात निश्चय करून ते उत्तरले,

"श्रीमंत आप्पासाहेबास आणण्याचं आव्हान आम्ही स्वीकारलं आहे."

सर्वांच्या मुखातून मुक्त निःश्वास बाहेर पडला. समोर आलेल्या कागदावर सह्या करून मंडळी उठली.

सवाई माधवरावांच्या मृत्यूनंतर बाजीरावाचे नेत्र पुण्याकडं लागले होते. त्यानं नजरबाजही नियुक्त केले. शिंद्याचा दिवाण बाळोबा तात्यास नानांचा प्रस्ताव फारसा आवडला नसल्याचं त्याला समजलं. त्यानं बाळोबास आपलंसं करण्याचा प्रयत्न सुरू केला. एका संध्याकाळी दौलतराव वाड्याकडं येत असता, एक सेवक त्रिवार मुजरा करून म्हणाला,

"सरकार, श्रीमंतांचा खलिता हायजी."

"देऽऽ ती थैली!"

त्यानं थैली दिल्यावर वाड्यात प्रवेश करताच, अतिशय उत्सुकतेनं कागद बाहेर काढला. त्यावरच्या मजकुरावर दौलतरावाची नजर फिरू लागली.

'आम्हास पेशवाई प्राप्त करून दिल्यास, तुम्हास चार लक्षांचा मुल्क आणि फौजेस लागेल तेवढा खर्च देऊ.'

"दौलतरावास पैसा हवाच होता. बाळोबा तात्याच्या सल्ल्यावरून, बाजीरावाचे व दौलतरावाचे करार झाले."

काळीकुट्ट रात्र होती. कुत्रे भुकंत होते. उष्णतेमुळं जीव कासाविस होत असल्यामुळं नाना जागेच होते. एक गृहस्थ नानांच्या भेटीस आले. नेहमी येणाऱ्या त्या ब्राह्मणाला पहारेकऱ्यानी वर जाऊ दिलं. दारावरच्या सेवकांनं आत जाऊन सांगताच, नाना बैठकीत आले. त्या गृहस्थाला समोर पाहून ते म्हणाले,

"या नारोपंत, बसाऽऽ"

त्यांच्यासमोर बसून अगदी हळूहळू, सविस्तर घटना त्यानं नानांच्या कानी घातली. दोन मोहरा त्याच्या हातावर ठेवल्यावर नमस्कार करून तो चालू लागला.

* * *

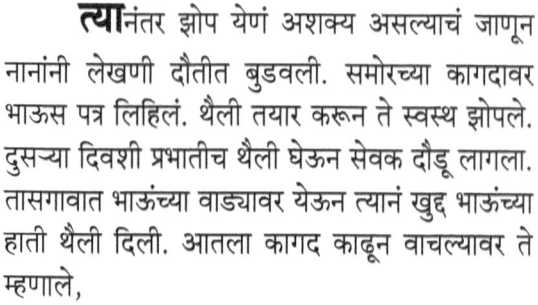

१९

त्यानंतर झोप येणं अशक्य असल्याचं जाणून नानांनी लेखणी दौतीत बुडवली. समोरच्या कागदावर भाऊस पत्र लिहिलं. थैली तयार करून ते स्वस्थ झोपले. दुसऱ्या दिवशी प्रभातीच थैली घेऊन सेवक दौडू लागला. तासगावात भाऊंच्या वाड्यावर येऊन त्यानं खुद्द भाऊंच्या हाती थैली दिली. आतला कागद काढून वाचल्यावर ते म्हणाले,

"आम्ही तुझ्यासंगेच निघणार जाऽऽ भोजन कर."

"आज्ञा."

तो गेल्यावर यापुढं काही दिवस पुण्यात राहण्याचा विचार करून त्यांनी सेवकास संदूक तयार करण्याचा आदेश दिला. आप्पा, बाबा, दाजी यांना जवळ बोलावून त्यांनी सूचना दिली.

"आमचा सांगावा येताच, टाकोटाक निघाऽऽ"

"जरूर."

देवाला नमस्कार करून त्यांनी 'मंगलदीप'वर मांड घेतली. पथकासह ते दौडू लागले.

दुसऱ्या दिवशी संध्याकाळी ते घरी आले. स्नान आटोपून, विश्रांती घेतल्यावर ते नानावाड्यात प्रवेशले. पहारेकरी त्यांना ओळखत असल्यामुळं सेवकानं जाऊन

खबर दिली. क्षणभरात भाऊ बैठकीत प्रवेशले, तेव्हा नाना समईच्या प्रकाशात काहीतरी लिहित होते. 'नाना म्हणजे कागद लेखणीचा राजा' अशी कल्पना मनांत येऊन सस्मित नेत्रांनी त्यांच्याकडं बघत, त्यांनी नमस्कार केला.

"बसाऽऽ"

"सध्या आणीबाणी परिस्थितीत तुम्ही पुण्यात असणं आवश्यक आहे."

त्यानंतर त्यांची बराच वेळ बोलणी सुरू होती. पत्नीनं आतून आवाज देताच त्यांनी भाऊस निरोप दिला.

दुसऱ्या दिवशी भिणभिणू लागताच भाऊ आपल्या पथकासह निघाले. ते जुन्नरला आले. बाजीरावाच्या परवानगीशिवाय चिमाजीस नेणं कठीण असल्याचं त्यांनी जाणलं. तरीही ते प्रयत्नांची पराकाष्ठा करीत होते. परंतु ते काम होईलसं वाटत नव्हतं. बराच विचार केल्यावरच त्यांनी बाजीरावाची भेट घेतली. त्यानं भाऊचं उत्तम स्वागत करून आसनस्थ होण्याची विनंती केली. स्थानापन्न होऊन मुखावर स्मित खेळवीत ते म्हणाले,

"बाजीरावसाहेब, मी आप्पासाहेबाना न्यायला आलोय."

"भाऊ, आम्ही कोणतं पाप केलंय म्हणून तुम्ही आमच्याशी असं वागावं? तुम्ही व नाना आम्हास तीर्थरूपाप्रमाणं आहात. धाकट्यास दौलतीवर बसवून आम्हास गिरफ्तारीत ठेवणं योग्य आहे का?"

इतकं बोलताना त्यांच्या नेत्रांतून अश्रू वाहू लागले. त्याच्या स्वभावाचा अंदाज नसल्यामुळं भाऊ विरघळले. ते म्हणाले,

"आप्पासाहेबास मातोश्रीच्या ओटीत घालणार म्हणजे ते पेशवा आणि तुम्ही दिवाण!"

ते शब्द ऐकताच, हें ही नसे थोडके, असा विचार करून तो उत्तरला,

"भाऊ, तुमचा आम्हास विश्वास वाटत नाही, म्हणून तुम्ही शिवाई मंदिरासमोर गोदावरीचं उदक हाती घेऊन कसम खावी."

"ठीक आहे."

शपथ घेतल्यावर दोन्हीं बंधूसमवेत भाऊ निघाले. मार्गात बाजीरावाच्या इच्छेनुसार थेऊरात त्यांनी मुक्काम केला. संध्याकाळी नाना, अमृतराव पेठे, सरदार विंचुरकर वगैरे मंडळी प्रवेशली. बाजीराव त्या मंडळीस नमस्कार करून म्हणाला,

"मंडळी, भूतकाळ आम्ही पूर्णत: विसरून आलो आहोत. हिंदुस्तान

काबीज करण्याचे मनसुबे आमच्या वालिदांनी उभे केले, त्या शनवारवाड्यात येण्याची आमची ख्वाइश आहे.''

त्याच्या जराशा सावळ्या लोभस मुखावरचं स्मित आणि मधुर वाणीनं सर्वांना आकृष्ट केलं. चिंतामणीस नमस्कार करून मंडळी निघाली.

पूर्वी ठरल्याप्रमाणे सर्व कारभार सुरू झाला. सरदारांनी मुक्ततेचा श्वास सोडला. परंतु काही दिवसांत परिस्थितीची चक्रं फिरवली आणि नानांनी 'बाजीरावास 'पेशवा' पद सुपूर्द करून स्वत: कारभारी झाले. सरदाराना समाधान वाटलं. ही खबर 'खबऱ्यानं' बाळोबा तात्यास सांगितली. त्या रात्री निद्रेनं त्याला स्पर्शच केला नाही. तो संतापानं तडफडत होता. आपला बेत नानांनी मोडला हे जाणून त्यानं गोदावरी किनारी असलेल्या दौलतरावास स्वत: जाऊन खबर दिली. दौलतराव गोंधळून गेला. त्यानं उत्सुकता प्रगट केली,

''अशा अवस्थेत आम्ही काय करायचं?''

क्षणभर विचार करून बाळोबा बोलला,

''सरकार, तुमच्यापाशी इतरांपेक्षा मोठ्ठी फौज आहे. सलाह द्यायला मी आहे.''

''म्हणजे आम्ही चालून जायचं अस्संच ना?''

''होय. सरकारऽऽ''

शिंदा फौजेसह येत असल्याची खबर समजताच नाना भयंकर घाबरले. भाऊस बोलावणं धाडलं. ते ताबडतोब आले. नानाकडं बघून त्यांनी विचारलं,

''नाना, इतकी थंडी असताही, तुम्ही का घामेजले?''

त्यांनी सर्व हकीगत सांगताच भाऊ उत्तरले,

''नाना, घाबरू नका. आहे तेवढ्या सैन्यासह लढाई करून त्याचा गर्वहरण करतो.''

असं सांगून भाऊंनी धीर दिला. परंतु बाजीरावावर त्यांचा विश्वास नव्हता. आणि बाळोबा गिरफ्तार करील किंवा ठार मारील अशा भयानं त्यांना ग्रासून टाकलं. त्यांना पुण्यात रहाणं नकोसं झालं. ते फार-फार बेचैन झाले. साताऱ्यास जाण्याचं ठरवूनं एका सकाळी ते शनवारवाड्यात येताच खबर धाडून ते बाजीरावाच्या महाली प्रवेशले. श्रीमंताच्या नेत्रातला प्रश्न जाणून ते उत्तरले,

''श्रीमंत, शिंद्याचा डोळा मजवर आहे. आपसांतील कलह वाढू नयेत म्हणून मी पुण्याबाहेर जात आहे.''

श्रीमंताना बरंच वाटलं. त्यांनी काही न बोलता मान हालवली. त्यानंतर सदर आणि चाफेखणातले कागद व्यवस्थित ठेवित असता भाऊ आले. त्यांना पाहून ते म्हणाले,

"आलात हे फारच चांगले झाले. चला पागेकडे जाऊ याऽऽ"

दोघंही चालू लागले. चालता-चालता ते सांगू लागले,

"भाऊ, आम्ही साताऱ्यास निघालोत. तुम्ही श्रीमंतावर लक्ष ठेवण्यात कसूर करू नये."

भाऊंनी त्यांना खूप समजावलं. परंतु त्यांनी बेत बदलला नाही.

*

धॉय धॉय करीत रात्र पुढं सरकत होती. चहूंकडं नि:स्तब्ध शांतता होती. कुत्र्याचं केकाटणं भांडणं भेसूर वाटत होतं. अशा वातावरणात एक बैरागी आला. सेवकानं खबर देताच, बाळोबानं त्याला धाडण्याचा इशारा केला. खबऱ्या प्रवेशला. मुजरा केल्यावर त्यानं सर्व हकीगत सांगितली. बाळोबानं त्याला शाबाशीसह करांगुलीतली आंगठी दिली. तो गेल्यावर त्याच्या मस्तकांत चक्रं फिरू लागली. नानांची सर्व मसलतं उलथून टाकण्याकरता मनात व्यूहरचना केली. त्यानं स्वत:च खलिता तयार केला.

"आम्हास दहा कोटीपर्यंत कर्ज जाहले आहे. त्याचा फडशा पाडून महादजीनी मिळवलेला मुलूख आमच्या ताब्यात द्यावा. तुम्ही धनी आम्ही चाकर! आम्हास कर्जमुक्त करावे. तुम्हीच जन्मभर कारभार पाहावा, असे कुणी ठरवले? तुमचा दरक तुम्ही सांभाळावा. श्रीमंत त्यांच्या मर्जीनुसार, कुणालाही कारभार सांगतील."

पुन्हा त्यावर नजर फिरवल्यावर दौलतरावाची सही घेऊन थैली नानांस धाडली. खलिता वाचून नाना भयंकर संतापले. त्यांनी शिंद्याचा कारभारी आबा चिटणीस याला लाच देऊन सर्व माहिती प्राप्त केली. दौलतरावास समजताच रागानं बेभान होऊन गर्जना केली,

"फितुर करणाऱ्यास बेइज्जत करून, पुण्यात फिरवू हे ध्यानी असावे."

बाबा फडकेनं हे वृत्त सांगताच नाना भयंकर घाबरले व आपण साताऱ्यास जात असल्याचं सांगून निघाले. बाळोबाला फार आनंद झाला. त्यानं आपण येत असल्याची खबर धाडली, तेव्हा दौलतराव तमाशातलं गाणं गुणगुणत महालाच्या छज्जात उभा होता. तात्या बाहेर येताच तो प्रवेशला. त्याला मुजरा करून तात्या

म्हणाला,

"सरकार, नाना साताऱ्यास गेल्याचं वृत्त आहे. आता आपला ठरवलेला बेत पूर्ण होण्यास देर नाही."

आपल्या गर्जनेनं नाना घाबरून पळाले, अशा विचारानं दौलतरावास अभिमानीत केलं. त्यानं प्रश्न केला,

"आम्ही काय करायचे ते सांगा."

"सरकार, तुम्ही श्रीमंताशी जवळीक वाढवावी. कधी तरी त्यांना मेजवानी द्यायची म्हणजे ते बेसावध राहतील. त्याच वक्ती त्यांना गिरफ्तारीत टाकायचं."

गलमिशावर हात फिरवीत ते म्हणाले,

"शाब्बाश तात्या, काय नामी कल्पना आहे. आम्ही उद्याच शनवारवाड्यात जातो!"

दुसऱ्या दिवशी दौलतराव फौजबंद दाखल झाला. सर्वांना आश्चर्य वाटलं. खबर पाठवताच श्रीमंतांनी त्याला महालात बोलावलं. दौलतराव प्रवेशला. श्रीमंतांना मुजरा करून अदब राखीत उभा राहिला. श्रीमंतांनी त्याला बसण्याचा इशारा केला. आसनस्थ झाल्यावर त्याचे नेत्र महालात भिरभिरू लागले. फर्शीवर इराणी गालिचा असून जवळच मंचक होते. त्यावर मखमली आवरणातले तक्के आणि लोडं होती. भिंतीवरच्या किनखापी पडद्यावर असलेली हिऱ्यांची कलाकुसर झगमगत होती. पडद्यावर आजोबा, बाजीराव आणि काका, नानासाहेब यांच्या तसबिरी होत्या. समोरच गर्वानं पाहणाऱ्या सिंहाचं चित्र होतं. केवड्याचा सुगंध महालात भरून राहिला होता. एका कोपऱ्यात फुलांनी भरलेला गुलदस्ता होता. श्रीमंताकडं बघत तो उत्तरला,

"श्रीमंत, पूर्व काळापासून तुम्ही धनी, आम्ही चाकर! तोच रिश्ता पुढं चालावा. अशी इच्छा आहे."

"आम्हासही तस्संच वाटतं."

"श्रीमंत, मेजवानी, महफिलही तुमच्या करताच असंल, हे जाणून येण्याची किरपा करावी."

"आम्ही जरूर येऊ. आम्हासही विरंगुळा हवाच!"

थोडा वेळ मजेत गप्पा झाल्यावर दौलतराव श्रीमंतास मुजरा करून निघाला.

दौलतराव फौजेसह वानवडीस आला. विविधरंगी फुलांनी सजलेल्या

बागेकडं तो पहात असता, अतिशय सुंदर दिसणारा भारद्वाज हलक्या चालीनं कारंजाकडं जात होता. त्याच्या मागून निळ्या चमकदार पंखाचा पक्षी अर्धवट उडत कारंजातून उडणाऱ्या फव्वाऱ्यांत उभा राहिला. दौलतराव त्या पक्ष्यांकडं कौतुकानं बघत असतां, बाळोबा आला.

धन्यास मुजरा करून त्यानी विचारलं,

"श्रीमंताची भेट झाली का?"

"होऽऽ. स्नेहबंधही जुळले, आतां पुढे?"

"पुढील सप्ताहात त्यांना मेजवानी आणि रात्री महफिलीकरता निमंत्रित करावं."

बाळोबानं आपला बेत निश्चित करून बहिरोपंत मेहेंदळेस बुलावा धाडला. तो येऊन उभा राहिला. बाळोबा म्हणाला,

"पंत, मातोश्रीच्या मांडीवर अप्पासाहेबास बसवून सर्व कारभार भाऊनं बघायचा!"

त्याच्या बोलण्यानं बहिरोपंत चक्रावून म्हणाला,

"परंतु..."

"बाकीचं आम्ही पाहून घेतो. तुम्ही आमचा सांगावा भाऊस द्या."

बहिरोपंत वायूवेगानं दौडत गेला. परशुरामभाऊ कामं आटोपून घरी जाण्याकरता मंगलदीपपाशी उभे असता बहिरोपंतानं पायउतार होत विचारलं,

"भाऊ, जोगेश्वरीस येता का?"

"होऽऽचला."

दोघंही दौडत गेले. मंदिरापाशी पायउतार होऊन देवीला नमस्कार केला. प्रदक्षिणा झाल्यावर त्याच्या मनातला इरादा जाणून ते म्हणाले,

"पंत, चला आमच्या घरी!"

त्याला उत्तम संधी मिळाली. दोघंही घरी आले. भाऊचा सेवक उभा होता. त्यानं दोन्ही घोड्यांना घास टाकून बांधलं. भाऊ त्याच्यासह बैठकीत आले. त्यानं सहज विचारलं,

"भाऊ, हल्ली तासगावास जात नाही वाटतं."

"कारभाराची जिम्मेदारी असताना कसा जाणार? त्यात पत्नीही नसल्यामुळं घरी जाण्याची ओढ संपली."

"बरोबर! भाऊ तुमच्याकरता बाळोबा तात्याचा सांगावा आहे."

बहिरोपंताच्या अगदी जवळ सरकून त्यांनी उत्सुकता प्रगट केली,

''काय आहे? सांगा लवकर, आम्ही अधीरलो आहोत.''

बाळोबाचा निरोप बहिरोपंतानं त्याच्या कानी घातला. त्याचे शब्द ऐकताच भाऊ अवाक् झाले. मात्र, त्याच्यापाशी काहीच न बोलता द्वारावरच्या सेवकास इशारा केला. त्यानं मुदपाकखान्यातून बेसनाचे लाडू असलेले दोन वाडगे आणि दूध आणून ठेवलं. दोघंही बोलत-बोलत लाडू खाऊन दूध प्याले. बहिरोपंत त्यांचा निरोप घेऊन निघाला. त्याच रात्री भाऊंनी सर्व हकीगतीचं पत्र देऊन सेवकास साताऱ्यास धाडलं. त्यानं साताऱ्यात खलिता नानांच्या हाती देऊन मुक्त श्वास सोडला. भाऊला मिळत असलेलं महत्त्व त्यांना फार खटकलं. तरीही पत्र लिहून त्याच सेवकाकडं दिल्यावर ते बिछान्याकडं वळले. साताऱ्याकडून आलेल्या सेवकानं दिलेल्या पत्रावर भाऊंचे नेत्र एकाग्र झाले.

''पूर्वीचा आपला बेत पूर्णत्वास जात आहे. मात्र, तुम्ही बाजीरावास आपल्या ताब्यात बंदोबस्तात ठेवण्याचा इंतजाम करा.''

पत्र वाचून भाऊचं खूप समाधान झालं.

*

दौलतरावानं स्वत: जाऊन बाजीराव व अप्पासाहेबांना मेजवानीचं निमंत्रण दिलं. संध्याकाळच्या छाया पुढं पुढं सरकत असताना उत्तम पोषाख आणि अलंकारांनी सजून दोघंही भाऊ शिंद्यांच्या वाड्यात प्रवेशले. दौलतरावाशी बोलण्यात बराच वेळ गेला. भोजनसमयी अप्पासाहेब नसल्यामुळं त्यांनी चौकशी केली. तेव्हा सेवक भीत-भीत उत्तरला.

''श्रीमंत, भाऊ अप्पासाहेबास घेऊन गेले.''

ते नाराज होऊन म्हणाले,

''दौलतराव, तुम्ही तुरन्त लोक पाठवून त्यांना आणण्याची व्यवस्था कराऽऽ''

परंतु त्यानं बऱ्याच हरकती उभ्या केल्यामुळं बाजीरावास काहीतरी कारस्थान उभं केल्याचा संशय आला. क्षणभर विचार करून ते जाण्याकरता उभे राहिले. परंतु दौलतरावानं अतिशय आग्रहानं ठेवून त्याच्या शयनाचा उत्तम इंतजाम केला. ते स्वस्थ झोपले. सकाळी जाग आल्यावर आपण गिरफ्तारीत असल्याचं समजलं.

परशुरामभाऊ आणि बाबा फडकेनं अप्पासाहेबास शनवारवाड्यात आणलं.

यशोदाबाईची भेट घेऊन भाऊ म्हणाले,

"मातोश्री, आम्ही शास्त्राधार आणला. अप्पासाहेबास तुमच्या मांडीवर दत्तक देऊन 'श्रीमंत चिमाजी सवाई माधवराव' या नावानं राज्यकारभार करायचा असं सर्वानुमते निश्चित झालंय."

"तुम्ही ठरल्याप्रमाणं कराऽ. आम्हास त्यांत काही समजत नाही."

भाऊ आणि बाबा फडके तिला नमस्कार करून निघाले. पाऊस न पडल्यामुळं वैशाखातला उन्हाळा तीव्रतेनं जाणवत होता. त्यामुळं सर्वजण ज्येष्ठ-आषाढाची वाट बघत होते. नानांनी पेशवाईची वस्त्रं पाठवून दिली. भाऊंच्या मनात नानांबद्दल प्रेमच होतं. त्याच रात्री सविस्तर हकीगतीचं पत्र लिहून श्रीमंत अप्पासाहेब पेशवा असल्यामुळं तुम्ही पुण्यास येऊन कारभार पाहावा. आमच्याकडं पूर्वीप्रमाणं तलवार सोपवा असं लिहायला ते विसरले नाहीत. त्यांनी थैलीत ते पत्र घालून सेवकांच्या हाती दिली. वैशाखातच समारंभ करून श्रीमंत चिमाजी सवाई माधवरावास वस्त्रं आणि शिक्का, कट्यार दिली. वाईत असताना ते पत्र नानांच्या हाती आलं, परंतु त्याचं उत्तर त्यांनी धाडलं नाही.

*

नाना येत नसल्याची खात्री होताच भाऊंना राज्यकारभार स्वीकारावा लागला. मात्र, बाळोबा तात्याचं त्यांच्यावर वर्चस्व होतं. अप्पासाहेब बारा-तेरा वर्षांचे असले तरी सीधे-साधे आणि अबोल असल्यामुळं सर्व जबाबदारी भाऊवर होती. बराच विचार करून उद्भवलेल्या अडचणीतून ते मार्ग काढीत होते. शनवारवाड्यातलं काम पूर्ण करून ते घरी आले. सैलसर वस्त्रं घालून ते स्तोत्र म्हणत होते. थोड्या वेळानंतर भोजनाची खबर येताच, जाऊन ते पाटावर स्थिरावले. भोजन झाल्यावर ते महालात आले. तिथं राधा वावरत असल्याचा त्यांना भास झाला. ते डोळे मिटून भूतकाळ पाहत असता सेवकानं थैली दिली. त्यातला कागद बाहेर काढून ते वाचू लागले,

"फौजेचा पगार तुंबला आहे. तो देण्याची तजवीज करावी."

तो कागद कपाळाला लावीत ते पुटपुटले,

"खर्ड्याच्या लढाईत सर्व पैका संपला. तिजोरी रिकामी झालीय. अशा अवस्थेत पैका कुठून देणार?"

दौलतराव या बाबतीत परेशान करणार हे जाणून ते विचारमग्न अवस्थेत

पलंगावर पहुडले. समोर अनेक मार्ग येऊन मान खाली घालीत जात होते. अखेर एक झगमगणारा मार्ग दिसू लागला. निजाम सरकारचा दिवाण मशीर उलमुल्क पेशव्यांच्या कारागृहात आहे. त्याला सर्व रक्कम फिटेपर्यंत 'गारपीरावर' ठेवलं, तर काम होण्यासारखं आहे. तीन कोटी रुपयांतही अर्धी रक्कम मागण्याचा त्यांनी निश्चय केला. भाऊ बाळोबाच्या तंत्रानं वागून आपणास दूर ठेवतो असा विचार नानांस त्रस्त करू लागला. ते वाईवरून महाडास आले. त्यांनी पुन्हा बाजीरावाशी संधान बांधण्याचं ठरवून बाळोजी कुंजीरला हाताशी धरलं. सरदारांचं पाठबळ असून भरपूर पैसाही होता. त्यांनी बाजीरावास आपलंसं करण्याकरता बाबुराव फडके, तुकोजी होळकर, नागपूरचा रघुजी भोसले यांना जवळ केलं. त्यांच्याकडं फौजा होत्या. त्या खर्चाकरता पंधरा लक्ष रुपये देण्याची तजवीज केली. कोल्हापूरच्या राजास भाऊच्या जहागिरीवर स्वारी करण्याची सूचना दिली. तसंच निजाम सरकारला चौथाईचे हक्क माफ करून आपल्या बाजूस वळवलं. आता राहिला दौलतराव! त्यानी तुकोजी होळकरास आपली अडचण सांगताच तो बोलला,

"आता शिंद्याच्या दरबारात बाळोबा तात्याचं इतकं वर्चस्व होऊन राहिलंय की समदे सरदार सुदीक त्याच्या शब्दाभाईर जात न्हाईत."

नाना निराश न होता विचारमग्न झाले. त्यांच्या नेत्रासमोर बाळोबा तात्याचा द्वेष करणारा 'रायाजी पाटील' उभा राहिला. नानांनी त्याला निरोप धाडला. नानांसारख्या माणसाकडून बोलावणं आल्याचं पाहून तो सुखावला. गलमिशावर उलटी मूठ फिरवीत, मस्तकावर मावळी पागोटं ठेवून तो दौडू लागला. महाडास नानांपाशी आलेल्या रायाजीचं स्वागत करून त्यांनी अनामिकेतला हिरा काढून त्याच्या हातावर ठेवला. रायाजी खूष झाला. त्यांनी काही प्रश्न विचारताच तो सांगू लागला.

"नानासाब, लय दिस पयले हा सर्जेराव घाटगा, परशुरामभाऊकडं नोकरीस होता. तो कागलच्या घाटगे संस्थानिकाचा रिश्तेदार!"

"ध्यानात आलं. त्याचं काय?"

"नानासाब, त्याची लेक लय देखनी हाय. तिच्यात शिंदा गुंतलाय. पन या गोष्टीला सर्जेरावाचा इरोध हाय. म्हणून दौलतराव शिंदा घाटग्याचा परत्येक शब्द झेलत आसतो."

"ठीक आहे."

नानांनी त्याला खायला, प्यायला घालून निरोप दिला. त्यांनी रायाजी आणि सर्जेराव यांचा उपयोग करायचं ठरवून सर्जेरावापाशी दौलतरावास निरोप धाडला. सर्जेरावानं स्वत: दौलतरावाची भेट घेतली. तो बहुधा कन्येचा प्रस्ताव घेऊन आला असल्याचा विचार करून, त्यानं सर्जेरावाचं सहर्ष स्वागत केलं. तो सांगू लागला,

"नानांचा निरोप हाय. तुम्ही, भाऊ आणि बाळोबा तात्यास कैदेत ठेवून बाजीरावास मसनद देऊन हिंदुस्तानात गेलात तर भाऊची समदी जागीर अहमदनगरचा किल्ला आणि त्याचा खालचा धा लक्षांचा मुलुक नाना तुम्हास देनार."

दौलतराव होकार देऊन म्हणाला,

"याबद्दल कुठंही बोलू नकाऽऽ"

"न्हाई, यातला एक शब्दही भाईर जानार न्हाई."

तो मुजरा करून मजेत गाणं गुणगुणत चालू लागला.

नानांनी मानाजी फाकडे हा विश्वासू असल्याचं पाहून पैसे देऊन फौज ठेवण्याची सूचना दिली. मानाजीवर बाजीरावाचा विश्वास असल्याचे पाहून दौलतरावानंही सम्मती दिली. परंतु बाळोबा तात्यास पत्ताच नव्हता. मानाजीबद्दल संशय येताच त्यानं बाबुराव फडके या नानांच्या हस्तकास चाकणच्या किल्ल्यात बंद करून, बाजीरावावरच पहारा अधिक कडक केला. बाजीरावास पुण्यात ठेवणंच धोकादायक असल्याचं जाणून, बाळोबानं सर्जेरावासह बाजीरावास हिंदुस्तानात धाडलं. भाऊंना ही खबर समजताच बाळोबाशी जाऊन ते म्हणाले,

"तात्या, श्रीमंतास सर्जेरावासंगे धाडणं योग्य नव्हतं. आता काहीतरी अतर्क्य ऐकायला आणि पहायला मिळेल, असा आमचा अंदाज आहे."

"सबुरीनं घ्या. सगळं ठीक होईल बघाऽऽ"

आपल्या अनुपस्थितीत नाना काहीतरी गडबड करतील आणि हाती आलेली संधी गमवावी लागेल अशा विचारानं त्यांना ग्रासून टाकलं. ते सर्जेरावास आर्जवानं सांगू लागले,

"सर्जेराव, तुमची कन्या दौलतरावास द्या. ते खूप चांगले असून, आमचे मित्र आहेत."

ते वारंवार असं सांगू लागताच सर्जेरावाचा भाव वधारला. तो म्हणाला,

"बायजाचं शिंदे सरकारशी लगीन होईल पन..."

"समजलं! परंतु सध्या आम्ही गिरफ्तारीत असताना कसं देणार?"

"आम्ही पेशवा झाल्यावर तुमच्या इच्छेनुसार दोन कोट रुपये आणि दौलतरावाची दिवाणगिरी, कागलची ईनामदारी निश्चित देऊ."

बाजीरावांच्या शब्दानी समाधान दिल्यावर त्यानं सुचवलं,

"श्रीमंत, तबीयत ठीक नसल्याचं सांगून, तुम्ही पेरा नदीकिनारी वास्तव्य करावं."

"म्हणजे काय होईल?"

"नानांचं कारस्थान सफल होऊन तुमी पेशवा हुनार!"

बाजीराव स्वत:शीच हसले.

श्रीमंताच्या फौजेत असलेल्या मानाजी फाकडेनं फौज वाढवल्याचं ध्यानी येताच बाळोबानं त्याला पळवलं. तो फौजेसह 'वाईत' गेला. नानांनी फौजेच्या खर्चाकरता भरपूर पैसा दिला. बरेच सरदार त्यात सामील झाले. नाना बाजीरावास पेशवापदी नियुक्त करणार अशी बाळोबा आणि भाऊंची खात्री झाली. नानांस तीन-चार वेळा आग्रहाचं निमंत्रण देऊनही आपल्यावरच त्यांनी तोफा डागल्याचं पाहून भाऊ फार कष्टी झाले. त्यांना काय करावं हे समजेना, अशा अवस्थेत वाईत जमा झालेल्या फौजेवर आक्रमण करणं आवश्यक असल्याचं जाणून, दुसऱ्या सरदारांच्या हाती त्यांनी अधिकार दिला. ती मंडळी नानांस वश झालेली होती. शिंदे, होळकर, निजामाचा दिवाण यांनी कोणीही मदत केली नाही. भाऊंच्या कडचं सर्व सैन्य घालवत, दौलतरावाकडून बाळोबास कैद केल्यावर, नारोपंत चक्रदेव याला भाऊस पकडण्याचा आदेश मिळाला. परंतु त्याला महत्त्वाचं काम असल्यामुळं त्यानं परशुरामपंत या परिचित अधिकाऱ्यास चिठ्ठी पाठवली. परंतु सेवकानं चिठ्ठी परशुरामभाऊस दिली. रात्र असल्युाळं त्यानी समईच्या प्रकाशात कागद वाचला. थंडी असूनही त्यांना दरदरून घाम आला. क्षणभरानंतर मनावर ताबा प्राप्त करून त्यांनी दरबारी पोषाख केला. मस्तकावर पगडी ठेवून ते दौडू लागले. ते शनवारवाड्यात प्रवेशले, तेव्हा आप्पासाहेबांच्या संरक्षणाकरता ठेवलेले हरिपंत बाबा आणि माधवराव दाजी हे त्यांचे पुत्र स्वस्थ झोपले होते. त्यांना जागं करून, श्रीमंत आप्पासाहेबास आपल्या घोड्यावर घेऊन ते दौडू लागले. पुत्रही त्यांच्या मागं होतेच. पहाट होताच नारोपंत चक्रदेव सात हजार फौजेसह आला. परंतु भाऊ श्रीमंत आप्पासाहेबासह निघून गेल्याचं समजलं. त्यानं पाठलाग सुरू केला. अन्न नाही, पाणी नाही, विश्रांती नाही, अशा अवस्थेत ते शिवनेरी किल्ल्यापाशी आले. किल्लेदाराची मदत मिळाली तर

लढता येईल, असा विचार करून त्यांनी किल्लेदारास निरोप धाडला. परंतु त्यानं नकार दिला. चक्रदेवच्या सात-आठ हजार आणि आपले फक्त पाचशे सैनिक पाहून त्यांनी तहाचा प्रस्ताव धाडला; परंतु नारोपंतानं बेडी पुढं करताच आनंदराव रास्ते पुढं सरकत बोलले,

"आम्ही त्यांना बंदोबस्तात ठेवतो. बेडी नको."

"ठीक आहे."

मनाच्या बेचैन अवस्थेतही बरोबर असलेल्या सैनिकांस एक-एक रुपया देऊन रामचंद्रआप्पाकडं जाण्याचा आदेश दिला. आनंदरावानी भाऊंना मांडवगणला ठेवलं.

श्रीमंत बाजीराव पेशवा झाले. धन, दौलत, अधिकार हाती येताच संगीत, नृत्याच्या महाफिली सुरू झाल्या. तमासगीर, नाचे वगैरेची वर्दळ वाढली. लढाईचे मनसुबे निश्चित करण्याऐवजी असल्याच कार्यक्रमानी नाचीचा महाल गजबजू लागला. श्रीमंत नानासाहेब, सदाशिवराव भाऊ, माधवराव यांची कारकीर्द पाहिलेल्या सरदारांना श्रीमंत बाजीराव पेशव्याच्या वर्तनाचा उबग आला. सर्वांनी विचार करून बाजीरावास जबाबदारीची जाणीव देण्याकरता नानांस आणलं.

* * *

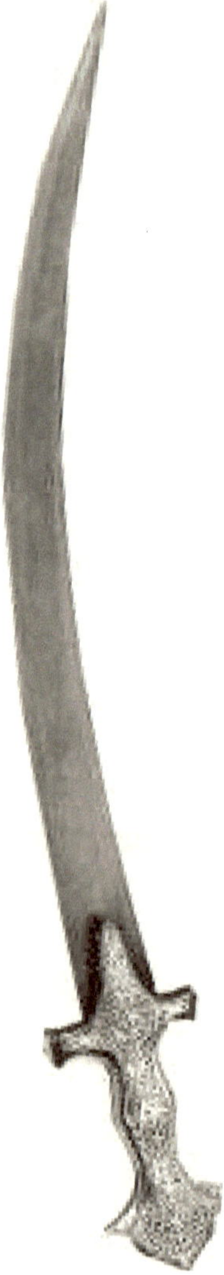

२०

संध्याकाळ उतरली होती. श्रीमंत बाजीराव पेशवा अतिथी महालात स्थानापन्न झाले होते. फर्शीवरच्या गालिचावर आकाशी साटिनच्या अवगुंठनातली बैठक होती. त्यावर काश्मिरी कलाकृती असलेल्या रेशमी आच्छादनातले तक्के होते. भिंतीवरच्या मखमली पडद्यावरची फालसांची कलाकुसर झगमगत होती. मध्यभागी गुलाबी फुलं असलेल्या आकाशी रंगाच्या चित्रानं आच्छादलेल्या उच्चासनावर मॅलेट आसनस्थ झाला होता. जवळच दुभाषी होता. आपल्या अनुपस्थितीत श्रीमंताचं मॅलेटशी बोलणं नानास फार खटकलं. स्वतःची चाहूल न लागू देता ते चालू लागले. मॅलेट गेल्यावर श्रीमंत आपल्या महालात येऊन झोपाळ्यावर बसून झोके घेत होते. पितळेच्या चकचकीत कड्यावरून फिरणाऱ्या डाव्या हाताच्या बोटातल्या अंगठ्या झगमगत होत्या. जवळच उभ्या असलेल्या पत्नीशी काहीतरी बोलून हसत होते. आपण आल्याची खबर पाठवून ते पडद्याबाहेर उभे असता त्यांची पत्नी चालू लागली. नाना प्रवेशले, नमस्कार करून म्हणाले,

''श्रीमंत, शरण असेल तर बोलावं म्हणतो.''

श्रीमंत चमकले. तरीही सावळ्या लोभस मुखावर स्मित खेळवीत उत्तरले,

''बोलाऽ बोलाऽऽ शौकसे बोलाऽ''

''श्रीमंत, संगीत, नृत्य तुम्हास आवडतं हे मी जाणून आहे, तरीही नाच, गाणं, तमाशांत फार खर्च होतोय, हे ध्यानी घ्यावं.''

''कोशिश करतो.''

आता बोलण्यात अर्थ नसल्याचं जाणून ते श्रीमंतांचा निरोप घेतल्यावर व्यग्र मन:स्थितीत चालू लागले.

'पेशवा' होईपर्यंत श्रीमंतांना नानांची फार आवश्यकता होती. आता त्यांना दूर करण्याकरता ते मार्ग शोधू लागले. याच सुमारास तुकोजी होळकराचं निधन झालं. त्याचे चार पुत्र सुभेदारीकरता आपापसात भांडू लागले. त्यापैकी एकास नानांचा आधार होता. दुसऱ्यास दौलतरावानं जवळ केलं आणि सुभेदारी दिली. त्यामुळं दौलतरावाचं वजन वाढलं. श्रीमंतांचं दौलतरावांशी फार सख्य होतं. नानांचं महत्त्व दोघांनाही खटकत असल्यामुळं, खलबतं सुरू झाली. त्या दोघांनी त्यांना दूर करण्यासाठी युक्ती शोधून काढली. काहीतरी विचारण्याकरता नानांस शिंद्याला भेटायचं होतं. परंतु मनात थोडंसं भय असल्यामुळं, त्यांनी ज्योतिषाला विचारलं,

''आम्हास एका ठिकाणी जाणे आवश्यक आहे, परंतु सध्या ग्रहांची अनुकूलता नसल्यामुळं भय वाटतं. त्या संदर्भात काही मार्ग असेल तर सांगा.''

तो ज्योतिषी संजाबावर हात फिरवीत, शेंडीची गाठ घट्ट बांधून उत्तरला,

''नानासाहेब, पिवळी वस्त्रं आणि पुष्कराजची अंगठी अनामिकेत चढवून जावा. धोखा टळणार नाही, परंतु शारीरिक इजा होणार नाही.''

बक्षीस दिल्यावर तो नानांचा निरोप घेऊन चालू लागला. दोन दिवसांनंतर एक सकाळी ज्योतिषानं सांगितल्याप्रमाणं पोषाख करून ते दौलतरावापाशी गेले. त्यानं उत्तम स्वागत करून सर्जेरावावर नजर फेकली. त्यांतला अर्थ जाणून त्यानं नानांस कैद करून कोठडीत बंद केलं. ही खबर वाड्यावर येताच, श्रीमंतांना फार आनंद झाला. आता मन:पूत वागण्याच्या कल्पनेत ते रंगून गेले.

नानांच्या नाशाच्या कारस्थानात सातारच्या राजासही श्रीमंतांनी सामील केलं. महाराजांना देण्यात येणारा पैसाही नानांनी बराच कमी केल्यामुळं शाहू (धाकल्या) महाराजांचा फार राग होता. त्यामुळं बाजीरावांच्या मधुर वाणीतल्या विनंतीला मान देऊन, महाराजांनी मदत केली. त्यानंतर मात्र श्रीमंतांनी त्यांच्याकडं दुर्लक्ष केलं. शिवराम नारायण थत्ते याला किल्ला घेण्याकरता पाठवलं म्हणून

शाहू महाराजांना फार राग आला. ते कठोर स्वरात उत्तरले,

''आम्ही किल्ला देणार नाही.''

ही खबर येताच श्रीमंतांनी माधवराव रास्तेना जाण्याचा आदेश दिला. त्यांनी बरेच प्रयत्न केले, परंतु शाहूनं किल्ला दिला नाही. इतकंच नाही तर त्याजवर त्वेषानं आक्रमण करून आनंदरावास घालवून दिलं. श्रीमंत नानांसाहेबापासून सवाई माधवरावापर्यंतचा पेशव्याचा सुवर्णकाळ अनुभवलेल्या भाऊंना सद्यपरिस्थिती पाहून फार दु:ख झाले. ते साठीच्या घरात होते. कैदेत असूनही आपलं कर्तव्य जाणून त्यांनी श्रीमंतांकडं विनंती धाडली,

''श्रीमंतांनी आदेश दिला तर या कामावर मी फौजेसह जाऊन कामयाबी प्राप्त करून देतो.''

आनंदरावांनी त्यांचे नम्र शब्द श्रीमंतांच्या कानावर घालताच, त्यांच्या उद्विग्न मनाला खूप समाधान वाटलं. त्यांनी भाऊंची विनंती मान्य करून मुक्त केलं. पत्नीच्या निधनापासून भाऊ विरक्त झाले होते. तासगावला न जाता त्यांनी पुण्यातच राहून मोठ्ठं सैन्य तैयार केलं. बरीच मंडळी त्यांच्यापाशी आली. 'हरहर महादेव, हरहर महादेव' अशा घोषणा करीत सरत्या ज्येष्ठ महिन्यात भाऊ सैन्यासह डेरे-दाखल झाले. पाऊस पडत होता. नद्यांना पूर आले होते. मार्गावरची माती वाहून गेल्यामुळं पायाना दगड टोचत होते. आषाढ सुरू झाला. भाऊ वेण्णा नदीतून दहा हजार सैन्य घेऊन साताराच्या सीमेवर आले. क्षणभरात शत्रू आल्याची खबर पसरली. महाराजांचे सरदार, सैनिक भयग्रस्त होऊन पळत सुटले. शाहूमहाराजांचा धाकटा भाऊ चतुर सिंग, येलाजी, सेनाजी मोहिते, दुर्गोजी महाडीक यांच्यासह लढाईला उभा राहिला. त्यांनी प्रयत्नांची पराकाष्ठा केली. परंतु भाऊंच्या सैन्यापुढं निभाव लागला नाही. त्यांनी त्वेषानं मुंडकी उडवायला सुरुवात केली. लालबुंद रक्ताचे पाट वाहू लागले. चहूंकडं मस्तकं विखुरली होती. सेनाजी मोहिते रक्ताच्या थारोळ्यात पडले. महाडिक जखमी झाले. महाराज पूर्वीच निघून गेले होते. विजय प्राप्त करून भाऊ शहरात प्रवेशले. किल्ल्यात रसद नसल्यामुळं शाहूमहाराजांना शरणागती पत्करावी लागली. त्यांनी किल्ला भाऊंच्या हाती सोपवला. रणांगणातून पळालेला चतुर सिंग कोल्हापूरला गेला. विजय प्राप्त केलेल्या सैन्यानं, त्याचा पाठलाग केला. परंतु तो सापडला नाही.

विजय प्राप्त केल्याची खबर श्रीमंतास धाडून भाऊ आपल्या डेऱ्यात

स्वस्थ बसले होते. खरं पहाता ते फार थकले होते. पाऊस कोसळत होता, थंडीही खूप होती. थोडा वेळ श्लोक म्हणण्यात वेळ घालवून ते स्वस्थ झोपले. दोन दिवसांनंतर सामानाची आवरा-आवर करण्याचा आदेश देऊन इतर सरदारांशी गप्पा मारीत बसले. चौथ्या दिवशी त्यांनी पुण्याकडं प्रस्थान केलं. मार्गातच त्यांना श्रीमंतांचा खलिता प्राप्त झाला. त्यावर त्यांचे नेत्र एकाग्र झाले,

''लढाई संपली. आता फौजेस निरोप द्या.''

ती अक्षरं त्यांच्या समोर नाचू लागली. ते चक्रावले. थोडा विचार करून ते स्वत: लिहू लागले,

''मी सरकारचा ईमानदार सेवक आहे. आज्ञेनुसार करण्यास सांप्रत अडचण आहे. स्वामींनी मजविषयी शंका घेऊ नये.''

खलिता रवाना करून शांत मनानं भाऊ फौजेसह पुण्याच्या मार्गावर दौडू लागले.

श्रीमंतांनी दौलतरावाला सांगून नानांस पुण्यातून अहमदनगरच्या किल्ल्यात बंद केलं. 'कामा पुरता मामा' या म्हणीनुसार नानांस दूर केल्यावर ते दौलतरावास पाण्यात पाहू लागले. त्याकरता टिपू आणि निजामाबरोबर मसलती सुरू केल्या. नजरबाजाकडून ही खबर समजतांच दौलतरावास श्रीमंतांचा राग आला. या वक्ती नाना फडणीसाला मुक्त करून पुण्यात आणून श्रीमंतास शह देण्याचं निश्चित केल्यावर, त्यानं आपला वकील नगरला धाडला. तो प्रवेशला, तेव्हा नाना स्नान करून विष्णू सहस्त्रनामाचा जप करीत असताना दौलतरावाकडून वकील आल्याचं वृत्त समजलं. आता आणखी कोणत्या संकटात फेकणार याबद्दल विचार करीत असता, सेवकासह वकील प्रवेशला. त्यांना नमस्कार करून तो म्हणाला,

''नानासाहेब, माझे धनी तुम्हास मुक्त करण्याचा विचार करीत आहेत. त्या करता तुम्ही दहा लक्ष रुपये द्यावेत.''

''आम्हास याच कोठडीत रहावसं वाटत असेल तर?''

''नानासाहेब, असा विचार करू नका, तुम्ही नसल्यामुळं पुणं अधोगतीकडं चाललंय! ते शहर उभं करणं केवळ तुमचेच हाती आहे.''

''आमचा वाडा, जहागीर जब्त केल्यावर, आमची किंमत तुमच्या धन्याच्या ध्यानी आली वाटतं?''

''नानासाहेब, प्रसंगानुरूप कधी कधी असं वागावं लागतं. आमचे धन्यास

दोष देऊ नये.''

नेहमीच्या सवयीनुसार त्यांनी डोळे बारीक केले. या मागं बाजीराव असल्याचा अंदाज करून ते उत्तरले,

''असं म्हणता?''

मान हालवून, मस्तकावरची पगडी व्यवस्थित करीत तो बोलू लागला,

''मुक्तता करून तुमची कारभारीपदी नियुक्ती करण्याची धन्याची इच्छा आहे. मात्र, त्याकरता तुम्हास पंधरा लक्ष रुपये द्यावे लागतील.''

या मागणीनं नाना चक्रावले. कारभारी पदानं त्यांना आकर्षित केलं. ते क्षणभर विचार करून बोलले,

''आम्हास मुक्त करून पुण्यास नेल्यावरच हा पैका मिळेल. आम्ही प्रतिबंधात असताना खजीनदार देणार नाही.''

वकिलास त्यांचं म्हणणं पटलं. ते वकिलासह पुण्यातल्या आपल्या वाड्यात आले. दौलतराव भेटीस आल्यावर त्यांनी सद्भाव व्यक्त केला.

''दौलतराव, केवळ तुमच्यामुळंच आमची मुक्तता झाली. हे आम्ही कदापि विसरणार नाही.''

त्याला खूप बरं वाटलं. तो मिशीवरून तर्जनी फिरवीत सांगू लागला.

''नाना, पुण्यात झालेली दुरवस्था, तुमच्याशिवाय कोणीही दूर करणारा नाही, म्हणून तुम्ही कारभारी होऊन पुण्यास पूर्वीची परिस्थिती प्राप्त करून द्या.''

'''दौलतराव, श्रीमंतांवर आमचा विश्वास नसल्युाळं ती जिम्मेदारी आम्हास नकोऽऽ''

नजरबाज आत येऊन उभा राहिला. त्याच्या मुखावरचा संकोच पाहून दौलतराव म्हणाला,

''सांगायला काहीच हरकत नाही. बोल.''

त्याचं आश्वासन प्राप्त होतांच तो सांगू लागला.

''शिंदे बाया, पैक्या करता तुमच्या इरोधात उभ्या ऱ्हानार हायती.''

दौलतरावानं दिलेले रुपये कपाळी लावून तो चालू लागला. बरीच रात्र झाल्याचं पाहून दौलतराव सांगू लागला,

''नाना, आता तुम्ही विश्राम करा. मात्र, आमच्या प्रस्तावावर विचार करायला विसरू नकाऽऽ''

''ठीक आहे.''

दौलतराव गेल्यावर सर्व परिस्थिती त्यांच्या नजरेसमोर उभी राहिली. परशुरामभाऊनं आपल्याला खूप मदत केली. वेळोवेळी खलिते धाडून आपल्याला बोलावलं, परंतु आपण केवळ तो, बाळोबा समवेत असल्यामुळं संशयाच्या फेऱ्यात अडकून त्याला गिरफ्तारीत ढकललं. आता तो साताऱ्यातून आल्यावर जवळीक साधायची अशा प्रकारच्या विचारांच्या गुंत्यात अडकल्यामुळं, केव्हा झोप लागली ते नानांस समजलंच नाही.

*

आषाढातला धोऽधोऽ पाऊस कमी होऊन श्रावण पावसाच्या रेशमी लड्या विसावू लागला. झाडांझुडपांवर तेज दिसू लागलं. विविध रंगाच्या फुलांनी परिसर बहरला. मंदिरात अभिषेक, महाभिषेक, लघुरुद्र, महारुद्र सुरू झाले. दर्शनार्थींची गर्दीही वाढली. संध्याकाळ गडद झाली. शनवारवाडा प्रकाशित झाला. दरबारी येऊ लागताच सेवकानं दरबार महाल उघडून समया उजळल्या. उदबत्त्यांची मुखं लाल केल्यामुळं, चंदनाचा सुगंध पसरला. मसनदीवरचा तख्त पोश बाजूला केल्यावर तो निघाला. दरबारी येऊन आसनस्थ झाले. पूर्वीची शिस्त आणि व्यवस्थितपणा दिसत नव्हता. काही परिचित गृहस्थांची अनुपस्थिती जाणवत होती. नानाही आले होते. पुरुषोत्तमभाऊचे पुत्रही उपस्थित होते. गुर्झबदारांच्या ललकाऱ्यात श्रीमंत बाजीराव रघुनाथ प्रवेशले. सर्वांनी उत्थापन देऊन नमस्कार केला. त्यांना बसण्याचा इशारा करून ते मसनदीवर स्थानापन्न झाले. यावेळी कर्नल नीत, कर्नल जॉन्सनसह उपस्थित होता. सुदृढ शरीरयष्टीचा उंच गोरा-गोरा नीलसाहेब उभा राहिला. निळसर डोळे श्रीमंतावर स्थिरावत अभिवादन केल्यावर बोलू लागला. जवळच दुभाषी होता.

"श्रीमंत, टिपू सुलतानाचा अत्याचार वाढल्यामुळं कंपनी सरकार आक्रमण करण्याच्या विचारात आहे. शिंदे विरोधात आहेत. परंतु तुम्ही..."

दुभाषीनं भाषांतर करून सांगताच श्रीमंत उत्तरले,

"साहेब, आम्ही अनुकूल असलो तरीही दौलतरावाच्या खिलाफ जाणं आम्हास उचित वाटत नाही."

त्यांचे परखड शब्द ऐकताच तो चक्रावला. जॉन्सननं मार्ग सुचवला,

"दौलतरावास ग्वाल्हेरला धाडून द्यावा म्हणजे झालं."

दुभाषीनं साहेबाचं म्हणणं ऐकवताच, श्रीमंत चिंताग्रस्त झाले. क्षणभरात तो बोलला,

"श्रीमंत, तुमच्या राज्यात सारखे बखेडे, कारस्थानं होत असल्यामुळं रयतेवर वचक नसून, तुमचा अम्मलही फार ढिला झालाय. म्हणून तुम्ही आमची फौज तैनात करावी. त्यामुळं शांतता प्रस्थापित होऊन प्रजा आबाद राहील."

त्याच्या शब्दातला अंत:स्थ हेतू जाणायला यांना फारसा वेळ लागला नाही. श्रीमंतांची अर्थपूर्ण नजर स्थिरावताच नानांनी विचारलं,

"साहेब, त्या मोबदल्यात प्रदेश आणि फौजेचा पगार द्यावा लागेल. अस्संचना?"

"ऑफ कोर्स! त्याचप्रमाणं, तुम्हास कंपनी सरकारच्या संमतीशिवाय लढाई किंवा तह करता येणार नाही."

"श्रीमंतांनी तैनात फौजेच्या शर्तींचा विचार करावा."

"नाना साहेबाचं म्हणणे आम्हाला विशद करून सांगा."

"आज्ञा श्रीमंत."

नाना फौजेच्या शर्ती सांगून म्हणाले,

"तैनाती फौजा ठेवून आमचं स्वातंत्र्य ते हिरावून घेणार आहेत."

"साहेबांनी ठेवलेल्या तैनाती फौजेच्या प्रस्तावावर विचार करतो."

त्यानंतर इतर एक-दोन बाबींवर चर्चा होऊन श्रीमंत उठले. नानांनी दरबार बरखास्त केल्यावर श्रीमंत चालू लागले. त्यांच्या मागून ते इंग्रज निघाले.

सर्वांच्या आग्रहावरून नाना कारभार पाहू लागले. त्यावेळी त्यांना भाऊंची तीव्रतेनं आठवण झाली. त्यांच्याशी सख्य करण्याच्या इराद्यानं ते प्रयत्न करू लागले. इतर परिचितांनी आणि आप्तांनी आग्रह करूनही स्वाभिमानी भाऊंनी पाऊल उचललं नाही. याच दरम्यान, नीलसाहेबानं दरबारात मांडलेल्या प्रस्तावावर श्रीमंतांची नानांनी अनुमती प्राप्त केली.

श्रीमंतांनी सर्व दरबाऱ्यांवर नजर स्थिरावत विचारलं,

"या मोहिमेचा प्रमुख कोण?"

"अप्पासाहेब पटवर्धन! चतुर असून पराक्रमी आहेत. परंतु पितृभक्त आहेत. त्यामुळं त्यांच्या येण्याची शक्यता कमीच!"

अप्पासाहेब उभे राहिले. उंच, सुदृढ, गोऱ्या तरुणाकडं दरबारी पहात असता ते म्हणाले,

"श्रीमंत, माफी असावी. आत्तापर्यंत या मराठी राज्याच्या प्रगतीकरता तलवारीचे घाव बरदाश्त केले. त्या माझ्या प्रेमळ पित्याला डावलून मला हे पद

घेता येणार नाही.''

''शाब्बाश बेटे, शाबाशऽऽ''

दरबाऱ्यांच्या कौतुक भरल्या शब्दांनी तो महाल निनादित झाला. नानांच्या मनातली इच्छा पूर्ण झाली. या टिपूवरच्या मोहिमेचं नेतृत्व भाऊंना दिल्यावर नानांस खूप समाधान झालं. श्रीमंत शिक्कामोर्तब करून म्हणाले,

''नाना, परशुरामभाऊंना तसं आज्ञापत्र धाडा.''

''आज्ञा.''

शहरातल्या काही दुरुस्तीचे प्रश्न पुढं आले. त्यावर चर्चा होऊन मंजूर झाल्या. श्रीमंत उठून निघाल्यावर दरबारी चालू लागले. भाऊंना पुत्राकडून सर्व हकीगत समजली. नानांच्या मनातलं आपल्या विषयीचं किल्मिष दूर झाल्याचं पाहून, भाऊंना खूप समाधान झालं. दोन दिवसांनंतर ते नानावाड्यात प्रवेशले. भूतकाळ विरळ होऊन बरंच बोलणं झाल्यावर नानांनी सांगितलं,

''भाऊ, धारवाडचा किल्ला आणि कर्नाटकची जहागीर तुम्हास देण्याचं ठरलं आहे. कागदपत्र नंतर देतो.''

''ठीक आहे.''

त्यानंतर मिठाई खाऊन भाऊंनी नानांचा निरोप घेतला.

मोहिमेची सर्व तयारी झाली. भाऊंनी सरदार निश्चित केले. त्या शिवाय आपल्या फौजेतही भरणा केला. मागं झालेल्या श्रीरंगपट्टणच्या लढाईत असलेला मेजर लिटलही पलटणीसह संगमावर उपस्थित होता. श्रीमंतांच्या परवानगीनं मुहूर्त निश्चित करायचा होता. परंतु ते टाळाटाळ करीत होते. टिपूच्या वकिलाशी संधान बांधून त्यांनी पंधरा लक्ष रुपयांची मागणी केली. म्हणून ते भाऊस परवानगी देत नव्हते. इंग्रज सरदारास टोलवा-टोलवाची उत्तरं देत होते. काही दिवसांतच टोपीकर आणि नानांस हे रहस्य समजलं. टोपीकरांनी ठरल्याप्रमाणे निजामाची मदत घेऊन टिपूवर स्वारी केली. या लढाईत टिपू पडला.

भाऊ आणि इतर सरदारांची फार निराशा झाली. भाऊ नानांची भेट घेऊन म्हणाले,

''नाना, उत्साहानं केलेली तयारी फुकट गेली. सरदार आणि फौजा नाराज झाल्या.''

''भाऊ, ते जाऊ द्या! नेहमी आपल्या प्रदेशात शिरून, परेशान करणाऱ्या कोल्हापूरकरांवर हमला करून धडा शिकवा.''

"चांगलं सुचवलंत! पटवर्धनांचा भुदरगड त्यांनी बळकावला! पेशवे सरकारचे चिकोडी आणि मनोळी हे दोन प्रांत घेऊन ते थांबले नाहीत, तर वल्लभगडावर आपलं निशाण लावलं. तासगावातली आमची शेती जाळली. आमच्या गोकाकमहालावर स्वारी करून एक लक्ष वीस हजार खंडणी घेतली. त्यांना आम्ही सोडणार नाही. भाऊंचे बळजोर शब्द ऐकून नानांस खूपच बरं वाटलं. ते म्हणाले,

"परमेश्वर तुम्हास यश देवोऽऽ"

छतावर असलेली बटबटीत डोळ्यांची पाल चकचुकली.

परंतु त्या दोघांचं त्याकडं लक्षच नव्हतं.

शिंदे-होळकर फौजांसह पुण्यात दाखल झाले नव्हते. धोंडोपंत गोखले तयार होतेच. शुभमुहूर्त हाती आला. प्रभातीच भाऊ आपल्या पुत्रांसह दौडू लागले. का कोण जाणे, त्यांना राधाबाईची तीव्रतेनं आठवण येत होती. त्यांना बेचैनीनं ग्रासलं होतं. असं का होतंय तेच त्याना समजत नव्हतं. 'हरहर महादेवऽऽ हरहर महादेव' अशा उत्तुंग घोषणा होऊ लागताच श्रीमंत मस्तकावर पगडी ठेवून बाहेर आले. भाऊंनी केलेल्या नमस्काराचा स्वीकार करून, त्यांनी सैन्यास इशारा केला. त्रिवार मुजरा करून सैन्य पाय उचलण्याच्या तयारीत असता भाऊंनी रचना केल्यावरच चालू लागलं. शनवारवाड्याच्या पायरीखालची माती कपाळाला लावून, नमस्कार केल्यावर भाऊना खूप बरं वाटलं. ते सरदारांसह दौडू लागले.

चैत्र, वैशाखाला जागा देण्याच्या तयारीत होता. काही आम्रवृक्ष मोहोरानं बहरले होते, तर काहीवर पोपटी रंगाच्या इवलाल्या कैऱ्या दिसत होत्या. फणसांच्या झाडांवर फुलांतून बाहेर पडून लटकत असलेल्या पोपटी रंगाच्या कुयऱ्या सुरेख दिसत होत्या. चिंचेच्या झाडांवरची पोपटी रंगाची पालवी फारच देखणी होती. कोकिळाचं कुहूकुहूऽऽ कानात भरत होतं. पोपटांचे थवे खाली उतरत होते. अशा सुंदर वातावरणात उन्हाचा कडक स्पर्श जाणवत नव्हता. वैशाखाची पावलं पडू लागताच उन्हाची दाहकता वाढली. झाडं-झुडपं म्लान झाली. निश्चित केलेल्या थांब्यांवर भोजन विश्राम करून भाऊ सैन्यासमवेत मार्ग आक्रमित होते. शिंदे होळकरांची वाट न पाहता ते कोल्हापूरच्या सीमेवर आले. शिंदे-होळकरांच्या फौजा आल्याशिवाय आक्रमण करू नये, अशी नानांची सूचना असूनही पावसाची पर्वा न करता भाऊंनी कोल्हापूरकरावर आक्रमण केलं. घटप्रभा आणि मलप्रभा या दोन नद्यामधल्या भागांतले किल्ले घेतले. कोल्हापूरकरांचा

पूर्ण पराभव केल्यामुळं भाऊंना आनंद झाला. गोकाकवरून चिकोडीस येऊन त्यांनी तिथंच मुक्काम केला.

पराजित झालेले कोल्हापूरचे महाराज राजधानीत आले. त्यांनी दिवाण रत्नाकर आप्पास बोलावणं धाडलं. आपसात मसलत करून त्यांनी लढाईची तयारी केली. साताऱ्याहून आलेल्या चतुरसिंगानं त्यांना युद्धविद्या शिकवली. सैन्य भरतीही केली आणि भर पावसाळ्यात कोल्हापूरकरांनी भाऊंवर आक्रमण करायचं ठरवलं.

शिंदे-होळकरांच्या फौजा आल्या नव्हत्या; तरीही भाऊ जिद्दीनं उभे राहिले. कोल्हापूरकर डेरेदाखल झाल्याची खबर दोन-तिनदां समजली. परंतु ती हूल असल्याचं जाणून या वक्ती सैन्य गाफील राहिलं. एका सकाळी पावसाचे थेंब पडत असता भाऊ बुद्धिबळाचा डाव मांडून बसले होते. कोणीतरी अप्पासाहेबास खबर दिली. ते धावत जाऊन बोलले,

''भाऊ, उठाऽऽ कोल्हापूरवाले खरोखर डेरेदाखल झालेत.''

त्यांचे शब्द ऐकताच ते ताडकन उठले. त्यांनी झटकन पोषाख केला. आप्पासाहेबानी सैन्यास उठवलं. तोफखान्यास खबर देण्याकरता भाऊ स्वतःच गेले. परंतु गाडी ओढणारे बैल चरायला गेल्याचं समजलं, त्यांना आणण्याची व्यवस्थाही केली. कोल्हापूरचे महाराज निपाणीस आल्याचं समजताच, भाऊ सैन्यासह निघून पट्टणकुट्टीपाशी आले. बरोब्बर त्याच वक्ती महाराजांनी त्यांच्यावर हल्ला केला.

भाऊंनी इशारा करताच सैनिक त्वेषानं तुटन पडले. महाराजांच्या पायदळाचा मोड केला. चाळीस-पन्नास सैनिक मृत्युमुखी पडले. महाराजांचा पूर्ण मोड करण्याच्या इच्छेनं आप्पासाहेबांनी दोन्ही बाजूनी हल्ला चढवला. कत्तल सुरू केली. तेव्हा महाराजांचे सैनिक माघार घेऊ लागले. आप्पासाहेबांनी त्यांचे हत्ती व निशाणे घेतली.

आपल्या पुत्राचं कर्तृत्व पाहून भाऊंना खूप आनंद झाला. महाराजांनी सचिंत होऊन पळणाऱ्या आपल्या सैनिकांना उत्तेजन देऊन निवडक स्वारांसह गर्जत ते मराठी सैन्यावर तुटून पडले. अप्पासाहेबांचे बरेच सैनिक मारले गेले. आप्पासाहेबांच्या डाव्या दंडाला गोळी लागली. ते घायाळ झाले. परंतु वेदना सहन करीत ते तसेच उभे राहिले. महाराजांनी थैली सैल करून भाऊचे सैनिक फितूर केले. त्यांच्याकडून माहिती प्राप्त केली. दुपार नंतर भाऊंच्या गोटापाशी

जाऊन रत्नाकरपंतानं हल्ला केला. आपल्या थोड्याशा फौजेच्या मदतीनं त्यांनी सामना केला. भाऊंची तलवार विजेसारखी तळपत वायू वेगानं फिरत होती. मुडदे पाडीत ते पुढं सरकत असता मागून आलेल्या हैबतराव गायकवाड यानं त्यांच्या मानेवर तलवारीचा वार केला. रक्त वहात होतं. असह्य वेदना कशाबशा सहन करीत हातात पट्टा फिरवीत, त्यांनी अनेकांना जमिनीवर पाडलं. परंतु कोणीतरी त्यांच्या कानावर पाठीमागून येऊन वार केल्यामुळं, तोल सुटून ते खाली पडले. तिथंच त्यांचं निधन झालं. तो दिवस होता मंगळवार, अंगारकी चतुर्थीचा. दर महिन्यातला संकष्टी चतुर्थीचा उपवास करणाऱ्या भाऊंनी आज रणांगणात श्रीगजाननास देह अर्पण करून सांगता केली. भाऊंच्या मृत्यूनं कोल्हापूरकरांस फार आनंद प्रदान केला. हैबतरावानं भाऊंचं प्रेत बारगिराकडं देऊन, महाराजांकडं पाठवलं. मार्गात भेटलेला सरदार घाटगे भाऊला मारल्याचं श्रेय स्वत:कडं घेण्याकरता म्हणाला,

"आम्ही महाराजांपाशी जातोय. आम्ही देतो ते प्रेत, तू कशापायी तकलीफ घेतोस?"

त्या बारगिरानं ते प्रेत सरदार घाटगेच्या घोड्यावर बांधलं आणि मुजरा करून दौडू लागला. सरदार घाटगे मिशांना पीळ भरीत दौडू लागला. महाराजांसमोर पाय उतार होऊन म्हणाला,

"महाराज, त्या भटाला मारून तुमास्नी दाखवाय आनलंयऽ"

"घोड्याखाली लोटून दे. तुडवू देत XXX आणि तुकडे तुकडे करून फेक"

महाराजांचं सूडानं पेटलेलं मन शांत झालं. त्यांच्यापाशी असलेल्या नारोहरी करंदीकर याला महाराजांचं हे कृत्य बिलकूल आवडलं नाही. त्यानं भाऊंना ओळखून छिन्न विछिन्न झालेल्या त्यांच्या शरीराचे तुकडे एकत्र करून दहन केलं. हाय ऽऽऽ हाय....

लढण्यात मग्न असलेल्या भाऊंच्या पुत्रांना त्यांचं अंत्यदर्शनही झालं नाही.

* * *